D1770864

ஆலோ ஆலோ

ஆலோ ஆலோ

பா.அ. ஜயகரன் (பி. 1964)

இலங்கையில் பிறந்து அரசியல் காரணங்களால் 1986இல் கனடாவுக்குப் புலம்பெயர்ந்து தற்போது ரொரன்டோ நகரில் வாழ்ந்துவருகிறார். புலம்பெயர் தமிழ்ச் சூழலில் முக்கியமான நாடக எழுத்தாளராகவும் நெறியாளராகவும் கணிக்கப்படுகிறார். இதுவரை பதினாறு நாடகங்களை எழுதி நெறியாள்கை செய்திருக்கிறார். இவரது நாடகப் பிரதிகளில் சில 'எல்லாப் பக்கமும் வாசல்' (2000), 'என்னை விசாரணைக்கு உட்படுத்துங்கள்' (2004) எனும் நூல்களாக வெளியாகியுள்ளன. கனேடிய, இலங்கை, ஐரோப்பா, இந்தியச் சிற்றிதழ்களில் இவரது பல படைப்புகள் வெளியாகியுள்ளன. இவரின் சில சிறுகதைகள் தொகுக்கப்பட்டு, 'பா.அ. ஜயகரன் கதைகள்' (2019) எனும் நூலாக வெளிவந்திருக்கிறது.

கனேடிய தமிழ் இலக்கியத் தோட்டத்தினால் 2021ஆம் ஆண்டின் புனைவுக்கான இயல் விருது வழங்கப்பட்டுக் கௌரவிக்கப்பட்டார். கனடாவில் வெளியான பல இசை முயற்சிகளில் இவரது பாடல்கள் வெளிவந்திருக்கின்றன. 1989இல் ரொரன்டோ தமிழ்ச் சூழலில் மாற்றுக் கருத்துக்கான தளமாக உருவாகிய தமிழர் வகைதுறைவள நிலையத்தின் (தேடகம்) ஆரம்பகால உறுப்பினராக இருந்து அதன் இயக்குநர்களில் ஒருவராகத் தொடர்ந்து செயல்பட்டுவருபவர்.

பா.அ. ஜயகரன்

ஆலோ ஆலோ

காலச்சுவடு பதிப்பகம்

அன்பார்ந்த வாசகருக்கு,

வணக்கம்.

காலச்சுவடு நூலை வாங்கியமைக்கு நன்றி.

நூலின் உள்ளடக்கம், உருவாக்கம், அட்டைப்படம் இன்ன பிற அம்சங்கள் பற்றிய உங்கள் கருத்துகளையும் ஆலோசனைகளையும் காலச்சுவடு வரவேற்கிறது. தகவல், எழுத்து, வாக்கியப் பிழைகள் தென்பட்டால் கட்டாயம் தெரிவித்து உதவுங்கள். நூல் தயாரிப்பில் கடும் குறைபாடு இருப்பின் மாற்றுப் பிரதி உங்களுக்குக் கிடைக்கக் காலச்சுவடு ஏற்பாடு செய்யும்.

மின்னஞ்சல்: publisher@kalachuvadu.com

காலச்சுவடு நாகர்கோவில் தலைமையகத்துக்கும் கடிதம் அனுப்பலாம்.

தங்கள்
எஸ்.ஆர். சுந்தரம் (கண்ணன்)
பதிப்பாளர் — நிர்வாக இயக்குநர்

ஆலோ ஆலோ ❖ சிறுகதைகள் ❖ ஆசிரியர்: பா.அ. ஜயகரன் ❖ © பா.அ. ஜயகரன் ❖ முதல் பதிப்பு: டிசம்பர் 2022 ❖ வெளியீடு: காலச்சுவடு பப்ளிகேஷன்ஸ் (பி) லிட்., 669, கே.பி. சாலை, நாகர்கோவில் 629001

காலச்சுவடு பதிப்பக வெளியீடு: 1135

aaloo aaloo ❖ Short Story ❖ Author: P.A. Jayakaran ❖ © P.A. Jayakaran ❖ Language: Tamil ❖ First Edition: December 2022 Size: Demy 1 x 8 ❖ Paper: 18.6 kgmaplitho ❖ Pages: 168

Published by Kalachuvadu Publications Pvt. Ltd., 669, K.P. Road, Nagercoil 629001, India ❖ Phone: 91-4652-278525 ❖ e-mail: publications@kalachuvadu.com ❖ Printed at Adyar Students xerox Pvt. Ltd., No. 275 Habibullah Road, Triplicane high Road, Opp Triplicane Post Office, Triplicane, Chennai 600005

ISBN: 978-81-959048-4-6

12/2022/S.No. 1135, kcp 3890, 18.6 (1) ass

புலம்பெயர் சுழலில் அமிழ்ந்துவிடாது
அரவணைத்து ஆட்கொண்ட துணையாள்
திருவருட்செல்விக்கும்

அவள் அன்பினால் விளைந்த மக்காள்
நிதர்சன், அதிராவுக்கும்

அட்ச அன்பாய் நம்மைச் சுழலும் சீவன்
மாந்தனுக்கும்.

பொருளடக்கம்

முன்னுரை	11
1. ஆலோ ஆலோ	13
2. ஆயர்பாடி மாளிகை	30
3. 'லா காசா'	51
4. அடேலின் கைக்குட்டை	66
5. போராளிப் படலம்: கொதி கொலை	83
6. இருளில் மீள்பவர்கள்	103
7. அகதி றங்குப்பெட்டி	119
8. கொம்மா கோத்தை	134

முன்னுரை

1986இல் கனடாவில் அகதியாக அரசியல் தஞ்சம் புகுந்தேன். எவையுமே திட்டமிட்டு நடந்தவை யல்ல. கண்ணிக்குள்ளால் நகரும் கால்கள்போன்று பதற்றத்தோடும் விழிப்போடும் எங்கள் காலம் நகர்ந்தது. கைகளில் எதுவுமற்று நினைவுகளை மட்டுமே சுமந்து வந்தவர்கள் நாங்கள். நாம் பெற்ற அவமானச் சாய்வுகளையும், நம்பிக்கையீனச் சோர்வுகளையும் தாண்டுவதற்கு எம்மிடம் ஓர்மம் மட்டுமே இருந்தது. இத்தகைய சூழலுக்குள்ளும் எம்மை மேம்படுத்தும் சாதனமாக நாம் தேர்வு செய்தது கலையும் இலக்கியமுமே. நாம் சுமந்த வலியைக் கடப்பதற்கும் நினைவை தக்க வைப்பதற்கும் எழுத்தே எமக்கு உதவியது; உதவிக்கொண்டும் இருக்கின்றது.

கதைகள் உண்மைக்கு நெருக்கமாய் இருக்க வேண்டும் என்று விரும்புவன். என் அலைவின் நினைவுகள் இந்தப் புனைவுகளுக்குப் பெரிதும் உதவின. இப்புனைவில் வரும் பல மனிதர்கள் என்னோடு பயணித்தவர்கள். அவர்களது கதைகளைக் கரிசனையோடு கேட்க எனது செவிகளையும் காலத்தையும் ஒதுக்கியவன். அவர்களது அலைவும் எனது அலைவும் பெரிதும் வேறுபடவில்லை. அனுபவப் பொதுமை. இப்புலம்பெயர் சூழலில் பல்லின மக்களை இணைக்கும் நம்பகமான புள்ளி அதுதான். இந்த மனிதர்களைச் சந்தித்தபோது அவர்கள் எனது புனைவுகளுக்குள் வந்தடைவார்கள்

என எதிர்பார்க்கவில்லை. அவர்களைச் சந்தித்தது போல்தான் எழுத்துக்குள்ளும் வந்திறங்கினார்கள். புதிய திணைகளோடு பரந்து நிற்கும் தமிழுக்கு இந்தக் கதைகள் புதுப்பொலிவைக் கொடுக்குமென நம்புகிறேன்.

எனது எழுத்துக்கு ஊக்கியாக இருந்த 'காலம்' செல்வத்துக்கும் தேடக நண்பர்களுக்கும், இந்நூலை வெளியிடும் காலச்சுவடு பதிப்பகத்திற்கும் ஊழியர்களுக்கும், அட்டையை வடிவமைத்த ஓவியர் ரஷ்மிக்கும் பிரதிகளை ஒப்பு நோக்கிய எழுத்தாளர் ஆனந்தப்ரசாத் அவர்களுக்கும், இந்த நூலோடு பயணிக்கப் போகும் வாசகர்கள் அனைவருக்கும் என் மனமார்ந்த நன்றி.

ரொரன்டோ, கனடா
ஒக்டோபர் 19, 2022

நட்புடன்
பா.அ. ஜயகரன்

ஆலோ ஆலோ

மழைத் துளியை முகத்தால் ஏந்தினான். வானக் கருக்கல் இன்று இரவும் மழை நீளும் என உணர்த்திற்று. மழை அவன் இதயத்துள் பொழிந்தது. உடலெங்கும் விரிந்து கிடக்கும் நரம்பு மண்டலத்தின் வழியெங்கும் மழை வெள்ளம் பெருகி ஓடத் தொடங்கியது. மகிழ்வு. மனம் அமைதி கொண்டது. அவனது முகத்தின் தசை நார்கள் புத்துயிர் பெற்றன. முகம் மலர்ந்தது. கடுகடுப்பான அவனது முகம் ஒரு மழையால் மட்டுமே இவ்வாறு மாறிக்கொள்ளும். அவனுக்குக் கீழ் வேலை செய்யும் தையல் பணியாளர்களுக்கு மழையின் தாற்பரியம் மிகவும் புரிந்தவொன்று. தனது அறையை விட்டு வெளியே வந்தான் பாப்லோ. தைத்துத் தயாராய் இருந்த 'சூட்'டைத் தனது வலது கை விரல்களால் ஒவ்வொரு பாகமாய்த் தடவிவந்தான். அந்த 'சூட்'டை இறுதியாகச் சரி பார்த்த ஹெலன் அவனைப் பார்த்தபடியே இருந்தாள். அவனது கை விரல்களுக்கு இருக்கும் பரிசத்தை அவள் நன்கு அறிவாள். பாப்லோ நூல் ஓடிய இடமெல்லாம் அவனது விரல்களை ஓடவிட்டான். நுண்ணிய துருத்தலைக்கூட அவனது தொடுகை அறிந்துவிடும். காஷ்மீர் கம்பளித் துணிகளையோ அல்லது பட்டுத் துணிகளையோ தனது விரலின் பரிசத்தால் உணர்ந்து தரம் பிரிக்கக்கூடிய நுண்ணுணர்வு அவனிடம் இருந்தது. அவனது விரல், பொத்தான் ஓட்டைகளில் ஒன்றில் தரித்தது. மீண்டும் அவ் ஓட்டையைத் தடவினான். ஹெலன் அவன் அருகில் வந்து நின்றாள்.

இவ்வாறு அவனது விரல்கள் ஓர் இடத்தில் நின்றால் ஏதோவொரு குறை அவனது மூளைக்கு எட்டியிருக்க வேண்டும்.

"நீங்கள் எல்லோரும் கோவணமும் 'பெனியனும்' தைக்கத்தான் சரியான ஆட்கள்; இரண்டாம் மாடியில போய் கோவணம் தைய்யுங்கோ."

இதனுடன் ஸ்பானிய, இத்தாலிய, போர்த்துகீச, பிரெஞ்ச், ஆங்கிலத் தூசனங்களும் சேர்ந்து வரும். ஆனால் அவன் எதுவும் சொல்லவில்லை. ஏனெனில் இன்று மழை. அவன் வாயால் சூடான வார்த்தை எதுவும் வெளிவராதென்பது ஹெலனுக்கும் தெரியும். அவள் கையை இழுத்தான். தனது விரல்கள் நின்ற அந்த பொத்தான் ஓட்டையை அவள் விரலால் தடவிப் பார்க்கச் சொன்னான். அவள் விரல்கள் எந்த உறுத்தலையும் உணரவில்லை. எதனையும் அறியாதவளாகத் திரும்பி அவனைப் பார்த்தாள். பொத்தானைச் சுற்றித் தைத்திருந்த நூல் சரியாக வெட்டுப்படவில்லை. நூலின் சிறு துரும்பு அவனது விரலைத் உறுத்தியிருக்க வேண்டும். சிறு கத்தரிக்கோலை எடுத்து நூல்த் துரும்பை வெட்டியெடுத்தான். விரல்களால் தடவிச் சரி பார்த்த பின்னர் ஆடையின் மறு பாகங்களைத் தடவியவாறு தொடர்ந்தான்.

பாப்லோவின் தந்தை பங்காளராக இணைந்து நிறுவியதுதான் இந்தத் தையல் நிறுவனம். 'சூட்' தைப்பதில் வல்லவரான ஹுலியோவின் திறனுடனும் மார்க்கின் பணத்துடனும்தான் இந்த நிறுவனம் உருவாகியது. நிறுவனர்கள் இறந்த பின்னர் அவர்களது பிள்ளைகளான பாப்லோவும் மார்க் ஜூனியரும் இந்நிறுவனத்தைத் தொடர்ந்து நடாத்தி வருகிறார்கள். மார்க்கின் எண்ணங்களுடன் எந்த வகையிலும் உடன்பாடில்லாதவன்தான் பாப்லோ. 'கோட் சூட்டை' வெவ்வேறு அளவுகளில் பெருமளவில் உற்பத்தி செய்து அதைப் பல்வேறு கடைகளுக்கூடாக விற்பனைக்கு விட்டுப் பெரு லாபத்தைப் பெறும் மார்க்கின் அதீத வியாபாரக் கொள்கையுடன் பாப்லோ உடன்படவில்லை. மிகச் சிறியது, சிறியது, இடையது, பெரியது, அதிபெரியது என உலகில் இருக்கும் அனைத்து ஆடவர்களையும் ஐந்து அளவுக்குள் உள்ளடக்கும் வியாபாரத் தந்திரத்தோடு பாப்லோ உடன்பாடற்றவன். ஒவ்வொரு மனிதர்களின் விருப்புகளோடு அவர்களின் உடலின் ஒவ்வொரு பாக அளவுகளோடு அவர்களுக்கே உரித்தான ஆடைகளை வழங்குவதுதான் ஒரு தையல் கலைஞனுடைய வேலையென பாப்லோ சொல்லிக் கொள்வான். உடையை வடிவமைப்பவனுக்கும் அணிபவனுக்குமான பிணைப்பு ஆத்மார்த்தமானது. உடலில் சருமம் போன்றதுதான் உடை. அணிபவன் அதைக் காவித் திரிவதாக உணரக் கூடாது. இது

பாப்லோ தனது உதவியாளர்களுக்கு சொல்லிக்கொள்ளும் மந்திரம். அவனது தந்தை ஹுலியோ செய் நேர்த்தியுள்ள தையல் கலைஞன். பாப்லோ அதன் தொடர்ச்சியாய் மேன்மையான கலைஞனாய் உருப்பெற்றிருந்தான். அவனது ஆடை வடிவமைப்புக் கலைத்துவத்திற்குப் பெரு வரவேற்பிருந்தது. பல பிரபலங்கள் அவன் வாடிக்கையாளர்கள். பாப்லோவுக்கும் மார்க்குக்கும் இடையிலான கருத்து முரண்பாட்டின் முடிவில் பிரதான தளத்தில் பாப்லோ தொடர்ந்தும் 'சூட்' தைக்கும் நிறுவனத்தை நடாத்தி வருகிறான். இரண்டாம் தளத்தில் புதிதாக உள்ளாடைகள் தைக்கும் நிறுவனத்தை மார்க் நடாத்தி வருகிறான். அதனால்தான் பாப்லோ ஆத்திரத்தில் பேசும்போதெல்லாம் மார்க்கின் தொழிலை இழுத்து இழித்துப் பேசுவான்.

அவனது விரல்கள் 'சூட்'டைத் தடவி முடித்திருந்தன. 'சூட்'டைப் பொதி பண்ணுவதற்குத் தேவையான பொருட்களுடன் ஹெலன் நின்றாள். திரும்பி ஜன்னலைப் பார்த்தான். மழை பெய்துகொண்டிருந்தது. தினமும் மழை பெய்ய வேண்டுமெனப் பணியாளர்கள் வேண்டிக்கொள்வார்கள். அவனிடத்தில் திட்டு வாங்குவதென்பது இலகுவானதொன்றுமில்லை. அந்த பொத்தான் ஓட்டையில் இருந்த சிறு துரும்புக்காக அவன் மணிக்கணக்கில் அவர்களைத் திட்டக் கூடும். நாட்களைக் கடந்தும் அந்தத் திட்டல் தொடரக் கூடும். மழை மட்டுமே அவனைத் தணிக்கக் கூடியது. அவனை ஒரு புது மனிதனாக்கக் கூடியது. கருணையுள்ளவனாக மாற்றக் கூடியது. ஊழியர்கள் சாப்பிடும் மேசையை, பூக்களாலும் சாப்பாடுகளாலும் நிறைத்து வைக்கக் கூடியது. அவனது கற்பனையை மெருகேற்றக் கூடியது. அவனை காதல்வயப்பட தூண்டக் கூடியது. காமச் சன்னத்தில் திளைக்கவைக்கக் கூடியது.

பாப்லோ, துணிகள் அடுக்கி வைக்கப்பட்டிருந்த பரண் அருகே வந்து நின்றான். அவனது கண்களின் பார்வை சிதறாது வலமிருந்து இடமாக மெல்லமாக அசைந்துகொண்டிருந்தது தலை. அடுத்த அடுக்கில் அவனது பார்வை பாய்ந்தது. இடமிருந்து வலமாக மெல்ல அசையும்போது அந்தத் துணிமீது கண்கள் நின்றன. அது கருந்துணி. மயிரிழை அளவிலான வெள்ளைநிறக் கோடுகள் சமாந்தரமாய் ஓடியிருந்தன. அதை எட்டியெடுத்தான். அது ஹிமாலயக் கம்பளியினால் நெய்யப்பட்ட துணி. அவனது மேசையின்மீது விரித்தான். தனது விரல்களால் தடவினான். ஹெலனை அழைத்தான். "நீண்ட காலமாக எனக்கு ஒரு 'சூட்டை' நான் தைக்கவில்லை. இந்தா என் அளவை எடு." அவன் சொன்னதற்கு ஏற்ப அவள் அளவெடுத்தாள். அளவெடுப்பது பாப்லோவின் வேலை. அவன் தன்னைத்தானே அளக்க் கூடியவன். சற்று நேரம் தியானித்திருந்தான் பாப்லோ. எழுந்து சென்று

படம் கீறும் மேசையில் அமர்ந்தான். புது வெள்ளைத் தாளை விரித்தான். பென்சிலால் மாதிரியொன்றைக் கீறினான். அதையே வெறித்துப் பார்த்தபடியிருந்தான். பின்னர் சகல கோணங்களுக்குமான பார்வை மாதிரிகளைக் கீறினான். பின்னர் அவற்றைப் பார்த்தபடியே இருந்தான். துணி வெட்டும் மேசையின் முன்னால் படங்களை கொழுவி விட்டான். துணியில் அளவுகளைக் குறித்தான். பாப்லோவின் கத்தரிக்கோல், லாவகமாகத் தனது பணியை செய்து முடித்தது. அதன் பின்னர் ஹுலியோ எனப் பெயர் பொறிக்கப்பட்ட பெட்டிக்குள் அமைதி யாக அமர்ந்தது அந்தக் கத்தரிக்கோல். அந்தக் கலைஞனின் கலைத்துவத்தைப் பார்த்தபடியே நின்றாள் ஹெலன்.

"இந்தா! நேரம் இருக்கும்போது மூட்டி வை. அவசரம் ஒன்றும் இல்லை" என்றவாறு பகுதி பகுதியாய் வெட்டிக் கட்டிய 'சூட்' துணியைக் கூடையில் போட்டான்.

ஹெலன் ஹுலியோவின் நண்பரின் மகள். சிறுபிராயத்தி லிருந்தே இருவரும் அறிமுகமானவர்கள். பாப்லோவும் ஹெலனும் ஆறு வருடங்களுக்கு மேலாக ஒன்றாக வாழ்ந்தவர்கள். இருவரும் பிரிந்து இருபது வருடங்களுக்கு மேலாகிவிட்டது. முப்பது வருடங்களாக இந்நிறுவனத்தில் பணியிலிருக்கிறாள். பாப்லோவின் பலம் பலவீனங்களை நன்கு அறிந்தவள். முற்றாகவே அவனைவிட்டு விலகியிருந்தவளை மறுபடியும் வேலைக்கு வருமாறு பாப்லோ மன்றாடி அழைத்து வந்தான். நிறுவனத்தின் நிர்வாகம், ஊழியர்களுக்கும் பாப்லோவுக்குமான பிணக்குத் தீர்ப்பு, வாடிக்கையாளர்களுடான உறவு, விவாகரத்துப் பெற்ற மனைவிகள், பிள்ளைகளுக்கான தேவைகள், மார்க்குடனான பிணக்குத் தீர்ப்பு, பாப்லோவின் அளவுக்கு மீறிய திட்டல்களுக்கு வாய்ப்பூட்டுப் போடுதல் என இன்னோரென்ன கடமைகள் அவளுடையவை.

"இவன் மாபெரும் கலைஞன் . . . அந்த வித்தகத் தடிப்பு இவனுக்கு . . . இவன் நல்ல காதலன் . . . படுக்கைக்கு உகந்தவன். ஆனால் இவனோட ஒருத்தரும் சேர்ந்து வாழ முடியாது" என்பாள் ஹெலன்.

திருமணம் செய்ய ஹெலனை பாப்லோ கோரியபோ தெல்லாம் அவள் திட்டமாக மறுத்துவிட்டாள். ஹெலனுடனான காதல் உறவு முறிந்த பின்னர், பாப்லோவுக்கு இரு தடவைகள் திருமணம். இரு திருமண முறிவுகள். நான்கு குழந்தைகள். பாப்லோ உடைந்து போகும்போதெல்லாம் அவனது கலைத்துவத்தின் மேன்மையை அவளால் மட்டுமே எடுத்துரைக்க முடிகிறது. அவள் அவனது கலைக்கு அடிமை. ஒரு சிறுகணத் துணுக்கில்

அவன் சிந்தையில் எழும் எண்ணத்தின் வெளிப்பாட்டை நேரடியாகக் கண்டு ரசிப்பவள். உள்ளார்ந்தமாய் அந்தக் கலைஞனை நேசிப்பவள். ஆக்க எண்ணங்கள் எப்படி . . . பிறக்கின்றன? பதிலில்லாக் கேள்விகளின் தொடர்ச்சியாய் பாப்லோ அவளை ஆச்சரியத்துக்குள் ஆழ்த்திய வண்ணமே இருக்கிறான். அதனால்தான் பாப்லோவைச் சோர்விலிருந்து மீட்க அவனது ஆத்மாவோடு ஊடாடக்கூடிய வார்த்தைகள் அவளிடம் இருந்தன. அது மழையை அவன் நெஞ்சுக்குள் பொழியவைக்கக் கூடியது. ஹெலனின் நட்பின் ஆழத்தை அவன் நன்கறிவான். அவனின் ஆத்திரமெல்லாம் அவளின் முன்னே எதுவுமற்றுப் போய்விடும்.

"நாளை சந்திப்போம்."

ஹெலனிடம் விடைபெற்றுக்கொண்டு வீதியில் இறங்கினான். மழை பெய்துகொண்டிருந்தது. வானத்தைப் பார்த்து முகத்தில் மழைத் துளிகளை ஏந்தியவாறு நடந்தான். மழை அவனை நனைக்கவில்லை. அவன் மழையாகவே உருத் தரித்தான். பாப்லோ மழையின் குழந்தை.

○○○

1950–55 ஸ்பெயின். பிராங்கோவின் படைகளுக்கு எதிரான கெரில்லா யுத்தத்தில் ஹூலியோவின் தமையன் ஹொசே புரட்சிப் படைகளோடு சேர்ந்து பணியாற்றி வந்தான். ஹூலியோ இராணுவத்திற்குச் சீருடை தைக்கும் படை நிறுவனமொன்றில் பணியாற்றி வந்தான். ஹூலியோவும் இராவணுவத்தின் நடமாட்டம் குறித்த சில தகவல்களை ஹொசேக்குச் சேர்ப்பித்த வண்ணம் இருந்தான். புரட்சியாளர் களின் பொருட்கள், ஆவணங்களைத் தோழர்களுக்கிடையே பரிமாறும் செயற்பாடுகளையும் செய்து வந்தான். ஹொசேயின் புரட்சிச் செயற்பாட்டை அறிந்த பிராங்கோ இராணுவத்தின் உளவுப்படை ஹூலியோவைச் சந்தேகிக்கத் தொடங்கியது. தனது தோழர்கள் உதவியுடன் ஹூலியோவை பிரான்ஸ் எல்லைக்கருகிலிருந்த பெலிசியோவுக்கு அனுப்பி வைத்தான் ஹொசே. கைப்பைக்குள் வைத்திருந்த ஒரு சோடி உடைக்குள் தனது கத்தரிக்கோலைச் சுற்றி வைத்திருந்தான் ஹூலியோ. அந்தக் கத்தரிக்கோல் அவனுக்கு முக்கியமானது. தொழில் கற்றுக்கொண்டு தேறியபோது அவனது குருவான மாமனார் அவனுக்கு வழங்கியது. கைதேர்ந்த குரு மாணாக்கரைச் சிறப்பிக்கும் வழமை அது. நீ சொந்தக் காலில் நிற்பதற்கான ஆயுதம் இதுதான் என வழங்கும் மரபு அது. எதிர்காலத்தின்மீது நம்பிக்கை வைக்க வைக்கும் ஆயுதம் அது. புலனாய்வுப் படையின்

கண்காணிப்புக்குள்ளால் கிராமத்தைவிட்டு வெளியேறும் அந்த இடர்சூழ் வேளையிலும் அந்தக் கத்தரிக்கோல் அவனுக்குத் துணையாகத் தேவைப்பட்டது.

பெலிசியோவில் தங்கியிருந்த காலத்தில்தான் அவன் அனாவைச் சந்தித்தான். அதுவொரு மழை நாள். ஞாயிற்றுக் கிழமை. கர்த்தரிடம் மன்றாட்டத்திற்காக அவன் தேவாலயம் சென்றிருந்தான். மிகவும் நெருக்கமான மலை நகர், அவனை அந்நியன் எனக் காட்டிக் கொடுத்தது. “பிரான்சில் கல்வி கற்கச் செல்வதற்குத் தன்னுடன் தங்கியிருப்பதாக” அவனைப் பராமரித்த தோழர் மற்றவர்களுக்கு அறிமுகம் செய்து வைத்தான். ஹுலியோ கல்வி தொடரவும் வெற்றி பெறவும் இறைவனிடம் அனைவரும் மன்றாடினார்கள். “உங்களுக்காக நான் பிரார்த்தித்தேன்” என்றவாறு அனா, ஹுலியோவுடன் அறிமுகமானாள். பெலிசியோவின் மலைகளும் மலைசார் வனப்பும் அவனை ஆட்கொண்டது. அந்த மலைப் பெண்மேல் காதல்வயப்பட்டான்.ஒரு மழைநாள்தான் இருவரினதும் முதல் முத்தத்திற்கும் முதல் காமச் சன்னதத்திற்கும் சாட்சியாகவிருந்தது.

அனாவின் பெற்றோரின் வாழ்த்துகளோடு இருவரும் பாரிசுக்குக் குடிபெயர்ந்தனர். அதுவே அவனது பாதுகாப்புக்கான தெரிவாயும் இருந்தது. “பாரிசில் எமது தோழர்கள் இருக்கிறார்கள் வேண்டிய உதவிகள் கிடைக்கும் போங்கள்” என பெலிசியோவில் இருந்த தோழர் அவர்களை அனுப்பிவைத்தார். மழையும் அவர்களைத் தொடர்ந்தது.

அனா கர்ப்பமுற்றாள். மழை அனாவை வசீகரித்துக் கொண்டேயிருந்தது. அது தாயின் கருணைபோல் மனதருகே நின்றது. மழைத் துளிகள் எழுப்பும் ஓசை மனதை வருடியபடி துயிலின் இதத்தைத் தந்தது. மழையின் ஈரப்பதம் கலந்த மணம் அவள் உடலை இளக்கி இறகைக் கொடுத்துப் பறக்கவிட்டது.

“நீ மலைக்குப் பிறந்தவளா ? மழைக்குப் பிறந்தவளா ? எனக்குக் குழப்பமாகவிருக்கிறது” எனக் ஹுலியோ கூறியபடியே இருப்பான்.

எனது குழந்தையை மழைக்குள்ளேயே பெற்றுக்கொள்ள விரும்புகிறேன் என்பாள் அனா. அவளுக்கு வயிற்றுக் குத்து ஆரம்பித்தபோது மெல்லிய தூறல் இருந்தது.

“இருவரும் நடந்து வைத்தியசாலைக்குச் செல்வோம்” என அனா அடம்பிடித்தாள்.

மழை அவள் வலிகளை மறைக்கக் கூடியது என்பதை ஹுலியோ அறிவான். அவனின் மார்பில் சாய்ந்தபடியே நடந்தாள். அவளை அணைத்தபடியே ஹுலியோ நடந்து வந்தான். மழை

மெல்ல அதிகரித்திருந்தது. வைத்தியசாலை வாசல் படிக்கட்டில் அமர்ந்தாள்.

"வா உள்ளே போவம்" என ஹுலியோ கெஞ்சினான்.

"பிள்ளை பெறும் வேளை எனக்குத் தெரியும் நீ பொறு."

என்றவாறு பின்னால் அவன்மீது சாய்ந்து வானைப் பார்த்தபடி அடி வயிற்றை இரு கைகளாலும் தாங்கி மழையில் நனைந்துகொண்டிருந்தாள் அனா. அவனும் சேர்ந்து நனைந்தான். மழை, அடிவயிற்றில் எழும் இடியைக் கழுவிக்கொண்டு சென்றது.

"வா உள்ளே போகலாம் ஹுலியோ" என்றாள் அனா.

அவனது அணைப்பில் உள்ளே சென்றாள்.

"இதென்ன ? மழையில் ஏன் நனைந்தீர்கள் ?" என்ற தாதியின் கேள்விக்கு

"வலி போக்கும் மருந்து மழை" என்று பதிலுரைத்தாள் அனா.

பத்து நிமிடத்தில் ஆண் குழந்தை பிறந்தது. இளைஞர்களினது பிரிய கவிஞனான நெருடாவின் பெயரால் அவன் பாப்லோ எனப் பெயரிடப்பட்டான்.

பிராங்கோ எதிர்ப்பு கெரில்லாக்கள் பலர் கைதாகிப் பலத்த சித்திரவதையின் பின் கொல்லப்பட்டார்கள். பலர் படையினர் உடனான சண்டைகளில் கொல்லப்பட்டார்கள். சிலர் வெளிநாடுகளில் குறிப்பாக பிரான்சில் தஞ்சம் புகுந்தார்கள். ஸ்பெயினை விட்டு வெளியே வர மறுத்தவர்கள் மலைப் பகுதிகளில் தொடர்ந்தும் இயங்கிவந்தார்கள். பிராங்கோவுக்கு எதிரான அணி பிரான்சில் பெருமளவு செயற்பட்டது. அந்த அணிகளின் செயற்பாட்டோடு ஆதரவாக இருவரும் இருந்தார்கள். ஹொசே, பாசலோனா அருகே நடைபெற்ற தாக்குதல் ஒன்றின்போது கொல்லப்பட்டான். ஹொசேயின் இழப்பு ஹுலியோவை உள்ளிருந்து வாட்டியெடுத்தது. அப்போதுதான் அவனது கத்தரிக்கோல் அவனுக்கு உதவியது. பாரிசின் உடை தயாரிப்பு நிறுவனமொன்றில் ஹுலியோ வேலைக்குச் சேர்ந்தான். அது உள்ளார்ந்த மாற்றத்திற்கு உதவியது. நவீன உலகின் ஆடைகளின் மாற்றம் அவனை ஈர்த்தது. பாரிசின் ஆடை அலங்காரக் கலைஞர்களின் கலைத்துவ வடிவமைப்புகள் அவனை ஆச்சரியப்படுத்தின. படைகளின் சீருடைகளை மட்டுமே வெட்டித் தைத்து இறுகியிருந்தவனுக்கு பாரிசின் நவீன சிந்தனையும் அவர்களின் ஆத்மார்த்தமான ஈடுபாடும் சிந்தனையில் விரிவை ஏற்படுத்திற்று. புதிய பாதையைக் காட்டியது. அதுதான் அவனது குடும்பத்தைக்

கனடா ரொரன்டோவுக்கு அழைத்துவந்தது. ஐரோப்பிய ஆடை வடிவமைப்புத் துறையின் தாக்கத்தை ரொரன்டோவுக்குள் நுழைத்ததில் ஹுலியோவுக்கும் பங்குண்டு.

○○○

மழையின் ஓசை கேட்ட வண்ணமே இருந்தது. ஹெலன் நிர்வாணமாய்ப் படுத்திருந்தாள். அந்த நிர்வாணம் அவள் உடலைக் கடந்து அந்த அறை முழுவதும் பரவியிருந்தது. பாப்லோ அந்த நிர்வாணத்தை இரசித்தான். இயற்கையின் படைப்புகளில் உடலின் சருமம் அவனை எப்போதும் ஆச்சரியப் படுத்தியது. இந்த உடலை மூடியிருக்கும் முதல் ஆடை இந்தச் சருமம்தானே. அவன் விரல்கள் மெதுவாக அவளது சருமத்தைத் தடவத் தொடங்கின. பட்டிலும் மிருது. அந்த இதமான தொடுகை, மழைத்துளி மேனியில் படும் சிலிர்ப்பை அவளுக்குள் ஏற்படுத்திற்று. அவனது விரல்கள் உதட்டிலிருந்து மெல்ல மெல்ல கீழிறங்கி வந்தன. அவள் கண்களை மூடியபோது முலையின் கண்கள் விழித்தன. அவள் உடல் கருமுகிலாய் மாறியது. அவனது விரல்கள் பாதத்தை அடைந்தபோது பெருமழை. அவன் அதில் நனைந்தான். தேகம் தன்னிலை இழந்து மழையின் கோலம் கொண்டது. நிர்வாணம் யாதுமாகி நின்றது.

கரவிடத்தில் ஓடும் இழையை அவன் விரல்கள் தடவிய வண்ணம் இருந்தன.

"என்ன செய்கிறாய்... பாப்லோ?" என்றாள் ஹெலன்.

"ஹெலன் இந்த மேனியின் சரும ஆடையை இவ்விடத்தில்தான் கடவுள் மூட்டித் தைத்திருக்கிறார்" என்றான் பாப்லோ.

"கலைஞனே உன்னைவிட மிகையான விடயங்களை ஏற்கெனவே ஒரு கலைஞர் உருவாக்கிவிட்டார். உன் விரல்களிடம் மாயத்தை மட்டும் அள்ளித் தந்திருக்கிறார்" என்றாள் ஹெலன்.

அவளின் மடியில் தலையை வைத்துப் படுத்து அவள் வயிற்றை முகர்ந்து முத்தமிட்டான். மழையின் ஈரமான மணம் அவளிடமிருந்து பரவியதை பாப்லோ உணர்ந்தான்.

○○○

நீண்ட நாட்களின் பின் பாப்லோவின் கத்தல் கேட்டது. அறை யன்னலூடே தையல் தளத்தைப் பார்த்தாள். பாப்லோ மரியாவுடன் நிற்பது தெரிந்தது. இங்கு வேலை செய்யும் அனைவருமே இருபது வருடங்களுக்கு மேலாக வேலை செய்கிறார்கள். அனேகமானோர் பாப்லோவின் உறவினர்கள்.

“இவ்வளவு காலம் வேலை செய்கிறாய் எதையுமே புரிந்து கொள்கிறாய் இல்லை” மரியாவைப் பேசிக்கொண்டிருந்தான் பாப்லோ.

அறையை விட்டுத் தையல் தளத்திற்கு வந்தாள் ஹெலன். அவள் இல்லாவிடில் இந்த இடம் போர்க்கோலம் பூண்டுவிடும். மரியாவும் அழுது குளறி வாயாட முன்பு ஹெலன் இருவருக்கும் இடையில் வந்து நின்றாள்.

“மனத்துள் உள்ளதை அறிந்துகொள்ளும் மாயம் ஒருவருக்கும் இல்லை பாப்லோ. நீ வாயைத் திறந்து கதைத்தால்தான் அவர்கள் புரிந்துகொள்வார்கள்”

ஹெலன் அவனைப் பார்த்துச் சொல்லிக்கொண்டு வந்தாள். ஹெலன் மட்டுமே அவனை ஓரளவேனும் புரிந்துகொள்ளக் கூடியவள். ஆறு வருடங்களாக ஒன்றாய் வாழ்ந்தவர்கள். 30 வருடங்களாக ஒன்றாகப் பணிபுரிபவர்கள்.

“எனக்கு வேறு வேலையில்லையா? உனது பிணக்குத் தீர்ப்பதிலேயே முழு நேரமும் போய்விடுகிறது”

ஹெலன் வாய் திறந்தாள் மட்டுமே பாப்லோ அடங்கிப் போகிறான்.

“கலிபோனியோ அனுப்ப வேண்டிய இரண்டு ‘சூட்’டும் தயாரா?” பாப்லோ கேட்டான்.

“இன்னும் ஒரு வாரத்தில்தான் அனுப்ப வேண்டும், ஏன் பறக்கிறாய்? காரியங்கள் ஒழுங்காய் நடக்குது. நீ உன்ட வேலையைக் கவனி” என்றாள் ஹெலன்

“நீங்கள் அந்த நேரத்திற்குத்தான் செய்து முடிப்பியலோ?” என உரக்கக் கேட்டான் பாப்லோ

“எல்லாத்தையும் தூக்கி எறிஞ்சுட்டுப் போயிடுவன். நீ தனிய நிண்டு ஆடு” என்றாள் ஹெலன். எதுவும் பேசாது தனது அறையை நோக்கி நடந்தான் பாப்லோ.

“உள் தையலுக்குப் பாவித்த நூல் சரியான தெரிவில்லையாம் அதுதான் பாப்லோ கத்தினான்” என்றாள் மரியா.

ஹெலன், சூட்டின் உள்புறத்தை விரித்துப் பார்த்தாள். பாப்லோ ஏன் கத்தினான் என்பதை ஹெலன் புரிந்துகொண்டாள்.

“இனித் தைக்க வேண்டிய ‘சூட்’களுக்குப் பொருத்தமான நூல் கட்டைகளைத் தெரிவு செய்து வைத்துவிடுகிறேன். நீ போய் மிகுதியைத் தை” என்றாள் ஹெலன்.

ஹெலனது இடைச்செருகல் இல்லாவிட்டால் அது குடும்பச் சண்டையாய் மாறிவிடும். எதற்காகச் சண்டை தொடங்கியது என்பது மறந்துபோய் வேறெங்கோ போய் நிற்கும். முடிவில் எல்லோரினது மனமும் நொந்துபோய் இருக்கும். பின்னர் ஒரு வேளையில், உறவுகள் கட்டிப்பிடித்து உறவாடும். சிரிக்கும். கொஞ்சும். உணவு ஊட்டிவிடும். அவள் ஒரு பிறத்தியாள். இந்தச் சண்டைக்குள் தலைவைக்கக் கூடாது என்று நினைப்பாள். ஆனால் பாப்லோவின் மனதை உடைய அவள் விடுவதில்லை. அவன் உடைந்து போனால் எல்லாமே தொய்ந்துவிடும். இரு திருமண முறிவின் பின்னர் அவன், வெகு இலகுவாக மனம் தளர்ந்துவிடுகிறான். அதற்காகவேனும் அவள் நுழைந்து வாக்குவாதங்களைத் தவிர்த்துவிடுகிறாள்.

ஏன் இவன் ஒவ்வொரு காரியத்துக்குள்ளும் தன்னை நுழைத்துக் கொள்கிறான்? நேர்த்தியான கலைஞர்கள் இப்படித்தான் இருப்பார்களா? தம்மை மட்டுமே நம்புபவர்கள்தான் கலைஞர்களா? ஹெலனும் பாப்லோவின் ஆத்திரத்திற்கான மூலத்தைத் தேடிப்பார்ப்பாள். எண்ணத்தில் உள்ளவை களை வார்த்தைகளால் வெளிப்படுத்த முடியாத பலவீனம் பாப்லோவுக்கு இருந்தது. அல்லது அவனது எண்ணத்தை வெளிப்படுத்த முடியாத போதாமை மொழிக்கு இருந்தது. தனது படைப்பாக்கத்தை, புதிய வடிவமைப்பைத் தையல்காரர்கள் எளிதில் புரிந்துகொள்வார்கள் எனக் கருதுகிறான். அது நடக்காத போது ஆத்திரப்படுகிறான். தானே அதை இழுத்துப்போட்டுச் செய்கிறான். அது மெல்ல மெல்ல அவனை அழுத்திக்கொண்டு இருக்கிறது. அது மனவழுத்தத்திற்கும் இட்டுச் செல்கிறது.

“உனது ஆத்திரத்தை வெளிப்படுத்துவதுபோல நீ நினைப்பதையும் வெளியில் சொல்லப் பழகு” என ஹெலன் அவனைக் கேட்டபடியே இருக்கிறாள்.

வார்த்தைகளில் தனது எண்ணங்களை வெளிப்படுத்தும் திறன் பாப்லோவுக்கு வந்ததென்றால், அவனது ஆத்திரத்திற்கான முனைப்புகள் அற்றுப்போகுமென ஹெலன் நினைத்தாள்.

○○○

தையல் தளத்தில் கத்தல் சத்தம் கேட்டது. அறைக்குள்ளிருந்தவாறு இன்று காலையிலேயே பாப்லோ தொடங்கிவிட்டானா என்ற சலிப்புடன் குந்தியிருந்தாள். மரியா ஓடிவந்து ஹெலனின் அறைக் கண்ணாடியைத் தட்டினாள். அவள் என்ன என்றபடி வெளியில் வந்தாள்.

“பாப்லோ விழுந்துவிட்டான் வா” என்றாள் மரியா

"என்னோடு கதைத்துக்கொண்டு நின்றான், திடீரென விழுந்துவிட்டான். அவனுக்கு ஒன்றும் நடக்கக் கூடாது, யேசுவே காப்பாற்று." கடவுளைத் துணைக்கழைத்தபடியே நின்றாள் மரியா.

"மரியா 911 அடித்து உடன் அழை" என்றவாறு அவன் அருகே வந்தாள்.

அவன் உடல் வியர்த்துப் போயிருந்தது. அவள் அவனை அழைத்துப் பார்த்தாள். அவன் எதுவித வினையும் இன்றிக் கிடந்தான். அவசர மருத்துவக் குழு வந்து முதலுதவி அளித்து வைத்தியசாலைக்கு அழைத்துச் சென்றது.

மூன்றுமாத கால 'கோமா'வின் பின்னர் அவன் கண்களைத் திறந்தான். கால்களும் வலது கையும் உணர்வற்றுக் கிடந்தன. அவன் கண் விழித்த செய்தியைக் கேள்விப்பட்டு ஹெலன் வந்து சேர்ந்தாள்.

"பாப்லோ, பாப்லோ" என அழைத்தவாறு நின்றாள்.

குரல் வந்த திக்கை நோக்கித் தலையை மெல்லத் திருப்பி அவளைக் கண்வெட்டாது பார்த்தவாறு இருந்தான்.

"நான் ஹெலன்" என்றாள்.

எதுவித மாற்றங்களும் அற்றுப் பார்த்த வண்ணமே இருந்தான்.

திடீரென ஒரு நாள்,

"ஆலோ ஆலோ" எனப் பேசுவதற்கு முற்பட்டான்.

வேறு சொற்கள் எதுவும் அவன் வாய்க்குள்ளால் வெளியே வரவில்லை. நான்கு மொழி பேசியவன். ஆனால் அவனால் ஒரு சொல்லை உதிர்க்க முடியவில்லை. அவனது நாவும் உதடுகளும் குழந்தைபோல் ஒரு சொல்லைச் சொல்வதற்காகத் துடித்துக்கொண்டிருந்தன. "ஆலோ ஆலோ" என்பது மட்டுமே அவன் வாயால் வெளிவருகிறது. அதுவொரு சொல்லா? அல்லது சொல்லின் தொடக்கமா? அல்லது முடிவா? அல்லது இடையில் ஏதாவதா? யாராலும் அறிந்துகொள்ள முடியவில்லை. ஹெலன் அவனது தலையைத் தடவியபடி அவன் கண்களைப் பார்த்தபடியிருந்தாள். அவன் "ஆலோ ஆலோ" என எதையோ கூற முனைகிறான். எத்தனை ஆயிரம் சொற்களை உதிர்த்த வாயிலிருந்து எதுவுமே வெளிவரவில்லை. அவன் எதையோ கேட்க முனைகிறான். தான் சொல்வதில் ஏதாவதொன்றை ஹெலன் புரிந்துகொள்கிறாளா என அவள் கண்ணுக்குள் தேடுகிறான். அவனால் எதையுமே வெளிப்படுத்த முடியவில்லை. அவன் முகத்தில் விரக்தியும் இயலாமையும் ஓங்கி நின்றன.

ஆலோ ஆலோ

ஹெலனும் கடந்த மூன்று மாதங்களில் நடந்த எல்லா வற்றையும் ஒன்றும் விடாது திரும்பத் திரும்பக் கூறுகிறாள்.

"உனது குழந்தைகள் அடிக்கடி வந்து உனக்கு முத்தமிட்டு உன்னுடன் கதைத்துச் செல்லுவார்கள் தெரியுமா?" அவனும் "ஆலோ ஆலோ" என்றான்.

அவன் என்ன சொல்ல முனைகிறான் ஒருவருக்கும் தெரியவில்லை. ஒரு நாள் அவனது இரு குழந்தைகள் வந்தபோது சக்கர நாற்காலியில் மாற்றப்பட்டு இருந்தான். அப்பா என அழைத்தபடி அவனை ஆரத்தழுவி முத்தமிட்டார்கள். அப்போது அவனது முகத்தில் புன்னகையும் மகிழ்ச்சியும் தெரிந்தன. அவன் "ஆலோ ஆலோ" என்றான். அந்த ஆலோவில் அன்பும் பரிவும் நிறைந்திருந்தது. இடது கையால் அவர்களை அரவணைத்தான். அவனது வலது கை உணர்வற்று மடியில் கிடந்தது. அவர்கள் தந்தையை முத்தமிட்டு "நாளை வருவோம் அப்பா" என விடைபெற்றபோது இடது கைப் பெரு விரலை உயர்த்தி "ஆலோ ஆலோ" என்றான். அந்த ஆலோவில் பெருமிதமும் எதிர்பார்ப்பும் இருந்தது. அவன் முகத்தில் அவை பிரதிபலித்தன. முன்னாள் மனைவிமார்களுடனான முரண்பாட்டு விரிசலால் குழந்தைகளை அவன் அடிக்கடி பார்ப்பதில்லை. அவர்கள் இவனோடு இருந்தபோது பரிவான தந்தையாகத்தான் இருந்தான். ஹெலன் அவனை முத்தமிட்டுப் பிரியும் இரவுகளில் அவளது முகத்தைத் தனது இடது கையால் தடவி "ஆலோ ஆலோ" என்கிறான். அந்த ஆலோவில் தனிமையும் வெறுமையும் இருந்தது. அவன் முகத்தில் பிரிவின் இழை ஓடியிருந்தது. தனக்கு வேண்டியதைத் தாதியர் செய்யாதபோது அவனது இடக்கையில் சந்திக்கும் பொருட்களைத் தட்டி விடுகிறான். "ஆலோ ஆலோ" என உரக்கக் கத்துகிறான். அந்த ஆலோவில் இயலாமையும் ஆத்திரமும் கூடியிருந்தது. அவனது முகம் விறைப்பாய் இருந்தது. அவனது மொழி, முகத்தின் மாற்றத்திலும், இடது கையின் அசைவிலும், 'ஆலோ' என்ற பதத்தின் வீச்சிலும் அடங்கிப் போனது.

அவனது உடல்நிலையில் பாரிய முன்னேற்றங்கள் எதுவும் நிகழவில்லை. அவனது சிறுநீரகங்களும் முற்றாகச் செயலிழந்தன. மாற்று சிறுநீரகச் சிகிச்சை ஆரம்பிக்கப்பட்டிருந்தது. வாரத்திற்கு மூன்று நாட்கள் நான்கு மணிநேரச் சிகிச்சை. அவனால் சுயமாக எதையும் செய்ய முடியாது. முழு நேரப் பராமரிப்பு அவனுக்குத் தேவைப்பட்டது. இப்போது பராமரிப்பு இல்லத்திலிருந்துதான் சிறுநீரக மாற்று சிகிச்சைக்கு வந்து போகிறான். அவனது உடை நேர்த்தியாக இருக்க வேண்டும். சிகிச்சை முடிந்து அவனைப் பாரம் தூக்கியால் தூக்கி அவனது இயந்திர நாற்காலியில்

பா.அ. ஜயகரன்

அமர்த்திய பின்னர் அவனுக்குத் தாதியருக்கும் சிக்கல் தொடங்கும். அவனிடமிருந்து கழற்றிய உடைகளை ஏதாவதொரு மாதிரியில் அணிந்துவிட்டுக் கடந்து செல்லும் தாதியரை "ஆலோ ஆலோ" எனத் திட்டுகிறான். அவன் என்ன சொல்ல விளைகிறான் என்பதை அறியாமல் தாதியரும் "ஆலோ ஆலோ" என்று சொல்லி "சும்மா இரு" என்று சைகையால் தெரிவித்துவிட்டுப் போகிறார்கள். ஹெலன் வந்த பின்னர்தான் அவனது 'ஆலோ'வின் அர்த்தம் தாதியருக்குத் தெரிந்தது. அவன் போட்டிருந்த 'கோட்டை'க் கழற்றி உள்ளிருந்த 'சேட்டை'ச் சரிசெய்து, அதற்குமேல் அணிந்திருந்த 'சுவட்டரை'ச் சரிசெய்து சேட்டின் 'கொலரை' 'சுவட்டரின்' கழுத்தால் வெளியிழுத்துச் சரிசெய்து, மணிக்கட்டு வரை 'சேட்டினதும்' 'சுவட்டரினதும்' கையை இழுத்துவிட்டுப் பின்னர் 'மவ்ளரை' கழுத்தில் போட்டு 'ரை' கட்டும் பாங்கில் அழகாக முன்னிறுத்திப் பின்னர், 'கோட்டை'ப் போட்டு, 'சொக்சை' மறைக்கும்வாறு காற்சட்டையைச் சரிசெய்து சப்பாத்தின்மேல் விட்டு, தொப்பியை அணிந்த பின்னர்தான் முகமலர்ச்சியோடு 'ஆலோ' என்ற பதம் அவன் வாயால் பிறக்கிறது.

"ஆலோ நீயோரு நேர்த்தியான மனிசன்" என்றுவிட்டுத் செல்லும் தாதியை,

"நீயெல்லாம் ஒரு தாதியா" என்றவாறு சைகை செய்து 'ஆலோ' என்றுவிட்டுத் தனது நாற்காலியை இயக்கினான்.

"நீ அப்படி நடந்துகொள்ளாதை" என்றாள் ஹெலன்.

அவள் சொன்னது அவனுக்குப் பிடிக்கவில்லை என்பது அவனின் நாற்காலியின் வேகத்திலும் வந்த 'ஆலோ'விலும் தெரிந்தது.

ooo

பாப்லோவைக் காணவில்லையெனத் தாதி ஓடி வந்தாள். அவனை ஏற்றிப்போக பஸ் வந்துவிட்டது. வாசலில் அவனைக் காணவில்லையெனத் தேடித் திரிந்தாள். வைத்தியசாலையின் ஒலிபெருக்கியிலும் அறிவித்தல் தரப்பட்டது. வைத்தியசாலைக் காவலர்களும் சேர்ந்து தேடினார்கள். மழை பெய்துகொண் டிருந்தது. அவனது இயந்திர சக்கர நாற்காலி வைத்தியசாலைக்கு அருகில் ஏரியைப் பார்த்தவாறு இருந்த சிறு பூங்காவில் போய் நின்றது. வானத்தைப் பார்த்தவாறு படுத்திருந்தான்.

"மழை பெய்கிறது பாப்லோ வா" என அழைத்துத் தெருவில் இறங்கி நடந்தாள் அனா. அவனைத் தூக்கி தோளில் அமர்த்தி மழைப் பாடலைப் பாடியபடியே பாரிசின் தெருக்களை இருவரும் கடந்தனர். செயின் நதியின் அண்டையாய் அதில் ஓடிவரும்

வெள்ளத்தை இருவரும் பார்த்துக்கொண்டு நின்றனர். வீதியில் தேங்கிய வெள்ளத்தில் குதித்துக் குதித்து வந்தான் பாப்லோ. செயின் நதியைப் பார்த்தபடியிருந்த வாங்கிலில் அமர்ந்தாள் அனா.

“அம்மா களைத்துவிட்டாயா? நான் உன்னைத் தூக்கவா?” எனக் கேட்டான் பாப்லோ.

“இதில் அமர்ந்து நதியில் ஓடும் வள்ளங்களைப் பார் பாப்லோ” என்றாள் அனா.

நதியில் வள்ளங்களில் பயணிப்பவர்களுக்குக் கை அசைத்துக் குதூகலித்துக்கொண்டு நின்றான் பாப்லோ.

“மழை முடிந்துவிட்டது வா வீட்டுக்குப் போவோம்” அனா பாப்லோவைத் தோளில் சுமந்தபடி வந்தாள்.

பாப்லோ மழைப் பாடலை பாடியபடியே வந்தான். அனாவின் துள்ளல் நடையில் அவன் பாடலும் மேலும் கீழும் போய் வந்தது. அது அவனுக்கு விருப்பமாய் இருந்தது. சொல் இடறுவதை ரசித்து அவன் சிரித்தான். பாப்லோ இரசிக்கிறான் என்பதற்காக இடைக்கிடை பாய்ந்து நடந்தாள். அவன் மீண்டும் மீண்டும் மழைப் பாடலைப் பாடிக்கொண்டே வந்தான்.

“அம்மா இனி எப்போ மழை வரும்?” எனக் கேட்டான் பாப்லோ.

“நாங்கள் மகிழ்வாய் இருக்கும் போழ்தில் மழை வரும்” என்றாள் அனா.

“நாங்கள் எப்போ மகிழ்வாய் இருப்பது?” எனத் திரும்பவும் கேட்டான்.

“மழை வரும்போதுதான்” என்றாள் அனா.

தோளில் இருந்து இறங்கியவன் அனாவின் கைகளில் தொங்கி மழை நீரைத் தாண்டித் தாண்டி வந்தான். “ஏன் மழை வேளைக்கே நின்றுவிட்டது” என்று சலிப்புடன் மாடிப்படிகளில் ஏறிவந்தான் பாப்லோ.

○○○

பூங்காவிலிருந்து பாப்லோவை காவலர்கள் மீட்டு வந்தார்கள். அவன் முகத்தில் சாந்தம். திக்கெல்லாம் தேடிக் களைத்துப் பயந்துபோயிருந்த தாதியரைப் பார்த்து “ஆலோ” எனப் புன்னகைத்தான்.

“ஆலோ... ஆலோ... எல்லாரின்டை வேலையும் போயிருக்கும். இப்பதான் நெஞ்சுக்குள் தண்ணி வந்தது” என்றார்கள் தாதிகள்.

மழை பற்றிய குறிப்பொன்றை பாப்லோவின் மருத்துவக் கோப்பில் கொட்டையாக எழுதி வைத்தார்கள்.

“மழை இவனுக்குப் பிடித்தமானது. மழை பெய்தால் நனைவதற்காகச் சென்றுவிடுவான், கவனம்.”

ooo

டாக்டர் வந்திருந்தார். ஹெலனும் உடனிருந்தாள்.

“பாப்லோ உங்கள் காலில் தொற்று வந்திருக்கிறது. கால் முற்றாகப் பாதிப்படைந்திருக்கிறது. அது மற்றப் பாகங்களுக்கும் தொற்றும் வாய்ப்பிருக்கிறது. அதனால் காலை அகற்ற வேண்டும். தொடர்ந்தும் மயக்க மருந்துடனும் வலிபோக்கியோடும் உங்களை வைத்திருக்க முடியாது. இந்தச் சத்திர சிகிச்சை அவசியமானதும் அவசரமானதும்” என்றார் டொக்டர்.

“ஏன் காலை வெட்டுறாய் பேசாமல் கழுத்தை வெட்டு நான் மேல போயிடுறன்” என்ற அர்த்தப்பட சைகையுடனும் ‘ஆலோ’வுடனும் சொல்லி முடித்தான்.

“இந்த நிலையில் நாங்கள் சிறுநீரகச் சிகிச்சையும் செய்ய முடியாது. இனி உங்கள் முடிவுதான் பாப்லோ” என டொக்டர் தொடர்ந்தார்.

“ஒரு சிகிச்சையும் வேண்டாம் என்னை விடுங்கோ” என பாப்லோ சைகையுடனும் ‘ஆலோ ஆலோ’வுடனும் சொல்லி முடித்தான்.

அவனின் மொழி வேறு அர்த்தங்களைக் கொள்ளவில்லை. இந்த ‘ஆலோ ஆலோ’வில் திருப்தியும் நிதானமும் இருந்தது. அவனது முகம் எந்தச் சஞ்சலமும் அற்று மரணம், இன்னொரு இதமான கணம் என்பதாய்த் தெளிவாய் உறுதியாயிருந்தது.

“டாக்டர், பாப்லோவொரு கலைஞன். பாப்லோவோடு ஆறு வருடங்கள் ஒன்றாய் வாழ்ந்திருக்கிறேன். அவனது கையின் மாயங்களை நான் அறிவேன். ஒரு சிறு கணத்துள் அவனது சிந்தையில் தோன்றியதை அவனது கை வடிவமைத்துவிடும். பாப்லோ எல்லாவற்றிலும் நேர்த்தி பார்ப்பவன். அதற்காகத்தான் அவனைச் சுற்றி உள்ளவர்களுடன் முரண்பட்டுக் கொள்கிறான். அவனது வாழ்க்கையில் பெரும்பாகம் சின்னச் சின்ன நுணுக்கங்களுக்காகவே சண்டையிட்டிருக்கிறான். அவனுக்கு எல்லாமே காட்சியறைபோல் வைக்கப்பட்டிருக்க வேண்டும். அவனது வடிவமைப்பானாலும் சரி, அவன் உடுத்துவதானாலும் சரி அழகியல் நேர்த்தியிருக்கும். அவன் பேச முடியாதிருந்திருக்க லாம். நடக்க முடியாது இருந்திருக்கலாம். ஆனால் அவனது வலது

கையை அவன் இழந்திருக்கக் கூடாது. அவனது கலைமொழி அதில்தான் குடிகொண்டிருக்கிறது. வாடிக்கையாளர்களின் உடல் பாக நுணுக்கங்களை அளந்து அதற்கேற்ப 'சூட்டை' வடிவமைத்துத் தைப்பவன் அவன். தனது கால்கள் இல்லாத உடலை அவன் நிச்சயம் ஏற்க மாட்டான். அவனது உடல் பாகங்களின் எல்லா அளவுகளுடனுமே அவன் இறக்க விரும்புகிறான். பாப்லோ இவ்வளவு தெளிவாகத் தன்னை வெளிப்படுத்தியது கிடையாது. பாப்லோ சொன்னபடியே சிகிச்சையை நிறுத்துங்கள்"அவனது இடக்கையை ஹெலன் தடவியபடியிருந்தாள்.

அவன் முன்னால் எவ்வித மனக் கலவரங்களையும் அவள் வெளிப்படுத்தியது கிடையாது. ஆயினும் அவள் கண்கள் கலங்கியிருந்தன. அவன் அவளைப் பார்த்து,

"ஆலோ ஆலோ" என்றான்.

"உனது முடிபு சரியானதுதான்" என்றாள் ஹெலன்.

தாதி தூக்க மருந்தை அவனுக்குக் கொடுத்தாள். அவன் முகில்களிடையே உறங்கத் தயாரானான். ஹெலன் உறங்கவில்லை.

பாப்லோ தனக்காக வடிவமைத்து வெட்டிய சூட் துணியைக் கூடைகளுக்குள்ளிலிருந்து தேடி எடுத்து மூட்டினாள். மரியா அழுதபடி நின்றாள்.

"நான் அவனைத் திட்டினேன் என்னை மன்னித்துவிடு ஹெலன்" என்றாள் மரியா.

"நானும்தான் அவனைத் திட்டியிருக்கிறன், அவனை நாங்கள் எல்லோருமே திட்டியிருக்கிறம். அவன் அதுகளை உடன மறந்திடுவான், மரியா இந்த மடிப்புகளை அழுத்து" அழுதுகொண்டு நின்றவளிடம் 'சூட்டை' நீட்டினாள் ஹெலன்.

"இதுதான் பாப்லோவுக்காக நாங்கள் தைக்கும் கடைசி 'சூட்'. அவனது கத்தரிக்கோலும் மௌனித்துவிட்டது" என்றவாறு அழுதாள் மரியா.

அந்தக் கத்தரிக்கோலின் தொடர்ச்சியை அனைவரும் அறிவார்கள். மரியாவை அரவணைத்தாள் ஹெலன்.

காலையில் 'சூட்'டுடன் வந்தாள் ஹெலன். தாதிகள் அவனின் காலைக்கடனை முடித்திருந்தனர். அவன் தூக்கத்தில் இருந்தான். அவனது தலையைத் தடவி அவனை எழுப்பினாள். பாப்லோ "இதைப் பார்" என அவனது 'சூட்'டைக் காட்டினாள். அவன் முகத்தில் சோர்வு இருந்தது. அதனூடு சின்ன முறுவல் வந்தது.

பா.அ. ஜயகரன்

“நன்றாக இருக்கிறதா?” எனக் கேட்டாள் ஹெலன்.

மிகுந்த பிரயத்தனத்துடன் முறுவலை மீண்டும் அழைத்து “ஆலோ” என்பதுபோல் வாயசைத்தான்.

“‘கோட்’டைப் போட்டு விடவா?” ‘கோட்’டைத் தனியே எடுத்து காட்டினாள்.

அவன் எதுவும் சொல்லாமல் சோர்ந்த பார்வையுடன் அவளைப் பார்த்தபடியே இருந்தான். அவனது போர்வையை விலத்தி ‘கோட்’டை அணிவித்து அவனது தலையைத் தடவியவாறு இருந்தாள்.

அவன் முகம் சோர்ந்து கண்கள் மூடின. மழையின் திக்கை நோக்கி நடக்கத் தொடங்கினான் பாப்லோ. மழை அவனை ஏய்த்தது. அவனும் மழையைத் துரத்தியபடியே சென்றான். முடிவில் அவனுக்காய்ச் சில மழைத் துளிகளை வீசியது மேகம். பாப்லோ மழைத் துளிகளைப் பிடித்து ஏறிக் கருமுகிலிடையே வந்தான். கூதலில் அவன் மேனி சிலிர்த்துக் குளிர்ந்தது. பாப்லோ கருமுகிலாய் உருமாறத் தொடங்கினான்.

●

செப்டம்பர் 2015

ஆயர்பாடி மாளிகை

எமதூர் பிரதான தெருவின் பாடசாலையிலிருந்து சங்கக் கடைச் சந்தி வரையிலான 500 மீற்றர் தூரம் வாழையாலும் தென்னோலைத் தோரணங்களாலும் அலங்கரிக்கப்பட்டிருந்தன. பாடசாலை உடையுடன் மாணவர்கள் வாழைக்கு முண்டு கொடுப்பதைப்போல நிறுத்தி வைக்கப்பட்டிருந்தார்கள். காலைப் பாடசாலை இல்லை என்ற உற்சாகம் அவர்களைக் குடைந்து கொண்டிருந்தது. ஊரின் பெரியவர்கள் எல்லோரும் செழுமையாக வந்து நின்றார்கள். பொன்னம்மா அக்கா வழமைபோல் தனது அதே கூறைச்சேலையை உடுத்திக்கொண்டு போட்டோக்காரன் கவனிக்கும் படியாக அங்குமிங்கும் நடந்து திரிந்தார். ஊரின் வரலாற்று ஆவணங்களைத் திரும்பிப் பார்த்தால் பொன்னம்மா அக்காவும் அந்தச் சேலையும் எல்லாப் படங்களிலும் உண்டு. யாரின் பக்கத்தில் நின்றால் போட்டோ பிடிபடும் எனும் இரசியங்களை அவர் தெரிந்து வைத்திருந்தார். சரவெடியை மரத்தில் கொழுவிவிட்டு அதற்கான சந்தர்ப்பத்தைப் பார்த்தவாறு பையன் நின்றிருந்தான். அவனின் கையிலிருந்த விறகுத் தணல் நூற்றுவிடாமல் அதையாட்டியவாறு நின்றான். அந்தச் சாகசத் தருணத்தைக் கண்டுகொள்வதற்காய் ஒரு சிறுவர் கூட்டம் கூடி நின்றது. சந்தியில் வைக்கப்பட்டிருந்த மேசையில் நிறைகுடம், விளக்குகள் தயார் நிலையில் இருந்தது. அதைக் கொழுத்துவதற்கான ஆயத்தத்தோடு அகராதியார் நின்றுகொண்டிருந்தார்.

பா.அ. ஜயகரன்

ஆரத்தித் தட்டுடன் பெரிய டீச்சரும் தமிழ் டீச்சரும் நின்று கொண்டிருந்தார்கள். எல்லோரும் ஆர்வம் மிகுதியில் தெருவைப் பார்த்தவாறு நின்றிருந்தார்கள். தூரத்தில் ஹாரன் சத்தம் கேட்டது "வந்திட்டுப் போல" எல்லோரும் தமக்கு விதிக்கப்பட்ட கடமைகளுக்குத் தயாரானார்கள். மெல்ல மெல்ல வாகனத்தின் இரைச்சல் அதிகரித்து இ.போ.ச. பஸ்சின் சிவப்பு தெரியத் தொடங்கியது. பள்ளிக்கூடத்தை அண்மித்ததும் ஹாரன் ஒலியை எழுப்பியபடி பஸ் சந்தியை வந்தடைந்தது. பையன் வெடியைப் பற்றவைத்தான். இடையறாத சத்தத்துடன் சரம் தீர்ந்தது. பஸ்சுக்கு முன்னால் ஒட்டுநரையும், நடத்துநரையும் நிறுத்தி ஆரத்தி எடுத்தார்கள். அவர்களுக்கும் பஸ்சுக்கும் பொட்டு வைத்துவிட்டு பஸ்சுக்குள் இருக்கும் சாமிப் படங்களுக்குப் பொட்டு வைத்துப் பூமாலை அணிவித்தார்கள். வாத்தியார் முதலாவது டிக்கற்றை வாங்கி பஸ்சுக்குள் ஏறினார். எல்லோரும் ஒன்றன்பின் ஒன்றாகப் பின் கதவால் ஏறி முன் கதவால் இறங்கிக்கொண்டிருந்தார்கள். ஊர்ப் பெரியவர்கள் பஸ்சின் முன்னால் கூடிநின்று போட்டோ எடுத்துக்கொண்டார்கள். பொன்னம்மாக்கா வாத்தியாரின் அருகே தலையைக் காட்டியவாறு நுழைந்துகொண்டிருந்தார். ஊர்ச் சிறுவர்களைச் சுமந்துகொண்டு பஸ் ஊரைச் சுற்றியது. இ.போ.ச.வுடனான நீண்டநாள் போராட்டத்தின் பின்னர் ஊருக்கு பஸ் வந்து சேர்ந்தது. காலை எட்டு மணிக்குச் சென்று மூன்று மணிக்குத் திரும்பிவரும் மகேசுவின் வேன் இன்னமும் சேவையிலிருந்தது. அங்கு நடந்த எதிலும் ஒட்டிக்கொள்ளாமல் ஒரு நபர் பஸ்சுக்குள் இருந்து கீழ் இறங்கினார். அவர்தான் எங்கள் ஊருக்குப் புதிதாய் வந்த ஓவசியர்.

அரச அதிகாரிகளுக்கு ஒதுக்கப்பட்ட பங்களா வீடுகளில் ஆசிரியர் பங்களா, நீர்ப்பாசன பங்களா, மருந்தக பங்களா தவிர்ந்த ஏனைய மூன்று பங்களாக்களில் எங்கள் ஊர் மாடு களும் வௌவால்களும் குடியிருந்தன. நீர்ப்பாசன இலாக்கா ஊழியர்களுடன் இவரும் தஞ்சம் புகுந்து ஏற்கெனவே இருந்த நால்வரோடு ஐவர் ஆனார்.

ஓவசியர் காலைக்கடனை முடித்துவிட்டு நேரே மகேசு கடைக்குச் சென்று தன்னை அறிமுகப்படுத்திவிட்டுத் தன்னிட மிருந்த இருநூறு ரூபாய்களை அவரிடம் நீட்டி

"இது அச்சாரம்" என்றார்.

மகேசுக்குத் திருவுளச் சீட்டு அடித்ததுபோல் இருந்தது. கடனுக்குச் சாமான் வாங்கி, வாங்கிய கடனைத் தராமல் தெருவையும் ஊரையும் மாற்றும் கடன்காரர் மத்தியில் முற்பணத்தோடு ஒரு கடன்காரன் வந்ததில் அவருக்கு மகிழ்ச்சி.

அவரை மனமார வாழ்த்தி, வந்தவரை வரவேற்கும்பொருட்டுத் தன் வீட்டிலிருந்து கொண்டுவந்த தேநீரை மூக்குப்பேணியில் ஊற்றி நாலு வறுத்த விசுக்கோத்தையும் அவரிடம் நீட்டினார். கடை வாங்கில் ஏறியமர்ந்து மெதுவாகச் சாப்பிட்டுக்கொண்டிருந்தார் ஓவசியர். மெல்லிய உருவம், பொதுநிறம், நாலுமுழம் வேட்டி, ஒரு பழுப்பு அரைக்கைச் சட்டை. அது வெள்ளைச் சட்டையாய்த்தான் இருந்திருக்க வேண்டும். காலப்போக்கில் ஊர் உலகத்தின் மண்ணின் நிறத்தைப் பெற்றிருக்க வேண்டும். மகேசு ஓவசியரைப் பார்த்தார். அவர் யாரையும் அவதானிப்பதாய்த் தெரியவில்லை. அவர் சாப்பிடும் உணவிலும் ஆர்வமாயிருப்பதாய்த் தெரியவில்லை. அந்தரத்தில் நிற்கும் ஏதோவொன்றைப் பார்க்கும் தோரணையில் இருந்தார். ஆயினும் அவர் கையும் வாயும் ஒத்திசைவின்றி அசைந்துகொண்டிருந்தன. அந்தக் கடையைச் சுற்றி நடப்பது எவற்றிலும் அக்கறைப்பட்டவராகத் தெரியவில்லை. மகேசு கேட்ட பல கேள்விகளுக்கு எதுவித விடையும் அவரிடமிருந்து கிடைக்கவில்லை. அந்தக் கேள்விகள் எதுவும் அவருக்குக் கேட்கவில்லை. அவர் எழுந்து கடைக்குள் வந்து மூக்குப்பேணியை மகேசுவிடம் கொடுத்துவிட்டு,

"என்ட பங்களாவைத் துப்பரவாக்க வேணும்... இப்ப ஒரு சுத்து தாரும்..." என்றார்.

மகேசு சுருட்டு ஒன்றை எடுத்துக்கொடுத்துவிட்டுக் கணக்குப் புத்தகத்தில் ஓவசியருக்கு ஒரு பக்கத்தைத் தொடங்கினார். சாமித் தட்டிலிருந்த சந்தனத்தால் "உ சிவமயம்" எனத் தொடங்கி இருநூறு வரவு, ஒரு சுருட்டு என ஓவசியரின் கணக்கைத் தொடங்கினார். ஓவசியர் மீண்டும் வாங்கில் அமர்ந்து சுற்றைப் பற்றவைத்துவிட்டு மீண்டும் அந்தரத்தில் விட்டதை விட்ட இடத்தில் இருந்து பார்த்துக்கொண்டிருந்தார். கையிலிருந்த சுருட்டு வாய்க்குள் இடையிடையே வந்து போய்க்கொண்டிருந்தது.

கடனுக்கு வருபவர்களை வழமைபோல் மகேசு திட்டிக் கொண்டிருந்தார். அன்று ஓவசியர் உதாரணபுருசராக மாறியிருந்தார்.

"பார் அந்தாளை அட்சாரமாய்க் காசைத் தந்து சாமான் வாங்குது"

ஓவசியர் எதையுமே உள்வாங்கிக்கொள்பவராய்த் தெரியவில்லை. மகேசுவிடம் அதிகம் திட்டு வாங்குபவர் சாமித்தம்பிதான். பெற்றோல்மக்ஸ் கொழுத்தவரும் ஸ்பிரிட்டை வாங்கி அப்பிடியே அருந்துபவர் அவர்தான். அவரைத் திட்டிய வாறு ஸ்பிரிட்டைத் தூக்கிக் கொடுத்தார். அவர் இடையில் செருகியிருந்த எலுமிச்சைக் காயை இரண்டாக நறுக்கிப்

பிளிந்து போத்தலுக்குள் விட்டுவிட்டு அண்ணாந்து ஒரு மிடறில் குடித்துவிட்டு மீதமிருந்த சாற்றைப் பிழிந்து வாய்க்குள் விட்டார். பின்னர் ஒரு பீடிக்காய் மகேசுவிடம் இரந்து வாங்கி ஓவிசியர் அருகில் அமர்ந்து பற்றவைத்தார். யாராவது நாட்கூலிக்கு அவரை அழைக்கும்வரைக்கும் அதில் இருப்பது அவரது வழமை.

“ஓவசியர் பங்களா துப்பராக்க ஆள் வேணுமெண்டியள் இவனைப் பிடியுங்கோ…”

ஓவசியர் எதையும் காதில் வாங்கியதாய்த் தெரியவில்லை. அந்தரத்தில் இருப்பதைப் பார்த்தவாறு குந்தியிருந்தார். சுருட்டு நூற்று இருந்தது.

“டேய் அந்தாளைக் கேள் பங்களா துப்பரவாக்க வேணுமாம்…”

சாமி அவரைப் பார்த்தான்; அவர் அந்தரத்தில் இருப்பதைப் பார்த்தவாறு இருந்தார்.

“ஐயா” என்றவாறு சாமி அவரைத் தட்டினார்.

ஓவசியர் அந்தரத்தில் இருப்பதைப் பக்குவமாக விட்டுவிட்டு மெதுவாக சாமி பக்கம் திரும்பினார். சுருட்டைத் திரும்பவும் பற்ற வைத்துவிட்டு மகேசுவைப் பார்த்தார்.

‘பங்களாவைத் துப்பரவாக்க சாமி நல்ல ஆள், வேலைக்குப் பிடியுங்கோ இவனை.’ என்றார் மகேசு.

சுருட்டை வாய்க்குள் கொண்டுபோய் ஓங்கி இரண்டு இழுவை இழுத்தார் ஓவசியர். அது நூற்று இருந்தது.

“எங்க பங்களா இருக்கு தெரியுமோ?” என்று சாமியைக் கேட்டார்.

சாமி மகேசுவைக் கேட்டார்.

“டிஸ்பென்சரி பங்களாவுக்குப் பக்கத்தில அதுதான்.”

இருவரும் பங்களா நோக்கிப் புறப்பட்டார்கள். பங்களா முழுவதும் சாணமாய் இருந்தது. பசளைக்காய் சாணம் சேர்ப்பவர்கள் இந்தப் பக்கத்தை எட்டிப் பார்க்கவில்லை. மாடு இடிச்சது பாதி, சொறிஞ்சது பாதி எனக் குறுஞ் சுவர்கள் இடிந்திருந்தன. வெளவால் பெரிய அளவில் குடிகொண்டதாய்த் தெரியவில்லை. முகட்டின் ஓடுகள் குரங்குகளால் அங்காங்கே உடைக்கப்பட்டிருந்தன. சாணத்தின் வாசனை தூக்கலாகவே இருந்தது. “கோசலம் கோமயம் புனிதமானது… அதைவிட இந்த வீட்டைத் தூய்மைப்படுத்த வேறேதும் தேவையில்லை” என்ற தோரணையில் வீட்டில் ஒரு குந்தைப் பிடித்து அதில் ஏறி அமர்ந்து சுருட்டைப் புகைத்தவாறு இருந்தார் ஓவசியர்.

இந்த வீட்டுக்குள் இவர் எப்படி குடிபுகப்போகிறார் என்று சாமி சிந்திக்கத் தொடங்கினார். அந்த வீட்டை அறுக்கையாய் வைத்திருப்பதற்காய்த் தடிகளைத் தேடி ஜன்னல் நிலை, கதவு நிலைக்கு முண்டு கொடுத்தார். பங்களா முகப்புக்குக் கதவு இருந்தது. பின்னால் குசினிக் கதவு உடைந்திருந்தது. அதை இழுத்துக் கழற்றிச் சரித்துப்போட்டுப் பாதி மறைத்துவிட்டார். மாடுகள் உள்ளே வருவதை கொஞ்சம் தடுக்கலாம். பங்களாவுக்குள் போய் படுக்கையறையை மீண்டும் பெருக்கினார். ஓவசியர் எதையும் பாராமல் அந்தரத்தில் நிற்கும் ஒன்றைப் பார்த்த படியே இருந்தார்.

"ஐயா நீங்கள் அறைக்குள் இப்ப படுக்கலாம்" என்றார் சாமி

தான் செய்த வேலைகளை ஒவ்வொன்றாகச் சொல்லிய படியே நின்றார் சாமி. செய்த வேலைக்கான ஊதியத்தை நோக்கியே அவரது அடுக்கு இருந்தது. அவர் கூறிய விடயங்கள் எதிலுமே ஓவசியர் நாட்டம் காட்டவில்லை. அந்தரத்தில் நிற்கும் அதைப் பார்த்தபடியே இருந்தார். சாமிக்குச் செய்த வேலைக்கான சம்பளம் வருமா என்ற அச்சம் மேலோங்கியது. சாமி ஓவசியரைத் தட்டினார். அவர் அந்தரத்தில் அதை விட்டு விட்டு மெல்ல அவரைத் திரும்பிப் பார்த்தார்.

"ஐயா எல்லாத்தையும் துப்பரவாக்கிவிட்டன், நீங்கள் இரவுக்குப் படுக்கலாம்" என்றார் சாமி.

ஓவசியர் மகேசு கடையை நோக்கி நடந்தார். சாமிக்கு ஊதியம் பற்றிய கவலை அதிகரித்தது. "இதுவொன்றும் சிரமதானம் இல்லை" என்று முணுமுணுத்தவாறு சாமி பின்தொடர்ந்தார்.

"ஐயா நல்ல வடிவாய்த் துப்பரவாக்கியிருக்கு நீங்கள் இரவுக்கு அங்க படுக்கலாம்" என்று மீண்டும் சொன்னார். ஓவசியர் மகேசு கடை வாங்கிலில் ஏறி அமர்ந்து சுருட்டை மீண்டும் பற்ற வைத்துவிட்டு மீண்டும் அந்தரத்தில் நிற்கும் அதைப் பார்க்கத் தொடங்கினார்.

"மகேசு காசு என்ன மாதிரி" என்று சாமி அரித்துக் கொண்டிருந்தார்.

"டேய் நீ ஸ்பிரிட் வாங்கிக் குடிச்ச காசே 200ற்கு மேல நிற்குது. அந்தாளிட்ட காசை வாங்கி கழிச்சு விடுறன் நீ போ."

சாமி ஓவசியருக்குப் பக்கத்திலிருந்து தனது பீடியை மூட்டிக்கொண்டு வானத்தை அண்ணார்ந்து பார்த்தார். சூரியன் மறைய இன்னமும் நாலு மணி நேரமாவது செல்லும். சாமி மகேசுவிடம் தனது அரிப்பைத் தொடுக்கத் தொடங்கியிருந்தார்.

பா.அ. ஐயகரன்

இப்போது தொடங்கினால்தான் இரவுக்கு முன்பு ஸ்பிரிட் வாங்கிக் குடிக்க முடியும்.

"நாயே ஒரேயடியாய் பொலிடோலை குடிச்சுச் சாவன் ... பார் அந்தாளை, காசைக் கொடுத்துச் சாமான் வாங்குது ..."

மகேசு அண்ணரின் உதாரண புருசர் அந்தரத்தில் தொங்கி நிற்கும் ஒன்றைப் பார்த்தவாறு இருந்தவர் மெல்லென அதை விட்டு விட்டுக் கடைக்குள் சென்று பணிசும் வாழைப்பழத்தையும் வாங்கிச் சாப்பிட்டுவிட்டு நீர்ப்பாசன பங்களா நோக்கி நடந்தார். தனது உடமைகளைத் தூக்கிக்கொண்டு போய்த் தனது பங்களாவுக்குள் வைத்துவிட்டு மீண்டும் மகேசு கடை வாங்கில் ஏறியமர்ந்தார்.

ஓவசியர் காலையில் பணிசும் பழமும் மாலையில் பழமும் பணிசும் என்ற உணவுப் பழக்கத்தைக் கொண்டிருந்தார். அவர் மாடுகளுடன் ஓர் ஒப்பந்தத்தை மேற்கொண்டிருந்தார். அந்த பங்களாவின் குசினி தற்போது மாடுகள் வசமிருந்தது. அவருக்கு குசினியின் தேவை இல்லாதபடியால் மாடுகள் பங்களாவுக்குள் தங்குவது அவருக்குச் சிரமமாகப்படவில்லை.

இரவு கிட்டியது. மகேசு ஒரு புது அரிக்கன் லாம்புக்குத் திரியிட்டு, எண்ணெய்விட்டு ஓவசியரிடம் கொடுத்தார். அதை வாங்கி வாங்கில் வைத்துவிட்டு ஓவசியர் கடைக்குள் வந்து, ஒரு பழமும் பணிசும் வாங்கிச் சாப்பிட்டார். பின்பு விளக்கை எடுத்துக்கொண்டு பங்களாவுக்கு வந்தார். வழமையாக அங்கு தங்கிய மாடுகளுக்கு இவரது வரவு சங்கடத்தை ஏற்படுத்தி யிருந்தது. அவர் அவற்றை விரட்ட முனையாமல் அவற்றைக் கடந்து பங்களாவுக்குள் ஏறினார். குசினியைக் கைப்பற்றிய மாடுகள் இன்னமும் அங்கேயேயிருந்தன. சாமி சரித்துவைத்த கதவு மாடுகள் உள்ளே வருவதைத் தடுத்திருந்தது. கொசுவர்த்தி ஒன்றைக் கொழுத்தி வைத்துவிட்டுப் பாயை விரித்துச் சுவரோடு சாய்ந்திருந்தார். பின்னர் சுருட்டை மூட்டி புகைத்த வண்ணம் அந்தரத்தில் இருப்பதைப் பார்க்கத் தொடங்கினார்.

○○○

காலையில் மகேசு வேனில் வந்திறங்கிக் கடையைத் திறந்தார். கடையைச் சுற்றிப் பெருக்கித் தண்ணீர் தெளித்தார். கடையைத் தட்டித் துப்பரவாக்கி மஞ்சள் தண்ணீர் தெளித்துவிட்டு சாமிப்படத்துக்கு பூவைத்து விளக்கேற்றினார். பின்னர் சாமித்தட்டு, கல்லாப் பெட்டி, கணக்குப் புத்தகம் எல்லாவற்றையும் தொட்டுக் கும்பிட்டுவிட்டு நிமிர்ந்தார். ஓவசியர் முன்னால் நின்றார்.

"ஒரு சுருட்டுத் தாரும்."

நாள் வியாபாரம் அவரில் தொடங்குவது குறித்த சங்கடத்தில் வேறு வழியின்றிச் சுருட்டை நீட்டினார் மகேசு.

"ஒரு கட்டாய் வாங்கி வையுங்கோ அடிக்கடி கடைக்கு வரத் தேவையில்லை" என்றார் மகேசு

வாங்கில் ஏறியமர்ந்து புகைத்த வண்ணம் நேற்று விட்ட இடத்திலிருந்து அந்தரத்தில் நிற்குமொன்றைப் பார்த்தவாறு இருந்தார் ஓவசியர். வவுனியாவுக்குப் போவதற்கு வந்திருந்த ஊராரின் சரசரப்பு அவருக்கு ஒரு பொருட்டாகப் படவில்லை. ஊராருக்கு இவர்தான் புது ஓவசியர் என அறிமுகமாகியவாறு அவர் குந்தியிருந்தார்.

"நல்ல ஆட்களைத்தான் இஞ்ச அனுப்புறாங்கள்" என்று அகராதியார் புறுபுறுத்துக்கொண்டு நின்றார்.

திடீரென ஒருநாள் மகேசுவின் வாங்கு காலியாகியிருந்தது. மகேசுவின் ஓவசியர்பற்றிய விசாரணையின் பின்னர் சம்பளம் வாங்க வவுனியாவுக்குப் போய்விட்டதாகவும் சிலவேளை அப்படியே யாழ்ப்பாணம் போய்வருவார் என்றும் அவருடன் சேர்ந்து சம்பளம் வாங்கப்போன பிரகிருதி சாட்சியமளித்தார். ஓவசியரின் 120 ரூபாய் காசு இன்னமும் மகேசுவின் இருப்பில் கிடந்தது.

பஸ் வவுனியாவிலிருந்து வந்து கடைக்கு முன்னால் தரித்தது. முன் இருக்கையில் ஓவசியரும் ஒரு பெண்ணும் குழந்தையும் இருந்தார்கள். ஓவசியர் பெண்ணையும் குழந்தையும் இறக்கி விட்டார். அந்தப் பெண்ணின் கையில் ஒரு ரங்குப்பெட்டி இருந்தது. பின்னால் சென்று ஒரு பக்கீசுப்பெட்டியொன்றையும் இறக்கிவைத்தார் ஓவசியர். அந்தப் பெண் நடனமாதை ஒத்த வசீகரிக்கும் கண்களைக் கொண்டிருந்தார். கண்ணைச் சுற்றி மையிடப்பட்டிருந்தது. சடை வைத்து நீண்ட பின்னலோடு அவர் முடியிருந்தது. முடியின் அடியில் மும்மணிக் குஞ்சம் தூங்கியது. அவர் நடக்கும்போது கூந்தல் ஊஞ்சலாடியபடியிருந்தது. முகம் முழுக்க பவுடர் அப்பி வெளிறிப்போய் இருந்தார். வெக்கையில் உதிர்த்த வியர்வை அவரின் பவுடர் முகத்தில் தடங்களை ஏற்படுத்தியிருந்தன. அவரது சேலையும் சட்டையும் எந்தவித அடையாளப் பொருந்தங்களையும் கொண்டிருக்கவில்லை. ஆயினும் அவர் அதை நேர்த்தியாக அணிந்திருந்தார். குழந்தையின் கண்களும் மையிட்டு அழகுபடுத்தப்பட்டிருந்தது. காற்சட்டையும் பெனியனும் அணிவித்திருந்தார். உடல் முழுவதும் பவுடரால் பூசி மெழுகப்பட்டிருந்தது. அதன் நெற்றியில் வைஸ்ணவக்குறி வைக்கப்பட்டிருந்தது. நீண்டு வளர்ந்திருந்த முடியை உச்சியில்

கோர்த்துக் குடும்பியாய்க் கட்டப்பட்டிருந்தது. அந்தக் குழந்தை துடியாட்டமாயிருந்தது. பஸ்சுக்குள் இருந்து வெளிவருவதற்குப் பிரியமற்றதாய் குழந்தை இருந்தது. அது பஸ்சுக்கு மீண்டும் ஏற முற்பட்டக்கொண்டிருந்தது. அவர் அந்தக் குழந்தையை கண்ணன் என்று அழைத்தார். அதன் பின்னர்தான் அது ஆண் குழந்தை என்ற முடிவுக்கு ஊரார் வந்திருந்தனர். இது யார் என்ற கேள்வி எல்லோர் மனதிலும் தோன்றியிருந்தது. எதுவுமே சம்பந்தமில்லாத நடையுடையுடன் ஒரு குழந்தையும் தாயும். அவர்கள் இருவருரையும் அனைவரும் பார்த்தவாறு நின்றார்கள். குழந்தையையும் பெட்டியையும் வாங்கில் வைத்துவிட்டு அந்த பெண் மகேசு கடைக்குள் வந்து “Can I have a Orange soda” என்றார்

மகேசுக்கு ஒரேஞ் சோடா என்பது தெளிவாய் விளங்கியது. சோடாவை உடைக்க வெளிக்கிட்டபோது…

“I need cool” என்றார் அந்தப் பெண்.

கூல் என்பது அவருக்கு விளங்கியது.

“இஞ்ச கூல் கிடையாது இதுதான் இருக்கு… குடியுங்கோ அன்ரி” என்று சோடாவைக் கொடுத்தார் மகேசு. வாங்கில் இருந்த குழந்தைக்கு சோடாவைப் பருக்கித் தானும் குடித்தார். ஓவசியர் வெற்றுப் போத்தலுடன் கடைக்குள் வந்து,

“அது என்ட மனிசியும் பிள்ளையும்… இரண்டு பணிசும் வாழைப்பழமும் தாரும்.”

வாங்கில் இருந்தவாறு கண்ணனும் அன்ரியும் பணிசையும் பழத்தையும் உண்டு முடித்தார்கள். ஓவசியர் ரங்குப்பெட்டியையும், பக்கீசுப்பெட்டியையும் தூக்கிக்கொண்டு பங்களாவுக்கு வந்தார். கண்ணனை இடுப்பில் காவியவாறு அன்ரியும் பின்தொடர்ந்தார். பங்களாவுக்கு வெளியில் நின்றார். பின்னர் சுற்றியிருந்த மரங்கள் ஒவ்வொன்றாய்ச் சுற்றி வந்தார். வானத்தைப் பார்த்தார், வானம் சோலையால் மறைந்திருந்தது. இலைகளின் இடையிடையே வந்த ஒளி அவர் கண்களைக் குத்தியது. வீட்டைச் சுற்றி வந்தார். அங்கு நின்றிருந்த மாடுகளைத் தடவினார். மாரி மழையில் எழுந்த செடிகள் பச்சைப்பசேலென இருந்தன. அவற்றைத் தடவினார். அவரைப் பின்தொடர்ந்து கண்ணனும் திரிந்தான். அங்கு நின்ற மாடுகளைத் தடவினான். உற்சாகத்தில் ஓடித் திரிந்தான். ‘கண்ணா… கண்ணா’ என அன்ரி கூவினார். அவன் படுத்திருந்த கன்றொன்றின் மேல் சாய்ந்திருந்தான். அன்ரி ஏதோவொரு அதிசயப் பரவசத்தில் வீட்டையும் மரங்களையும் சுற்றி வந்தார். காட்டுச்செடியில் பூத்த பூக்களையெடுத்துத் தனது தலையை அலங்கரித்துக்கொண்டார். அவருக்கு ஆயர்பாடிக்கு

வந்திருப்பதான உணர்வு ஏற்பட்டிருந்தது. பங்களாவை மீண்டும் வெளியில் நின்று பார்த்தார். அதற்கு ஆயர்பாடி மாளிகையெனப் பெயரிட்டார்.

“வாடா கண்ணா ... வா ...” எனக் குழந்தையை அழைத்துக் கொண்டு மாளிகைக்குள் நுழைந்து தனது ரங்குப்பெட்டியைத் திறந்தார். அதற்குள்ளிருந்த கண்ணாடியை எடுத்து முன்னாள் ஓவசியர் விட்டுச்சென்ற ஆணியில் கொழுவினார். அதற்குக் கீழ் பவுடர், கண்மை, ரிபன் போன்றவற்றை எடுத்து வைத்தார். பக்கீசுப் பெட்டிக்குள்ளிருந்த பாத்திரங்களை எடுத்து வைத்தார். குசினியை எட்டிப் பார்த்தார். அங்கு இன்னமும் இரை மீட்டிக்கொண்டிருந்த பசுவை வெளியே போகும்படி உத்தர விட்டார்.

“யாரங்கே இவளை வெளியே அகற்றுங்கள்” என்ற உத்தரவின் பின்னர் அந்தப் பசுவும் அதன் கன்றும் அங்கிருந்து வெளியேறின. குசினிக்குள் தனது பாத்திரங்களை எடுத்து அடுக்கினார்.

“Mr. Pathmanathan, I want to buy some goods”

ஓவசியர் வீட்டுக் குந்திலிருந்து புகைத்துக்கொண்டிருந்தார். அவரின் கண்கள் இப்போது முற்றத்தில் விளையாடிக்கொண்டிருந்த கண்ணன் மீதில் இருந்தது. அவன் ஒரு சிறு தடியால் மாடுகளை அடித்துக்கொண்டிருந்தான். அவைகளும் அவனது அலுப்புத் தாங்காமல் நின்ற இடத்தில் நின்று சுழன்றுகொண்டிருந்தன.

ஆயர்பாடியின் அழகு அன்ரியைக் கொள்ளைகொண் டிருந்தது ... பச்சைப்பசேலென வானிறைந்த சோலை, சோலை நிறைந்த மாடுகள்; அன்ரி கண்ணனை அழைத்தார். அவனது மேனியிலிருந்த மண்ணையும் பவுடரையும் கண் ஓரம் வழிந்திருந்த கண்மையையும் அழுத்தித் துடைத்தார். மீண்டும் கண்ணுக்கு மையிட்டார். உடல் முழுவதும் பவுடரைப் பூசினார். அவனின் தலை மயிரைச் சீவி உச்சியில் சிறு கொண்டையைப் போட்டார். மீண்டும் தன்னையும் அலங்கரித்தார். கண்ணனை இடுப்பில் சுமந்தபடி மகேசு கடை நோக்கிப் போனார்.

அகராதியார் மகேசுவுடன் கதையளந்துகொண்டிருந்தார். அன்ரியின் வரவு இருவரின் கதையையும் நிறுத்தியது. கண்ணன் இனிப்புப் போத்தலை எட்டிப் பிடிக்கத் தாவிக்கொண்டிருந்தான். மகேசு இரண்டு தோடம்பழ இனிப்புகளை அவனிடம் நீட்டினார். அவன் அதை படாரென பறித்து வாங்கி வாயில் இட்டான். அதை அன்ரி பார்த்து கண்ணனை விழிந்தார்.

“கண்ணா நான் எவ்வளவு தரம் சொன்னேன், தெரியாத ஆட்களிடம் எதையும் வாங்கி சாப்பிடக் கூடாது எண்டு ...”

"Mr மகேசு எனக்குக் கொஞ்ச சாமான்கள் வேணும்."

ஓவசியரின் காசு அவரிடம் நின்றபடியால் அன்ரியின் கட்டளைக்காகக் காத்திருந்தார். கண்ணன் பஸ்சை எட்டிப் பார்த்தவாறு நின்றான்.

"ஒரு பவுடர் டின், ஒரு கண்மை டப்பி, நாலு றிபன், ஒரு கிலோ சீனி, அரிசி, உப்பு, 200கிராம் மஞ்சள், உள்ளி, கடுகு, சீரகம், மிளகு, ஒரு கிலோ கத்தரி, வெண்டிக்காய், பாவற்காய், பூசணி, 1 போத்தல் மண்ணெண்ணெய், தேங்காய் எண்ணெய், ஒரு நுளம்புத்திரி பக்கட்" எனத் தனது தேவைகளைச் சொல்லி முடித்தார். மகேசு எல்லாவற்றையும் எடுத்து மேசையில் வைத்தார். அன்ரி பவுடர் புட்டியைத் திறந்து மணந்து பார்த்தார்.

"What is this? எனக்கு கூர்ட்டிகுரா இல்லாட்டி லான்ஸ்தான் வேணும்" என்றார்.

பவுடருக்கும் இயற்கையாய் மணம் உண்டு என்ற விடயம் பலருக்கு அப்போதுதான் தெரியவந்தது. ஆங்கிலம் தெரிந்த மிடுக்கில் திரிந்த அகராதியாருக்கு அன்ரியுடன் கதை கொடுத்துத் தனது மகிமையை வெளிப்படுத்த வேண்டும் என்ற ஆவலாய்ச் சந்தர்ப்பத்தைப் பார்த்தவாறு இருந்தார்.

"Hi How are you? Where are you from?" என்று அகராதியார் அன்ரியிடம் தனது கேள்வியை இறக்கினார். அன்ரி திரும்பி அகராதியாரைப் பார்த்தார்.

"Who are you? that is non of your bussiness" என்றார்.

அகராதியார் தனது முகத்தில் விழுந்ததை வெளியில் காட்டாமல் பலமாகச் சிரித்தார். அதைப் புரிந்தகொள்ள அருகில் ஒருவரும் இல்லை என்பதின் ஆனந்தமே அந்தச் சிரிப்பு. போய் மெதுவாய் வாங்கில் அமர்ந்து அன்ரியைப் பார்த்த வண்ணம் தன்னைவிட ஒரு அலுப்பான மனிசி என்று எண்ணியவாறு குந்தியிருந்தார் அகராதியார். ஓவசியரின் கணக்கு 200 ரூபாய் கடனில் வந்து நின்றது. உதாரண புருசராய் இருந்த ஓவசியர் இன்னுமொரு கடன்காரனாய் உருவாகியிருந்தார். அரச உத்தியோகத்தர் என்பதால் கடன் வசூலிப்பது இலகு என்பதால் திடமாக இருந்தார் மகேசு.

வாங்கிய சாமான்களைக் கூடையில் போட்டுக் காவிக்கொண்டு மற்றய கையில் கண்ணனை இழுத்தவாறு போய்க்கொண்டிருந்தார். கண்ணன் கையிலிருந்த மலிபன் விசுக்கோத்தின் திளைப்பில் சென்றுகொண்டிருந்தான். ஊராருக்கு அன்ரி இன்னுமொரு புதிராய் இருந்தார். அவரைப்

பார்க்கும்போதெல்லாம் மெல்லிய சிரிப்புடன் கலந்த பரிதாபம் அவர்மீது ஊராருக்கு இருந்தது.

அன்று காலை பஸ் வவுனியாவுக்குப் புறப்படத் தயாரானபோதுதான் ஒரு கலவரம் தொடங்கியது. அரிவாளோடு நின்ற மணியனை ஊரார் பிடித்துக்கொண்டு நின்றார்கள். அந்த அரிவாள் வெட்டு விழவேண்டிய இடம் ஓட்டுநர் சலீமின் கழுத்துத்தான். பஸ்சில் பின்னால் பார்க்கும் கண்ணாடிக்கூடாக முன்னால் இருந்தே லீலைகள் புரிபவர் ஓட்டுநர் சலீம். பஸ் வந்த சிறிது காலத்திலேயே எங்கள் ஊரில் அவருக்கு ஒரு தொடுப்பு இருப்பதாகப் பேசிக்கொண்டார்கள். பஸ் இரவில் வந்து தரிக்கும் இடம், சங்கக்கடையடியிலிருந்து தொடுப்பின் வீட்டருகே இப்போ மாறியிருந்தது. ஒரு நாள் இரவு பஸ்சுக்குள் நடந்த சல்லாபத்தை ஊரின் உளவுப்படை பிடித்துவிட்டது. ஆயினும் ஊரின் மானம் கருதி அதை மூடி மறைத்ததாகவும், தொடுப்பின் தம்பி மணியுடனான வாய்க்கால் தண்ணீர்த் தர்க்கத்தில் உளவுப்படை உறுப்பினன்.

“உன்ட கொக்காள் சோனியோட பஸ்சுக்குள்ள குடும்பம் நடத்துறாள்” என்று கோபத்தில் வார்த்தையை விடவும்,

“பொறு உந்தச் சோனியைச் சாய்க்கிறன்” என்று தொடுப்பின் தம்பி பஸ்சுக்குள் ஏறியபோது திடீரென எதிர்க்கட்சித் தலைவர் அமிர்தலிங்கம் சலீமைக் காப்பாற்றினார். 83இல் கூட்டணி மாநாடு மன்னாரில் நடந்துகொண்டிருக்கும்போது இனக்கலவரம் வந்துவிட்டது. அமிர்தலிங்கத்தாருக்குத் தொப்பி போட்டு, ஒரு இஸ்லாமியர்போலக் கொழும்புக்கு காரில் கொண்டுபோய்ச் சேர்த்தவர் இந்த சலீம்தானாம். வாத்தியார் தனது கடைசி அஸ்த்திரத்தை விட்டு சலீமைக் காப்பாற்றினார்.

“பஸ்சைப் பார்த்து ஓட்டு வேறெதையும் ஓட்டுற நினைப்பிருந்தால் வெட்டுத்தான்” என்ற எச்சரிக்கையைக் கொடுத்துவிட்டு மணி நகர்ந்தான்.

பஸ்சுக்குள் ஏறியிருந்த கண்ணனை இறக்கி எடுப்பதற்கு அன்ரி தவித்துக்கொண்டு நின்றார். அரிவாளுடன் நிற்கும் மணியைப் பார்த்து அன்ரி பதறிப்போய் இருந்தார். பஸ்சுக்குள் முண்டியடித்து ஏறி கண்ணனை ஒரே இழுவையாக அவனைக் கூட்டிக்கொண்டு ஆயர்பாடிக்கு ஓடினார். ஓவசியர் படிக்கட்டில் குந்தியிருந்தபடி சுருட்டைப் பற்றியபடியிருந்தார்.

“அங்க பெரிய Problem நடக்குது இதெல்லாம் நீர்தான் பொலிசுக்கு *Call* பண்ண வேணும்” என்று அன்ரி ஓவசியருக்குக் கூறினார். அவர் எந்தச் சலனமுமற்றுச் சுருட்டைப் புகைத்த

வண்ணம் முற்றத்தில் நிற்கும் ஒன்றைப் பார்த்தவாறு இருந்தார். பெருத்த சங்கடங்களுக்குள்ளால் கொண்டுவந்த பஸ், மணியால் இல்லாமல் போய்விடுமோ என்ற அச்சத்திலிருந்து ஊரார் மீண்டிருந்தார்கள். பஸ் புறப்பட்டது. அதன் பின்னால் ஊர்ச் சிறார் கூட்டம் வழமைபோல் பின்தொடர்ந்து வழியனுப்பி வைத்தது.

ஆயர்பாடி மாளிகை தினமும் ஆடல் பாடல்களால் நிறைந்திருந்தது. 'கருமை நிறக் கண்ணா' பாடல் மீண்டும் மீண்டும் ஒலித்துக்கொண்டிருந்தது. அன்ரியின் ஆடல், பாடல்களை ஊரார் ஒளிந்திருந்து பார்த்துக் களித்து கவலைகொண்டார்கள்.

தினமும் கண்ணனுக்காகப் பாடல்களைப் பாடினார், ஆடினார். அவள் பாடல்களால் காளை மாடுகள் வீறாப்புக் கொண்டு பசுக்களோடு புணர்ந்தன. பசுக்கள் சூல் தரித்துக் கன்றுகளை ஈன்றன. ஆயர்பாடி மாளிகை கன்றுகளால் நிறைந்திருந்தது. ஆயர்பாடியைச் சூழ்ந்திருந்த மரங்கள் ஒரு சுற்றுப் பருத்து விருட்சங்கள் ஆகின. அன்ரி கண்ணனுக்குப் பாடங்களைக் கற்பித்தார். ஆங்கிலம், சிங்களம், தமிழ் என மும்மொழிகளிலும் பாடங்கள் நடாத்தப்பட்டன. அன்ரியின் கையில் பிரம்பொன்றிருந்தது. படிக்க முரண்பட்ட மரங்கள் அடிவாங்கின. ஏனைய மரங்கள் படித்துத் தேறின. ஆயர்பாடியின் பள்ளிக்கூடத்தை ஊர்ச் சிறார்கள் ஒளித்திருந்து பார்த்து இரசித்தார்கள். பஸ்சின் நேர அட்டவணையை கண்ணன் நன்கு அறிந்திருந்தான். சத்தத்தை வைத்தே பஸ்சை இனம் காணும் வல்லமை அவனிடமிருந்தது. அவர்களது பங்களாவிலிருந்து சங்கக் கடை எல்லைவரை அவன் பஸ்சோடு ஓடிவரவும் அவனைத் துரத்திப் பின்னால் செல்வதுமே அன்ரியின் வழமையாய் இருந்தது. பஸ்சுக்குள் இருந்து அனைவரையும் இறக்கிவிட்டுச் சங்கக் கடையடியில் அது தரித்த பின்னர் அதனுள் ஏற்றி இறக்காவிட்டால் அவனைக் கட்டுப்படுத்துவது கடினம்.

காலையில் சுருட்டுக்காகக் கடையடிக்கு வந்தார் ஓவசியர்.

"கடன் இருநூறு ரூபாயைத் தாண்டியிட்டுது.. அன்ரி வந்து நிறையச் சாமான்கள் வேண்டியிட்டா..." என்றார் மகேசு.

"அவ கேட்கிறதைக் குடுக்காதையும் ஒரு நாளைக்குத் தேவையானதைக் குடும்" என்றவாறு தன்னிடமிருந்து நூறு ரூபாய்களை மகேசுவிடம் நீட்டினார். கிலோ அளவெல்லாம் கிராமாகவும், போத்தல் அளவெல்லாம் மில்லியாகவும் மாறியிருந்தது. இதனால் அன்ரியிற்கும் மகேசுவுக்கும் விரிசல்கள் அதிகரித்தன.

"என்ட husband காசு தாரார் நீர் இப்படிச் செய்யேலாது" என்று இடித்துரைத்தார் அன்ரி.

"அவர் தாற காசிலும் பார்க்க நிறையச் சாமான்கள் வாங்கிறியள்" என்றார் மகேசு.

"I need a detail billing" என்றார்.

திகதியைப் போட்டுக் கூட்டிக் கணக்குப்போடும் மகேசுக்கு detail billing அம்பு மனதில் தைய்த்தாலும் சுதாரித்துக்கொண்டு,

"அதெல்லாம் நான் ஓவசியரிட்ட குடுக்கிறன் நீங்கள் போங்கோ" என்று அன்ரியை அனுப்பி வைத்தார்.

"நான் ஒன்றும் பிச்சையெடுக்க வரவில்லை."

ஆங்கிலத்தில் திட்டியவாறு ஆயர்பாடிக்குத் திரும்பிய அன்ரி கணவரைப் பேசிக்கொண்டிருந்தார். ஆயர்பாடி மும்மொழிகளாலும் அல்லோலகல்லோலப் பட்டது. ஓவசியர் குந்தில் குந்தியிருந்து கண்ணனைப் பார்த்துக்கொண்டிருந்தார்.

"You can't control me" எனப் பெரிதாகச் சொல்லித் தனது வாதத்தை நிறுத்திக்கொண்டார் அன்ரி. அவரது இடுப்பில் கண்ணன் குந்தியிருந்தான்.

மகேசு கடை வாசலில் ஓவசியர் குந்தியிருந்தார். வழமைபோல் அந்தரத்தில் ஏதோவொன்றைப் பார்த்தவாறு இருந்தார். அவரையிட்டு எல்லோர் மனதிலும் ஒரு கவலையிருந்தது. அன்ரிக்கு என்ன நடந்தது என்ற நீண்டநாள் விசாரணையில் '83 கலவரம்' என்று மட்டும் ஓவசியரிடமிருந்து பதில் வந்தது. அவருக்கு உதவி செய்ய ஒரு கூட்டம் கூடியது. 83 கலவரத்தை அடிப்படையாக வைத்துப் பல ஊகங்கள் பிறந்தன. அவர்களின் நீண்ட நேர வாதப் பிரதிவாதங்களுக்குப் பின்பு, அன்ரியின் சித்தப் பிரமையைப் போக்கத் திடீர் அதிர்ச்சியைக் கொடுக்கலாம் என்று கூட்டம் தீர்மானித்தது. 'அவவைக் கெடுப்பதுபோல நடிச்சமென்றால்' ஒரு அதிர்ச்சிக்கான வாய்ப்பு இருப்பதாகக் கூட்டத் தலைவன் சொன்னான். இவ்விடயத்தில் முன் அனுபவங்கள் இல்லாததால் திரைப்பட வில்லன் ஒருவனைக் கற்பனை பண்ணிஎன்ன பேசுவதுஎன்பதையும் தயார்ப்படுத்தினார்.

இரவு பத்து மணியைத் தாண்டியிருந்தது. அருகிலிருந்த வாசிகசாலையில் தாக்குதலுக்கான நேரம் வரும்வரை சீட்டாடிக்கொண்டிருந்தது மூன்று பேர்கொண்ட அந்தப் படை.

'திடீரென வீட்டுக்குள் சென்று அன்ரியைப் பிடித்துக் கட்டிப்போட்டு உன்னைக் கெடுக்கப்போகிறோம்' என்று

பா.அ. ஐயகரன்

வெருட்டுவதே திட்டம். இந்தத் திட்டம் குறித்து ஓவசியரிடம் ஆலோசிக்கப்பட்டது. அவர் அதை மௌனமாகக் கேட்டுக் கொண்டிருந்தார். மௌனம் சம்மதத்துக்கு அடையாளம் எனத் தலைவன் சொன்னான். படை மெதுவாக மாடுகளைத் தாண்டி ஆயர்பாடி மாளிகைக்குள் புகுந்தது. அதிலொருவன் அன்ரியின் கையைப் பிடித்தான். அதேவேளை குசினிப் பக்கம் உள்நுழைய முற்பட்ட தலைவன் விறகு தடுக்கிக் குப்புற வீழ்ந்தான். 'ஐயோ' என்று அவன் எழுப்பிய ஓலத்தால் திட்டம் பாழாய்ப்போனது. அன்ரி கையைப் பிடித்தவனை ஓங்கி அறைந்தார். மும்மொழிகளிலும் திட்டினார். நிசப்தமாக இருந்த கிராமம் அன்ரியின் ஓலத்தால் மீண்டும் விழித்தது. அருகிலிருந்த வீட்டு விளக்குகள் மீளவும் எரிய ஆரம்பித்தன. அன்ரி மிகவும் தெளிவாய் உள்ளாரென முள்ளும் மரமும் வேலியும் கீறப் படை ஓடி ஒளித்துக்கொண்டது.

காலை மகேசு கடையடி நீதிக்காய் கூடியிருந்தது. ஓவசியர் வழமைபோல் வாங்கில் குந்தியவாறு சுருட்டைப் பற்றிய வண்ணம் அந்தரத்தில் நிற்கும் ஒன்றைப் பார்த்தவாறு இருந்தார். எனக்கு நீதி கிடைத்தாக வேண்டும் என்று அன்ரி கண்ணனுடன் குந்தியிருந்தார். ஊரில் காலையில் வம்பளக்க வரும் பெரிசுகள், அன்ரியின் செய்தி கேள்விப்பட்டு விடுப்புப் பார்க்க வந்தவர்கள் எனப் பலரும் கூடியிருந்தனர். அகராதியார் ஆடியாடி வந்து சேர்ந்தார். அகராதியாரைக் கண்டதும் அன்ரி ஆங்கிலத்தில் விளாசத் தொடங்கினார். அகராதியாரும் அடிக்கடி அவரை ஆமோதித்துப் பேசினார். ஊரார் இருவரினதும் வாயை மாறி மாறிப் பார்த்தவண்ணமிருந்தனர். புரியாத பாசையின் ஓசை நயத்தை அனைவரும் எரிச்சலுடன் பார்த்துக்கொண்டு நின்றார்கள். அன்ரி என்ன கதைகிறார் என்ற கடுப்புத் தாங்கேலாமல்,

"அகராதியார் அன்ரி என்ன சொல்லுறா..." என்று ஊரார் கேட்டார்கள்.

"மனிசி விசயமான மனிசிதான்."

அகராதியார் முடிச்சு அவிட்டுத் தன்னுடைய திரி இரண்டைச் சேர்த்துச் சொல்லுவதற்குக் காலம் எடுக்கும். பொறுமையில்லாமல் ஊரே அவரின் வாயைப் பார்த்தவாறு நின்றது. அதற்குள் படையும் தலைவனும் கூட்டத்தோடு கலந்தார்கள். 'நல்லதுக்குப் போய்த் தங்களுக்கு வீண்பழி வந்துவிடுமோ' என்ற அச்சத்தில் படை நின்றது. தலைவன் தனது பதற்றத்தைத் தவிர்க்கக் கடையில் தொங்கிய வாழைக் குலையிலிருந்து பழத்தைப் பிடுங்கித் தன் வாய்க்குள் அடைந்தான். அகராதியார் தனது மொழிபெயர்ப்பை விட்டுக்கொண்டிருந்தார்.

“யாரோ இரவு அன்ரி வீட்டுக்குப் போய் கையைப் பிடிச்சு இழுந்தாங்களாம். பெண்களுக்குப் பாதுகாப்பு இல்லாத சமூகம் சுதந்திரமான சமூகம் இல்லையாம். தன்ட மாளிகை கண்டவனும் வந்துபோற வேசி வீடு இல்லையாம். பெண்களின்ட பாதுகாப்பை இந்தச் சமூகம் உறுதிப்படுத்த வேண்டுமாம். பெண்களுக்குப் பாதுகாப்பில்லாத சமூகம் ஒரு காட்டுமிராண்டிச் சமூகமாம்” என்று அன்ரியின் பேருரையிலிருந்து ஒரு சிறு துரும்பை அகராதியார் மொழிபெயர்த்தார். படைத்தலைவன் நீண்ட நேரமாய் யோசித்தான். அன்ரியை தேற்றுவதற்கான ஒரு ஆங்கில வாசகத்தை தேடினான். கடைசியில் கண்டுபிடித்து நினைவுக்குக் கொண்டு வந்து பாடமாக்கியதை ஒப்புவிப்பவன்போல்,

“Don’t Worry ante” என நான்கு தடவைகள் சொன்னான்.

“நாங்கள் இருக்கிறம் உங்களுக்கு ஒன்றும் நடக்காது” என்ற உத்தரவாதத்தைத் தலைவன் வழங்கினான். ஊரார் தங்களது அலுவல்களைப் பார்க்கத் தொடங்கினார்கள். அகராதியார் வெற்றிலையை வாங்கிப் போட்டார்.

“யார் உந்த நாய்வேலையைப் பார்த்தது” என்றவாறு அகன்றார்.

மகேசு தலைவனைப் பார்த்துக் கொல்லெனச் சிரித்தார்.

“அண்ணை சும்மா கடுப்பை ஏத்தாதியுங்கோ... நீங்கள்தான் ஐடியா குடுத்தது ... இப்ப சிரிக்கிறியள்” என்று சினந்தவாறு தலைவன் அகன்றான். ஓவசியர் வாங்கில் குந்தியபடியேயிருந்தார். இதுவரை நடந்த விசாரணை குறித்து அவர் ஏதும் அக்கறைப் பட்டவராகத் தெரியவில்லை. எந்தவொரு அதிர்வுமில்லாமல் இருந்தார்.

படைத் தலைவருக்கு இது இரண்டாவது தோல்வி. பஸ்சின் நடத்துநரும், ஓட்டுநரும் அதன் சொந்தக்காரரர் என்றளவுக்கு பஸ்சோடு ஒன்றிப் போனார்கள். அரச பஸ்சென்பதைப் பலர் ஒத்துக்கொள்ள மறுத்தார்கள். ஊருக்குள் அன்றைய நடிகைகளின் எடுப்பில் திரிந்த பவானிக்கு இவர் தொடுத்த காதல் பஸ் வடிவில் முட்டுக்கட்டை போட்டது. வவுனியாவில் படித்துவந்த பவானியின் எடுப்பில் குலையாதவர் எவரும் இல்லை. நடத்துநர் ராசு, நடிகர் ரஜனியின் சேட்டைகளை ஒத்தவராய் இருந்தார். அவரின் உடை நடைகளும் அவ்வாறே இருந்தன. ஆதலால் ஊர் இளசுகளின் கண்களில் இவர் ஒளிவிடக்கூடியவராய் இருந்ததில் ஆச்சரியமொன்றுமில்லை. ரஜனிராசு என்று ஸ்டைல் விட்டுக்கொண்டிருந்தவர் விழுந்த இடம் எங்கள் ஊர் பவானியிடம்தான். அவரின் சேட்டைகளுக்கும் கடிகளுக்கும்

முற்றுப்புள்ளி வைத்தவள் எங்கள் பவானிதான். ராசு தொங்கும் பின் படியின் அருகிலிருந்த ஆசனம் கர்ப்பிணிப் பெண்கள், குருமார்கள் போக இப்போது பவானிக்கே ஒதுக்கப்பட்டுவிட்டது. அதை ஊராரும் அறிந்து அதில் அமர்வதைத் தவிர்த்துக் கொண்டார்கள். எங்கள் தலைவன் தலைமுடியைப் புதிய பாணியில் வெட்டினான். ரஜனிராசுவை மேவும் அளவுக்குப் புதிய உடுதுணிகளையும் அணிந்து பார்த்தான். புதுச் சைக்கிள், இரவல் மோட்டார் சைக்கிள் என்று பஸ் வரும் நேரம் எல்லாம் பவானியின் கண்பட நின்றான். ஆனால் அவளோ இவனைக் காணும்போதெல்லாம் ராசுவிடம் மிகவும் நெருங்கிப் பேசினாள். எங்கள் தலைவர் விட்ட பிழை தனது காதலை பவானியிடம் தெரிவிக்காததுதான். எங்கள் தலைவர் எதையும் வெளிக்காட்டாத பண்புள்ளவர்; அல்லது பகலில் எதுவுமே வெளிக்காட்டத் தெரியாதவர்.

ooo

காலை பஸ்சைச் சுற்றி ஊரார் கூடி நின்றனர். தெருப் போடும் தார் எடுத்துக் கொட்டை எழுத்தில்,

“குயவக் களிசரைக்கு சக்காளத்தி பவானியா?” எனக் கேள்வி எழுதப்பட்டிருந்தது.

வாத்தியாரும் அகராதியாரும் கடுப்பில் நின்றார்கள். மனதின் கறையை பஸ்சில் காட்டியவரைத் திட்டியபடி வாசகத்தை அழித்தார்கள். ரஜனிராசுவை எல்லோரும் தேற்றிக்கொண்டிருந்தார்கள். பவானிக்கு ஒதுக்கப்பட்ட இடத்தில் அவளைக் காணவில்லை. இரவு பவானியின் தந்தை சாமியையும் தலைவனையும் கசிப்புக் கடையில் கண்டதாகவும், பின்பு பவானி வீட்டில் ஓலங்கள் எழுந்ததாகவும் உளவுப்படை அறிக்கை தெரிவித்தது. அதற்கு ஆதாரமாக பவானி வீட்டில் நின்ற வாழைகள் அனைத்தும் வெட்டிச் சாய்க்கப்பட்டிருந்தன. வெட்ட வெட்டத் தளிர்க்கும் தாவரம் என்பதால் சாமியார் தனது ஆத்திரத்தை வாழைகளிடம் காட்டுவது வழமை. பவானியும் ஒரு வாரத்துக்குமேல் வீட்டை விட்டு வெளியில் வரவில்லை. அது அவளின் முகத்தில் ஏற்பட்ட வீக்கம் தணியும் காலமாய் இருந்தது. சாமியாரின் உறுக்கலும் இறுக்கலும் பவானியை மேலும் ரஜினிராசுவின் பக்கமே சாய்த்தது. தலைவன் தனது அடுத்த நடவடிக்கை குறித்துச் சிந்திக்கத் தொடங்கினான். எவ்வாறாயினும் அவளை அடைந்தே தீருவேன் எனத் தலைவன் திரிந்தான்.

ooo

அன்ரியின் சமையல் குறித்த கேள்வி எல்லோர் மனதிலும் இருந்தது. அந்தப் பரிதாபத்தில் ஆயர்பாடி மாளிகையைச் சுற்றியிருந்த ஊராரின் உணவு கண்ணனுக்கு அவ்வப்போது கிடைத்தது. அவனும் அதைக் களவாக வாங்கி உண்டான். அந்தக் குழந்தை பற்றிய அக்கறை அனைவரையும் உறுத்திக் கொண்டிருந்தது.

அன்ரி பஸ்சடிக்கு வந்தார். பஸ் கூட்டத்தால் நிறைந்திருந்தது. கண்ணன் நிற்கிறானா எனக் கேட்டார். அவன் அங்கு இருக்க வில்லை. பஸ்சுக்குள் ஏறித் தேடினார். அவர் பதற்றம் அதிகரித்தது. ஊராரும் சுற்றவும் தேடினார்கள் அவனைக் காணவில்லை.

'கண்ணா... கண்ணா' கத்திக்கொண்டு ஆயர்பாடி நோக்கிப் போனார். வீட்டைச் சுற்றித் தேடினார்.

ஆயர்பாடியில் அன்ரியின் ஓலம் எழும்பியது. சோலைக்குள் நின்ற மரங்கள் பின் ஒவ்வொன்றாகத் தேடினார்.

"கண்ணா வந்துவிடு என்ட செல்லம் வந்துவிடு" வீட்டுக்குள் பலமுறை தேடினார்.

"கண்ணா... கண்ணா..." எனத் தெருவில் நின்று கத்தினார். தெருவால் போன எல்லோரிடமும் கேட்டார்.

பஸ் வவுனியா நோக்கிப் புறப்பட்டது. சிறார்கள் பின்னால் சென்று அதை வழியனுப்பினார்கள். அந்தக் கூட்டத்துக்குள் கண்ணனைத் தேடினார். அவன் அங்கு இருக்கவில்லை.

"கண்ணா கண்ணா" என்று கத்தியவாறு மகேசு கடையடிக்கு வந்தார்.

"Mr. மகேசு என்ட கண்ணனைக் காணவில்லை கண்டுபிடியுங்கோ Please" என்று கேட்டார்.

"ஓவசியர் கண்ணனைக் கொண்டு யாழ்ப்பாணம் போயிட்டார்" என்று மகேசு சொன்னார்.

மகேசு கொடுத்த ஆதரவில், பெரியதாயிடம் கண்ணனை ஒப்படைப்பதற்கு ஓவசியர் சம்மதப்பட்டார். அவர்கள் யாழ்ப்பாணத்தில் இருந்தார்கள். தமது தங்கையின் மனோநிலை அவர்களது தராதரத்துக்கு இடையூறாக இருந்ததால்தான் அவர்கள் அவளை எங்கையாவது அழைத்துச் செல்லுமாறு கேட்டிருந்தனர். பின்னர்தான் ஓவசியர் அன்ரியுடன் எங்கள் ஊர் வந்தார். இரவு ஓவசியர் கண்ணனைத் தூக்கிக்கொண்டு வந்தார். தயார் நிலையிலிருந்த மகேசுவின் வேனில் ஏற்றிப் பூவரசங்குளம் வந்தார்கள். அங்கிருந்த ஓவசியரின் பங்களாவில்

தங்கிவிட்டுக் காலை யாழ்ப்பாணம் புறப்படுவதே அவர்களின் திட்டம். பஸ்சின் சத்தம் கேட்டது. கண்ணன் உற்சாகத்தில் கத்தினான். அது எங்கள் ஊர் பஸ்தான். கண்ணன் காற்சட்டையும் மேற்சட்டையும் அணிந்திருந்தான். கறுப்புப் பொட்டு இட்டுத் தலைமுடி சரித்து இழுத்திருந்தது. அவன் பஸ்சுக்குள் முண்டியடித்துக்கொண்டு ஏறினான். அவனையும் ஓவசியரை யும் கண்டவுடன் ஊராருக்கு விடயம் தெரியவந்தது. நடத்துநர் ராசு அவனைத் தூக்கி பவானியிடம் கொடுத்தான். அவன் பஸ்சின் கண்ணாடி அருகே நின்று ஓடும் மரங்களைப் பார்த்துக் களித்தவாறு இருந்தான்.

“இல்லை அவர் அப்படிச் செய்ய இயலாது… என்னிடம் சொல்லாமல் அவர் அப்படிச் செய்யமாட்டார். He is my Child, அது என்ட பிள்ளை. Mr மகேசு, ஒரு ஒற்றையும் பேனையும் தாரும், நான் ஒரு கடிதம் தாரன் அதை பொலிஸ் அத்தியேட்சகரிடம் கொடுங்கோ…”

அன்ரி ஆங்கிலத்தில் கடிதம் ஒன்றை எழுதினார்.

“இந்த நாட்டில் அனைத்துக் குடிமக்களின் வாழ்வும் பாதுகாப்பும் சட்டப்படி உத்தரவாதப்படுத்தப் பட்டுள்ளது. அவர்களின் பாதுகாப்பை உறுதிப்படுத்த வேண்டிய கடமை பொலீசு ஆகிய உங்களுக்கு உண்டு. எனது மகன் கண்ணன் காலையிலிருந்து காணாமல் போயுள்ளான். அவன் கடைசியாய் எனது ஆயர்பாடி மாளிகையில் எனது அருகில்தான் தூங்கி யிருந்தான். அவனை நானே ஒரு பாடல் பாடித் தூங்க வைத்தேன். அவனது பாதுகாப்புக்கும் உயிருக்கும் நீங்களே பொறுப்பு. அவனை நீங்கள் எனக்கு மீட்டுத்தர வேண்டும்.”

கடிதத்தை மடித்து மகேசுவிடம் கொடுத்தார்

“இந்த வேனில் உடனடியாய்ப் போய் நீங்கள் பொலிஸ் அத்தியேட்சகரிடம் கொடுங்கள்” என்றார் அன்ரி.

மகேசு கடிதத்தை வாங்கிக் கல்லாவுக்குள் போட்டார். தான் வவுனியாவில், கடைக்கு வாங்க வேண்டிய சாமான்களின் பட்டியல் அடங்கிய துண்டை எடுத்து அன்ரிக்கு முன்னாள் மடித்து பொக்கற்றில் வைத்தார். பின்னர் பொக்கற்றைத் தட்டி

“நான் வவுனியா போனவுடன் முதல் வேலை” என்றார்.

அன்ரியின் கடிதம் கல்லாவுக்குள் இருந்தது. வவுனியா நோக்கி வேன் பயணித்தது. அன்ரி கடை வாங்கில் ஏறியமர்ந்தார். கடையைக் கவனிக்க மகேசுவின் மனைவி வந்திருந்தார். மகேசுவின் மனைவியோடு தனது சோகங்களைச் சொல்லிப்

புலம்பிக்கொண்டிருந்தார். கடைக்கு வருபவர்களிடமும், வழியில் நடந்து போகிறவர்களிடமும் “தனது குழைந்தையைக் காணவில்லை” எனவும், “தனது குழைந்தையைப் பிரிக்கும் உரிமை யாருக்கும் இல்லை” எனவும் கூறியபடியிருந்தார். அன்ரியின் சோகம் அனைவரையும் ஒட்டிக்கொண்டது. மகேசுவின் மனைவி அந்தத் தாயின் சோகத்தில் ஒடிந்து போயிருந்தார். அன்ரி எதையும் குடிக்கவும் உண்ணவும் மறுத்தார்.

“எனது கண்ணனைக் காணாமல் நான் சாப்பிடமாட்டேன்.”

அவர் எல்லாவற்றையும் மறுத்தார். ஊர்ப் பெண்களின் பல முயற்சிகளும் வெற்றியளிக்கவில்லை. அவரது கண்மை கலைந்துபோயிருந்தது. தலைமுடியின் நேர்த்தியான பின்னல் குலைந்துபோயிருந்தது,

வாங்கில் குந்தியபடியேயிருந்தார். வவுனியாவிலிருந்து வேன் வந்து சேர்ந்தது. அன்ரி ஓடிப்போனார்

“கண்ணன் வந்தானா” எனக் கேட்டார்.

“நான் நேரடியாய்க் குற்றப் புலனாய்வு இன்ஸ்பெக்டரிடம் கதைச்சுக் கடிதத்தைக் குடுத்தன். அவர் உடனடியாக இலங்கை பூராவும் அறிவிச்சிருக்கிறார். வலுகெதியாய் கண்டு பிடிச்சிடுவாங்களாம்” என்று சொல்லிவிட்டுச் சாமான்களை இறக்கத் தொடங்கினார் மகேசு.

“ஏன் அப்பா இந்தக் கண்றாவி வேலை, பாவம் மனிசி” என்றவாறு மகேசு மனைவி வீடு நோக்கிச் சென்றார்.

இரவு பத்துமணியாகியது. பஸ் வரவேண்டிய நேரம். பஸ் வந்த பின்னர்தான் மகேசு கடையைப் பூட்டி வீட்டுக்குப் புறப்படுவது வழமை. அன்ரி அங்கேயே குந்தியிருந்தார். ‘கண்ணா கண்ணா’ என இடையிடையே அழைத்துக்கொண்டிருந்தார்.

அன்று இரவு காட்டுப் பகுதியில் பஸ் மறிக்கப்பட்டது. இலங்கை இராணுவம் இன்னுமொரு படுகொலைக்குத் தயாராகிவிட்டதோ என்று ஐயம்கொண்ட நேரம்

“எல்லோரும் இறங்குங்கோ” என உத்தரவு ஒன்று பிறப்பிக்கப்பட்டது

எல்லோரும் தமது பொருட்களை எடுத்துக்கொண்டு இறங்கி நின்றார்கள்.

“ஏன் நிற்கிறியள் நடவுங்கோ” என மீண்டும் ஒரு உத்தரவு பிறப்பிக்கப்பட்டது. பஸ்சின் முன்விளக்கு எங்கள் ஊர் நோக்கிய தெருவைக் காட்டியவாறு நின்றது. அதன் வெளிச்சத்தில்

அனைவரும் சிறிது தூரம் நடந்து இருந்தனர். பணம் பிடுங்கப்பட்ட நடத்துநரும், ஓட்டுநரும் பின்தொடர்ந்தார்கள். சிறிது நேரத்தில் பஸ் எரியத் தொடங்கியது. ஊரின் வயிறெல்லாம் சேர்ந்து எரிந்துகொண்டிருந்தது. முப்பது வருடம் போராடிப் பெற்ற அந்த பஸ் வண்டி எரிந்தது. ஊராரின் நடை கனத்தது. அதன் புகை இருளைக் கருக்கியது. ஊராரின் மனங்கள் இருண்டன.

"அறுவாங்கள் ... பாடையில போவாங்கள் ... தாயோழி பிள்ளையள்" எனத் தமது மனம் ஆறும்வரை எரித்தவர்களை ஊரார் போற்றிக்கொண்டே நடையாக ஊர் வந்து சேர்ந்தார்கள். பஸ் எரிந்த சேதி பரவியது. ஊரார் மகேசு கடையடியில் கூடினார்கள்.

"என்ட பிள்ளை எங்கை" என்று அழுதவாறு நின்றார் அன்ரி.

"அன்ரி ஓவசியரோ கண்ணனோ பஸ்சுக்குள் இல்லை, நீங்கள் கவலைப் படாதியுங்கோ" என்றனர் ஊரார்.

"என்ர பிள்ளையை எரிச்சுப் போட்டாங்கள்" என்று ஓலமிட்டுக் கத்தினார் அன்ரி.

ஊராருக்கு இரண்டுமே இடிவிழுந்ததுபோல் இருந்தது. விடிந்திருந்தது. ஊரார் பஸ் எரிந்த இடத்துக்கு வந்தார்கள். மரண வீட்டின் சோகம் அங்கு நிலைகொண்டிருந்தது. பஸ் முற்றாக எரிந்து தெருவோடு கிடந்தது. வெப்பத்தில் தெருவின் தார் உருகியோடி பஸ்சின் உதிரம்போல் காய்ந்து கறுத்திருந்தது. சாட்சியின் மௌனம்போல் அருகிருந்த மரங்கள் கருகியிருந்தன. உருக்குலைந்த பஸ்சின் இருக்கைக் கம்பிகள் அங்காங்கே தெரிந்தன. ஆலாத்தி எடுத்து வரவேற்ற பஸ்சின் கருகிய இடத்தின் தடம் மட்டுமே இப்போது எஞ்சி இருந்தது.

○○○

ஓவசியரும் வந்து சேரவில்லை. மகேசுக்குக் கவலை மேலோங்கியது. அன்ரிக்கு பொலிஸ் மீதிருந்த நம்பிக்கை தகர்ந்தது. கண்களால் நீர் வழிந்துகொண்டேயிருந்தது. ஊரே சோகத்தைத் தாங்கியவாறு அவரைக் கடந்து சென்றது. அவர் அந்த வாங்கில் குந்தியபடியே இருந்தார். ஆயர்பாடி ஒளியிழந்தது. மீண்டும் இருள் பற்றிப் போயிருந்தது.

இரவு பத்துமணியாகியது. மகேசு ஒரு பழத்தையும் பணிசையையும் அன்ரியிடம் நீட்டிச் சாப்பிடச் சொன்னார்.

"என்ட பிள்ளை எங்கை" என்று அழுதவாறு நின்றார் அன்ரி.

"என்ர பிள்ளையை எரிச்சுப் போட்டாங்கள்" என்று ஓலமிட்டுக் கத்தினார் அன்ரி.

“எங்க பஸ்... Mr. மகேசு என்ட பிள்ளையைத் தேடிக் கண்டுபிடிச்சுத் தாங்கோ...”

“இனி பஸ் வராது...”

மகேசு பழத்தையும் பணிசையும் அவர் அருகே வைத்து விட்டு வீடு நோக்கிப் புறப்பட்டார்.

காலையில் பஸ்சுக்காகக் கூடும் கூட்டத்தின் அழகை ஊர் இழந்திருந்தது. எல்லோர் முகங்களிலும் சோகம் கவிந்திருந்தது. நான்கு நாட்களுக்கு மேலாகியது. ஓவசியர் வந்தபாடில்லை. அன்ரி குறண்டியபடி வாங்கிலேயே கிடந்தார். அவரது கண்கள் மூடாமல் திறந்தபடியே பஸ் வரும் திக்கைப் பார்த்தபடியே இருந்தன. அவரது நீண்ட கூந்தல் மண்ணைத் தட்டியபடி கிடந்தது. பணிசும் பழமும் ஒரு செம்பு தண்ணீரும் வாங்கின் அடியில் கிடந்தது. நீர், ஆகாரம் எதுவும் அற்று கண்ணனை மட்டும் அழைத்துக்கொண்டேயிருந்தார். அவரது அழைப்பு மெல்ல மெல்ல அவரது உதடுகளுக்குள்ளேயே நின்றது.

●

2010

'லா காசா'

செ‌ன் கத்தரீன் வீதியும் லா காசா வீதியும் சந்திக்கும் சந்தியோடு அமைந்த நான்கு மாடிப் பழைய அப்பாட்மென்ட் கட்டிடம். அதன் பெயர் 'லா காசா'. கட்டிடத்தின் பிரதான வாயில் லா காசா வீதியிலேயே இருந்தது. மூன்றாவது மாடியில் மூலை அப்பாட்மென்ட் மூன்று அறைகள், குசினி, வரவேற்பு அறை, குளியலறையைக் கொண்டிருந்தது. ஜன்னல் நிலைகள் இன்னமும் கம்பிகளைக் கொண்டிருந்தன. ஜன்னலோடு அருகே குந்துவதற்கு வசதியாகக் குந்தும் இருந்தது. பொதுவாகப் பூச்செடிகளுக்குரிய இடமாகவோ அல்லது பூனை படுக்கும் இடமாகவோ இருக்கலாம். உங்கள் வசதிக்கேற்ப நீங்கள் அவ்விடத்தைப் பயன்படுத்திக்கொள்ள முடியும். அது பரந்த இடம். மூன்று அறைகளில் இரண்டு அறைகளுக்கு ஜன்னல் இருந்தது. லா காசாவைப் பார்த்தபடி ஓர் அறையும், செ‌ன் கத்தரீனைப் பார்த்தபடி இருக்கும். ஓர் அறையும் ஜன்னல்களைக் கொண்டிருந்தன. வரவேற்பு மண்டபத்தின் பெரிய ஜன்னலும் குசினி ஜன்னலும் செ‌ன் கத்தரீன் பக்கமாய் இருந்தன. செ‌ன் கத்தரீன் இந்த நகரத்தின் களியாட்ட வீதி. 24 மணிநேரம் இயங்கும் பார்கள், பாலியல் களியாட்ட நிகழ்வுகள், நடனங்கள், சூதாட்ட நிலையங்கள் என 24 மணிநேரமும் இயங்கும் தெரு. அத்தெருவின் அழகிய தெரு விளக்குகளோடு கடைகளின் பெயர்ப் பலகைகளும் அலங்காரங்களும் மின் விளக்குகளினாலேயே செய்யப்பட்டிருந்தன. ஜன்னல் திரைகளை

நீக்கிவிட்டால் அந்த தெருவின் ஒளி வீடு முழுவதும் நிறைந்திருக்கும். இரவில் விட்டுவிட்டு எரியும் மின்விளக்குகளின் வர்ண ஒளித்தெறிப்பில் வீடும் பற்பல வர்ணங்களைத் தாங்கி ஒளிர்ந்து மறையும்.

வாசுவும் அவனது அறையும்

லா காசாவைப் பார்த்தபடியிருந்த அறை வாசுவினுடையது. அவனது அறை அழகியல்சார்ந்ததாக ஒழுங்கு படுத்தப்பட் டிருந்தது. சுவர்களில் நவீன ஓவியங்களும் சிற்பங்களும். ஒரு மேசை. அதனருகே ஒழுங்காகப் புத்தகங்கள் அடுக்கப்பட்ட புத்தகத் தட்டு. மேசையில் அவனும் தாயும் எடுத்துக்கொண்ட புகைப்படம்; சிற்ப வேலைப்பாடுகள் கொண்ட அழகிய பிரேமுக்குள் அந்தப் படம் வைக்கப்பட்டிருந்தது. மேசை விளக்கும் வித்தியாசமானதாய் இருந்தது. ஜன்னலிருந்த மூலையில் அவனது பாட்டுச் செட்டு. அதனருகே அவனுடைய தேர்வுச் சீ.டிக்கள் அடுக்கப்பட்டிருந்தன. பாட்டுச் செட்டின் மேலிருந்த சுவரில் மரத்தில் செதுக்கிய சிற்பம். நிர்வாணமான பெண் ஒரு கையால் தனது முலைகளையும் மறு கையால் தனது யோனியையும் மறைத்தபடியிருந்தாள். ஜன்னல் குந்தில் சிறிய நாகதாளிச் செடி, சிகரட் ரே, நெருப்புப் பெட்டி, ஜன்னலிலிருந்து கழன்றிருந்த கம்பி ஒன்று. அவனது அறையில் இரண்டு கட்டில்கள். ஜன்னலுக்கு அண்மையாகவிருந்த கட்டில், அவன் தாய் கிராமத்திலிருந்து வந்து தங்கும்போது பாவிப்பதற்கு. தாயார் மாதமொருமுறை வந்து வார இறுதி நாட்களில் தங்கிச் செல்வாள். அழகான கைவேலைப்பாடுகள் கொண்ட மென் சிவப்பு நிற உறையுடன் கூடிய இரு தலையணைகள், வெள்ளைப் படுக்கை விரிப்பு. படுக்கை நேர்த்தியாக விரிக்கப்பட்டிருந்தது. அதன்மீது தாய் வரும்போது அணிந்துகொள்ளும் ரோப் (Robe) நேர்த்தியாக மடித்து வைக்கப்பட்டிருந்தது. நகரச் சுற்றுலாத் துறையில் அவனது வேலை நேரம் போக மிகுதி நேரங்களில் வாசிப்பு, எழுத்து, நல்ல இசைகளைத் தேடி வாங்கி இரசிப்பது.

மரியாணும் அவனது அறையும்

சென் கத்தரீன் தெருவைப் பார்த்தவாறு இருந்த அறை மரியாணுடையது. அவன் இந்த வீட்டின் மூத்தகுடி. வீட்டின் கணக்கு வழக்குகள் அவனது பொறுப்பு. அவன் சென் கத்தரீனில் இருந்த துகிலுரி நடன 'பார்' ஒன்றில் மது கலப்பவனாக வேலை பார்த்தான். சென் கத்தரீன் தெருவின் வியாபாரிகள், தூள் விற்பவர்கள், கூட்டி விடுபவர்கள், பாலியல் தொழிலாளர்கள், கடைகளில் வேலை பார்ப்பவர்கள் எனப் பலரை அவன் அறிந்திருந்தான். அவன் நல்ல உடல்வாகு கொண்டவன். 'பாரில்' குடித்துவிட்டு அட்டகாசம் பண்ணுபவர்களைத் தூக்கி எறிபவனும்

அவன்தான். யாராவது விசேட விருந்தினர்கள் வரும்போது மட்டுமே ஒதுக்கப்படும் அறையாக அவனது அறையிருந்தது. சுவரில் இரு வாள்களைச் சுமந்தபடியான வாள் தடுப்பும், நிஞ்சா தடியும் கொழுவப்பட்டிருந்தது. 'பார்' வேலை தவிர்ந்த மிகுதி நேரம் இவனது அறை 'பாராக' மாறியிருக்கும். ஜன்னல் குந்திலிருந்தபடி யாராவது ஒருவருடன் கதைத்துக்கொண்டிருப்பான். அவனது அறையில் சில இரவுகளில் அவனது நண்பிகள் தங்கிச் செல்வார்கள். அவர்களால் விட்டுச் செல்லப்படும் உள்ளாடைகளும் அறைச் சுவரில் இருந்த ஆணிகளில் அங்காங்கே கொழுவி விடப்பட்டிருந்தன.

யூலியனும் அவனது அறையும்

மூன்றாவது அறை யூலியனுடையது. அந்த அறை பாவிக்காதது மாதிரி வைத்தவை வைத்தபடியே இருந்தன. யூலியன் வெளிக்கிடுவது ஒரு சடங்கு. குளியலறையை நெடுநேரம் பாவிப்பது அவன்தான். அவனது அறையில் மிகப்பெரிதாக இருந்தது கண்ணாடியுடன் கூடிய ரெசிங் டேபிள். அவன் தன்னை அலங்கரிப்பதில் விருப்பம் கொண்டிருந்தான். அவனது உடைகள் வித்தியாசமானதாக இருந்தன. மிகவும் ஒரு பிரத்தேயகமான மனிதன். “ம்”, “யா”, “நோ” என்ற மூன்றுசொல் அல்லது ஒலிக்குறிப்பையே அவனிடமிருந்து கேட்கக்கூடியதாயிருக்கும். ஹோலில் இருந்த டி.வி.யும் அதற்கு முன்னால் உள்ள சோபாவும் அவனுடையதுதான். டி.வி.க்கு டிஜிட்டல் கேபிள் இணைத்திருந்தான். அவனது பிரதான பொழுதுபோக்கு செக்ஸ் படம் பார்ப்பதாகவேயிருந்தது.

அன்றைய இரவு

குளிர்காலமானதால் 5 மணிக்கே இரவு கூடியிருந்தது. மார்கழி விடுமுறையை நோக்கி சென் கத்தரீன், லா காசா தெருவில் இருமருங்கும் இருந்த மரங்கள் வர்ண ஒளிவிளக்குகளால் அலங்கரிக்கப்பட்டிருந்தன. அதனால் சென் கத்தரீன் தெரு மேலும் ஒளியேற்றப்பட்டிருந்து. வாசுவின் அறையில் இந்தியக் கலைஞர்களும் ஜாஸ் கலைஞர்களும் இணைந்து வெளியிட்ட புத்திசை மெல்லியதாய்க் கேட்டவண்ணமிருந்தது. சென் கத்தரீன் தெருவைப் பார்த்தவாறு புகைத்தபடி ஜன்னல் குந்தில் அமர்ந்திருந்தான் வாசு. மேசைவிளக்கு எரிந்தவண்ணமிருந்தது. அதன் மறைப்பு மெல்லிய மண்ணிறத்தானதாய் இருந்ததால் அந்த அறை அழகாயிருந்தது. மேசையில், புதிய பக்கம் ஒன்றைத் திறந்து வைத்தபடி குறிப்பேடும் பேனையும், ஒரு கிண்ணம் நிறையத் தண்ணீரும் இருந்தன. ஹோலில் யூலியன் செக்ஸ் படம்

பார்த்துக்கொண்டிருந்தான். அது ஓரினச்சேர்க்கைப் படம். டி.வி. யின் சத்தம் முற்றாக நிறுத்தி வைக்கப்பட்டிருந்தது. யூலியன் எழுந்து குசினிக்குள் போய்த் தேநீர் தயாரித்து வாசுவுக்கும் ஒன்றை எடுத்து வந்து அவனது அறைக் கதவைத் தட்டினான். யூலியன் தேநீரை நீட்டினான் "தாங்ஸ்" என்றவாறு வாங்கினான். புத்திசை கேட்டுக்கொண்டிருந்தது. யூலியன் அவ்விடத்திலேயே நின்றான்.

"உனக்கு ஏதாவது வேண்டுமா?" வாசு கேட்டான்

அவன் "நோ" என்றுவிட்டு வாசுவை மேலிருந்து கீழ் நோக்கிப் பார்த்தான். பின்பு குசினிக்குள் போய் தேநீரை எடுத்துக்கொண்டு டி.வி.க்கு முன்னால் குந்தினான். யூலியனின் பெண்கள் போன்ற அபிநயம், கதைக்கும் முறை எல்லாம் வாசுவுக்கு அவன்மீது பரிதாபத்தை ஏற்படுத்தியிருந்தது. அவனது மனம் கோணுமாறு இவன் எப்போதும் கதைப்பதில்லை. வெளியில் சாப்பாடுகள் வாங்கிவரும்போது யூலினுக்கும் சேர்த்து வாங்கிக் வருவான். வாசுவைக் கண்வெட்டாமல் பார்ப்பது இது முதல் தடவையில்லை. தேநீரை அருந்தியவாறு செக்ஸ் சனலைப் பார்த்துக்கொண்டிருந்தான் யூலியன். இப்போது இரு பெண்கள் செக்சில் ஈடுபட்டுக்கொண்டிருந்தார்கள். அவன் சனலை மாற்றினான். இப்போது இது ஆண்கள் தோன்றினார்கள். அவன் அதைப் பார்த்தவாறு இருந்தான். அவனுக்கு வாசுவைப் பார்க்க வேண்டும்போல் இருந்தது. அவன் காமத்தால் உருமாறியிருந்தான். டி.வி.யில் வேறு ஆண்கள் கட்டிப்பிடித்து உதட்டில் முத்தமிட்டவாறு இருந்தனர். அவனுக்கு வாசுவை அணைக்க வேண்டும்போல் இருந்தது. அப்போது முன் கதவின் அழைப்பு மணி அவனைத் திசைதிருப்பியது. பார்த்திருந்த சனலை மாற்றி டி.வி.யை நிறுத்திவிட்டு முன்கதவைத் திறந்தான்

"ஹாய் யூலியன் என்ட டாலிங்" என்றவாறு றோசி, யூலியன் கன்னத்தில் முத்தமிட்டுவிட்டு வீட்டுக்குள் நுழைந்து நேரே மரியாணின் அறைக்குள் போய்த் தனது கைப்பை, கோட், சப்பாத்துக்களைக் கழற்றி விட்டு ஹோலுக்குள் வந்தாள். அவள் ரீசேட் அணிந்திருந்தாள். அதில் அவள் வேலை செய்யும் 'பாரின்' பெயர் இருந்தது. அந்த ரீசேட் அவளது முலையை மட்டுமட்டாக மறைக்குமளவிலேயே இருந்தது. அவள் பிறா அணிந்திருக்க வில்லை. சத்திர சிகிச்சையால் அழகேற்றப்பட்ட அவளது முலைகள் ரீசேட்டின் கண்ணறைகளுக்கூடாகத் தெரிந்தது. அவள் எப்போதாவது லெதர் உள்ளாடைத் தொகுதியோடு வருவாள். அவளின் சப்பாத்து முழங்கால் வரையும் இருக்கும். அவளின் பிரதான வாடிக்கையாளர்களிடம் சென்று வரும்போது மட்டும் அப்படி வருவாள். யூலியனை அணைத்தபடி அவனருகில் வந்து அமர்ந்தாள்.

"என்ன சாமியார் வந்துவிட்டாரா?" என்று வாசுவை விசாரித்தபடி டி.வி. 'றிமோட்'டைத் தூக்கினாள்.

"ம்" என்று பதில் வந்தது.

"டி.வி.யா பார்த்துக்கொண்டிருந்தாய்?"

"யா" என்று பதில் வந்தது.

டி.வி.யைப் போட்டாள். அதில் செய்தியறிக்கை போய்க் கொண்டிருந்தது. சிரித்தாள்.

"டேய் கள்ளப் பயலே இண்டைக்குச் செய்தியில் சாமானையா காட்டினார்கள்" என்றவாறு சிரித்தாள்.

வாசு அறைக் கதவைத் திறந்து வெளியே வந்தான். அவனது அறையிலிருந்து ஸ்பானிய கிட்டார் இசை ஹேலில் மெல்லியதாய்ப் பரவியது. அவளின் சிரிப்பு நின்றிருந்தது. வாசுவை அவள் கண்வெட்டாமல் பார்த்தாள். அவன் குசினிக்குள் சென்று தேநீர்க் கோப்பையைக் கழுவி வைத்துவிட்டு மீண்டும் அறைக்குத் திரும்பினான்.

"ஹாய் வாசு" என்றாள் றோசி. அவன் பதிலுக்குத் தலையை ஆட்டிவிட்டு அறைக்குள் சென்றான். கிட்டார் இசை மறைந்திருந்தது. றோசி யூலியனைச் சீண்டிக்கொண்டிருந்தாள்.

"யூலியன்! வாசுவை மணிக்காய் முயற்சித்துப் பார்த்தாயா?" என்று சிரித்தாள். அவன் நாணிக்கொண்டு இருந்தான்.

"அப்போ என்னுடன் படுக்க வாவன்" என்றவாறு அவனைக் கட்டிப்பிடித்தாள். அவன் கூச்சப்பட்டுக்கொண்டிருந்தான்.

சிரித்தவாறு 'றிமோட்'டில் உள்ள 'ஜம்' பட்டினை அழுத்தினாள். இப்போது இரண்டு ஆண்களின் பாலியல் காட்சி போய்க்கொண்டிருந்தது. அவள் அவனோடு இருந்து அதைப் பார்த்தாள். சிறிது நேரத்தின் பின் அவள் கதைக்கத் தொடங்கினாள்.

"இதையா மறைத்தாய்? நீ ஒன்றையும் ஒருவருக்கும் ஒளிக்கத் தேவையில்லை. நீ விரும்பியதைச் செய். அதற்காக நீ பயப்பிடத் தேவையில்லை. நீ உன்னை ஒளித்துக்கொள்ளாதே. அதுவும் என்னிடத்தில் உன்னை ஒளித்துக் கொள்ளாதே."

இப்போ அவள் தனது ரீசேட்டை முலைகளுக்கு மேல் தூக்கிவிட்டாள். காற்சட்டையையும் உள்ளாடையையும் சேர்த்துக் கீழ் இறக்கினாள். யூலியன் முன்னாள் போய் நின்றாள். அவன் தலையைக் குனிந்தவாறு இருந்தான்.

"யூலியன் பார் இதுதான் நான்... நான் உன்னை நம்புகிறேன்... உனது நிலையை என்னிடம் மறைக்காதே."

அவன் அவளைப் பார்த்தான். அவள் ஆடைகளை மீண்டும் அணிந்தாள். யூலியனின் கண்கள் பனித்திருந்தன. எழுந்து அவளை ஆரத்தழுவிக்கொண்டான்.

"இன்று யாரின் சமையல்?" றோசி கேட்டாள்.

"மரியாணின் சமையல்."

"எனக்குப் பசிக்குதடா..."

யூலியன் குசினிக்குள் போனான். அவனைப் பின்தொடர்ந்து றோசியும் போய் குசினி ஜன்னலில் ஏறி அமர்ந்து சென் கத்தரீன் தெருவைப் பார்த்தவாறு இருந்தாள். முட்டையைப் பொரித்து, பாணுக்குள் வைத்து, அவளிடம் கொடுத்தான். பின்பு தேநீரும் போட்டுக்கொண்டு அவளுக்கும் ஒன்றை நீட்டினான். றோசி அவன் இருக்கக்கூடியதாய்த் தள்ளியிருந்தாள். அவன் அதில் இருக்கவில்லை.

"வா ஏறியிரு" றோசி அழைத்தாள். அவன் ஏறி இருந்தான். இது அவனுக்கு முதல் தடவை.

"றோசி உனக்கு வேலையில்லையா?"

"இப்போதுதானே இரவு படுகிறது. காலை 4 மணிக்குத்தான் படுத்தேன். 'பாரில்' சனம் குறைவு... 12 மணிக்குப் போனால் சரி. அப்போதுதான் காசினோ சனம் 'பாருக்கு' வரும். வழக்கறிஞர் நண்பர் ஒருவர் வந்தார் அவருடன்தான் நேற்றய பகல் போனது; பின்பு அவரின் ஹொட்டலுக்குப் போய் அவருடன் படுத்துவிட்டுவர இரவு 4 மணியாகிவிட்டது. இப்போது முற்றாக இவங்களோடு படுப்பதை நிறுத்திவிட்டேன். 'பாரில்' தேவைக்கு அதிகமாகவே 'டிப்ஸ்' கிடைக்கிறது. பழைய முக்கிய வாடிக்கையாளர்கள் கேட்டால் மறுக்க முடியாதுதானே. உன்ர படிப்பு எப்படிப் போகிறது?"

"முடிகிறது... உடை டிசைனிங் இடத்தில் வேலை செய்கிறேன்."

"நிறைய ஆண்களைச் சந்திக்கிறாயா?"

"ம்" என்றவாறு சிரித்தான்.

"டேய் யூலியன் எனக்குத் தெரிந்த Guy 'பார்கள்' இருக்கு. ஒரு நாளைக்கு அங்கு போவம். நீயும் நல்ல மனிதர்களைச் சந்திக்க முடியும். எனக்கும் Guy ஆடவர்களைப் பார்க்க விருப்பம். அவர்கள் மிக அழகாகத் திரிவார்கள். அவர்கள் தங்கள் உடலில் மிகுந்த கவனம்."

“றோசி எனக்குப் போட்டியாக நீ வந்துவிட்டாய்” என்றவாறு யூலியன் சிரித்தான்.

“டேய் யூலியன் நீ இப்போது கதைக்கிறாய்.”

இருவரும் ஜன்னல் குந்திலிருந்து தேநீர் அருந்தியபடியிருந்தார்கள். ரோசி சென் கத்தரீன் தெருவைப் பார்த்தபடியிருந்தாள்.

“மரியாண் வருகிறான் இண்டைக்கு வேளைக்கு வருகிறான்.”

யூலியன் எட்டிப் பார்த்துவிட்டு குந்தைவிட்டு இறங்கினான். அவனது முகம் மாறியிருந்தது.

“டேய் எங்கே போகிறாய்? எதற்குப் பயப்பிடுகிறாய்?”

அவன் எதுவும் கதைக்கவில்லை. அவளது தேநீர்க் கிண்ணத்தையும் வாங்கிக்கொண்டுபோய்க் கழுவினான். மரியாண் உள்ளே வந்தான். அவனது கையில் ஆறு பியர்களும் பை நிறையச் சாப்பாட்டுச் சாமான்களும் இருந்தன.

“டேய் யூலியன் இந்த இறைச்சிகளை ‘பிரிச்சுக்குள்’ வை.”

யூலியன் அவற்றை வாங்கிக்கொண்டு குசினிக்குள் போனான்.

“ஹாய் றோசி இஞ்ச என்ன செய்கிறாய் வேலை இல்லையா?” மரியாண் கேட்டான்

“எங்கள் ‘பார்’ காஞ்சு போய் இருக்குது. அதுதான் நேரத்துக்கு வந்துவிட்டேன். 12க்குப் போய்ப் பாப்பம். உன்ர ‘பார்’ எப்படி?”

“அதேதான்.” மரியாண் சொன்னான்.

றோசி குந்திலிருந்து இறங்கி அவன் கொண்டுவந்த பியரில் ஒன்றை அவனுக்கும் உடைத்துக் கொடுத்துவிட்டுத் தானும் ஒன்றை எடுத்துக்கொண்டு அவனருகில் குந்தி அவனது உதட்டில் முத்தமிட்டாள்.

“நீ களைப்பாய் இருக்கிறாய்” என்றாள்

“டேய் யூலியன் சோற்றைப் போட்டு விடுகிறாயா? நான் ஒரு ‘ஸ்பைசி டெவில்’ செய்கிறேன் எல்லாரும் சாப்பிடலாம்.”

யூலியன் “ம்” என்றவாறு அவன் சொன்னவற்றைச் செய்துகொண்டிருந்தான்.

“என்ன டெவில் செய்யப்போகிறாய்?” றோசி கேட்டாள்.

“சொசேஜஸ் வாங்கி வந்தேன். மரக்கறிகளைப் போட்டு ஒரு ‘ஸ்பைசி டெவில்’ செய்வம். வாசு வந்திட்டானா. .?”

“அவன் அறைக்குள் இருக்கிறான்” றோசி சொன்னாள்

“டேய் யூலியன் வாசுக்கு ஒரு பியர் கொடுத்துவிடுகிறாயா” என்றான் மரியாண்

யூலியன் வாசுவின் அறைக் கதவைத் தட்டி பியரைக் கொடுத்துவிட்டு வழமைபோலக் கண்வெட்டாமல் அவனைப் பார்த்துவிட்டுப் போனான். வாசுவின் அறைக்குள் இருந்து ஸ்பானிய கிட்டார் இசை வெளியே கேட்டது.

“யூலியன் தாங்ஸ். மரியாண் தாங்கஸ்.”

“வாசு இதில வாவன்.?” மரியாண் அழைத்தான்.

“ஒரு எழுத்து விசயமாக இருக்கிறேன்... உனக்கு கொம்பனிக்கு றோசி இருக்கிறாள்தானே.” என்றவாறு கதவைச் சாத்தினான். இசை மறைந்தது.

“அப்போ இண்டைக்கு சொசேஜ் டெவிலா? உன்ட கறுப்பு சொசேஜ் இல்லையா?” என்று கேட்டாள்

“அது உனக்குத்தான்” என்றவாறு எழுந்து “வா சமைப்பம்” என்றவாறு மரியாண் குசினிக்குப் போனான். மிகுதி பியர்களை காவியபடி அவளும் பின்னால் போனாள்.

மரியாண் சொசேஜையைச் சிறிதுச்சிறிதாக வெட்டினான். அதில் கொஞ்சத்தை எண்ணெய்யில் வாட்டி கொறிப்பதற்காய் எடுத்தான். றோசி மரக்கறிகளைச் சிறிது சிறிதாய் வெட்டிக் கொடுத்தாள். பியர் முடிந்திருந்தது. மரியாண் சொசேஜையையும் மரக்கறிகளையும் சேர்த்து வாசனைத்திரவியங்களும் பட்டரும் போட்டுக் கைகளால் பிரட்டிக்கொண்டிருந்தான். அவள் குசினித் தட்டுக்களைத் தடவி இரண்டு குறைப் போத்தல் சாராயத்துடன் வந்தாள். கிண்ணத்துக்குள் ‘ஐசைப்’ போட்டுச் சாராயத்தால் நிறைத்து ஒரு முரடு குடித்துவிட்டு மரியாணுக்கு பருக்கி விட்டாள். *Oven* தயாராய் இருந்தது. அதற்குள் டெவில் தட்டைத் தள்ளி விட்டுவிட்டு கைகளைக் கழுவி ரீசேட்டைக் கழற்றினான்.

“வெக்கையாய் இருக்கிறது உனக்கு வெக்கையாய் இல்லையா” என்று றோசியிடம் கேட்டான்

“ஏன் எனது ரீசேட்டையும் கழட்ட வேணும் போலுள்ளதா?” என்றுவிட்டு சிரித்தாள்

“நீ ரீசேட் போட்டா இருக்கிறாய்?” என்று போட்டு அவனும் சிரித்தான்.

அவள் ரீசேட்டை முலைகளுக்கு மேல் எடுத்துவிட்டாள்.

அவள் 'பாரில்' அவ்வாறு நின்றுதான் வாடிக்கையாளருக்குப் பரிமாறுவது வழக்கம். கிண்ணத்துள் சாராயம் முடிந்திருந்தது. அவள் மீளவும் சாராயத்தை நிறைத்து அவனிடம் கொடுத்தாள். அவன் அதைப் பருகிவிட்டு அவளை ஜன்னல் குந்தில் தூக்கி அமர்த்திவிட்டு இருவரும் முத்தமிட்டுக்கொண்டிருந்தனர். Oven அலாரம் அடித்தது.

"மரியாண் உன்ட 'டெவில்' ரெடிபோல."

மரியாண் 'டெவிலை' வெளியால் தூக்கி வைத்தான்.

"யூலியன் சாப்பாடு ரெடி" வாசுவின் கதவைத் தட்டினான்,

"வாசு சாப்பாடு ரெடி சாப்பிடு..."

"நீங்கள் சாப்பிடுங்கோ நான் பிறகு சாப்பிடுகிறேன்."

அறைக்குள் இருந்தவாறு வாசு பதிலளித்தான். குசினிக்குள் யூலியன் சாப்பாடு எடுக்க வந்தான்.

"பொறு நான் போட்டுத் தருகிறேன்" என்றவாறு மூவருக்கும் அவள் சாப்பாட்டைப் போட்டாள். யூலியன் சமைத்த மணம் குறைவதற்காய் வாசனையுடன்கூடிய மெழுகுவர்த்தியைக் கொழுத்திக் குசினித் தட்டில் வைத்தான்.

"இந்தா யூலியன் உனக்குப் பிடித்தமான சொசேஜ்" என்றவாறு அவனிடம் கோப்பையை நீட்டினாள். மரியாணும் றோசியும் ஜன்னல் குந்தில் இருந்தபடி சாப்பிட்டார்கள். சாராயமும் முடிந்திருந்தது. மரியாண் தட்டில் இருந்த சமையல் வைன் போத்தலை எடுத்துக்கொண்டு ஹால் ஜன்னல் குந்தில் ஏறி அமர்ந்து குடித்தான். அதை வாங்கி றோசியும் இரண்டு முரடுகள் பருகினாள். பின்னர் மரியாணின் அறைக்குள் போய் ஆடைகளைக் களைந்துவிட்டு அவனது கட்டிலில் படுத்துப் போர்வையால் போர்த்துக்கொண்டாள். மரியாணும் வைன் போத்தலை முடித்துவிட்டு அறைக்குள் வந்து உடைகளைக் களைந்துவிட்டுப் போர்வைக்குள் புகுந்தான். இருவரும் மாறி மாறி முத்தமிட்டனர். மரியாண் அவளது மார்புப் பகுதியிலிருந்து மெல்லக் கீழே வந்து கொண்டிருந்தான். அறைக் கதவு திறந்திருந்தது. அவள் அங்கிருந்து ஹாலைப் பார்த்தாள். யூலியன் சோபாவில் இருந்து அவனது வழமையான சனல்களைப் பார்த்துக்கொண்டிருந்தான்.

"யூலியன் வாவன் எங்களுடன் இணைந்துகொள்ளன்" என்று றோசி கேட்டுவிட்டுச் சிரித்த சிறுகணத்தில் அவள் "ஆ" என்று பலமாகக் கத்தினாள். அவனைத் தள்ளிவிட்டு எழுந்து மிகுந்த தூசனத்துடன் மரியாணைத் திட்டினாள்.

ஆலோ ஆலோ 59

“வேசிக்குப் பிறந்தவனே ... தாயோடு படுத்தவனே ... நாயே” என்று திட்டினாள். அவள் படுக்கையைவிட்டு வெளியில் வருவதற்கு முயற்சி செய்தாள். மரியாண் விடவில்லை. “என்னைவிடு என்னை விடு” என்று பலமாகக் கத்திக்கொண்டிருந்தாள் அவள். மரியாண் எழுந்து அறைக் கதவைச் சாத்திவிட்டு அவளைப் படுக்கையில் தள்ளி அவளின் மேல் ஏறி அமர்ந்து அவளின் இரு கைகளையும் அமத்தி வைத்தவாறு இருந்தான்.

“என்னை விட டா வேசி மகனே... என்னை விடடா” என்று பலமாகக் கத்திக் காறி அவன் முகத்தில் துப்பினாள். அவன் அசையவில்லை. அவள் பலமாகக் கத்தினாள். திடீரென ஸ்பானிய கிட்டார் இசை ஹாலில் கேட்டது. மரியாணின் கதவுக்கு ஒரு உதை. அது திறந்தது.

“அவளை விடடா நாயே ... அவள் வேண்டாம் என்றால் ஏன் வற்புறுத்துகிறாய்?”

மரியாண் எதும் சொல்லவில்லை. அவளின் மேலிருந்து இறங்கினான். அவன் மிரண்டுபோய் இருந்தான். மரியாணின் உடல்வலுவுக்கு வாசுவைப்போல் நால்வரை ஊரேயடியாக பிடித்து உதைக்கக் கூடியவன். ஆனால் அவன் மிரண்டு போயிருந்தான்.

“றோசி நீ வெளியே போ”

றோசி தனது உடைகளைத் தடவி எடுத்துக்கொண்டு வெளியே போனாள். அவளிடமும் மிரட்சி தெரிந்தது. மரியாணின் அறைக் கதவை அடித்துச் சாத்திவிட்டு ஹாலுக்கு வாசு வந்தான். யூலியன் டி.வி.யில் *Gay* சனலைப் பார்த்துக்கொண்டிருந்தான்.

“நீ என்ன செய்து கொண்டிருந்தாய்?” எனப் பலமாகக் கேட்டான் வாசு.

யூலியன் எதுவும் சொல்லாமல் எழுந்து அறைக்குள் சென்றான். அவனது முகத்திலும் மிரட்சி தென்பட்டது. வாசு திரும்பி டி.வி.யைப் பார்த்தான். அதில் *Guy* காட்சியொன்று போய்கொண்டிருந்தது. டி.வி.யை நிறுத்தினான். அப்போதுதான் ஜன்னல் கம்பி கையிலிருப்பதை உணர்ந்தான். அந்த ஸ்பானிய கிட்டார் இசை ஒலித்துக்கொண்டிருந்தது. வாசு தனது அறைக்குள் வந்து கதவைச் சாத்தினான். அவள் ஜன்னல் குந்தில் அமர்ந்திருந்தாள்.

“12 மணிக்கு நான் வேலைக்குப் போகவேண்டும் அதுவரையும் இங்கு நிற்கலாமா?” எனக் கேட்டாள்.

வாசு எதுவிதப் பதிலும் சொல்லவில்லை. வாசு அவளைப் பார்த்தான்.

“நீ அந்த ‘ரோப்’பைக் களட்டு… அது அம்மாவினுடையது” என்றுவிட்டு, “இந்தா இந்த ‘ரோப்’பைப் போடு” என்று அவளை நோக்கித் தனது ரோப்பை எறிந்தான்.

ஜன்னலோடு வந்துகொண்டிருந்த வீதி வெளிச்ச ஒளியில் அறை நிறைந்திருந்தது. அவளின் நிழல் அம்மாவின் படுக்கைமீது படர்ந்திருந்தது.

“நான் சொன்னது கேட்கவில்லையா?”

அந்தக் குரலில் அழுத்தம் தெரிந்தது. அவள் மெல்ல ஜன்னல் குந்திலிருந்து இறங்கி ‘ரோப்’பைக் களைந்து தாயின் கட்டிலில் போட்டாள். தனது முடிகளைக் கோதிக் கொண்டையைப் போட்டாள். நிர்வாணமாகச் சிறிது நேரம் நின்றாள். அவளின் நிழல் அவனது படுக்கைவரை நீண்டிருந்தது. அவன் கொடுத்த ‘ரோப்’பைப் போட்டுவிட்டு ஜன்னல் குந்தில் மீளவும் அமர்ந்திருந்து சென் கத்தரீன் தெருவைப் பார்த்தபடியிருந்தாள். வாசு தாயின் ‘ரோப்’பை எடுத்துப் பக்குவமாய் மடித்தான். பின்பு அதை முகர்ந்து பார்த்தான். பின்னர் அதைத் தலையணைமீது பக்குவமாக வைத்தான். அவனது செய்கைக்கான அர்த்தம் அவளுக்குப் புரியவில்லை. ஸ்பானிய கிட்டாரின் காதல் இசை அறையில் கலந்திருந்தது. அந்த அறையின் ஒளியும் அந்த இசையும் தகுந்த சுருதியோடு இணைந்திருந்தது.

“அம்மா என்றால் உனக்கு விருப்பமா?” அவள் கேட்டாள்

“எனக்கு இரண்டு வயதாய் இருக்கும்போதே அப்பா போருக்குப் போய் இறந்துபோனார். போர்க் கப்பலில் ஏறுவதற்கு முன்னதாக ‘நான் இறந்தால் என்னை மறந்துவிடுவாயா’ எனக் காதல் மிகுதியால் அப்பா கேட்டாராம். அவர் இறந்த பின்னரும் அம்மா அவரின் நினைவாகவே இருந்தாள். அப்பாவை அவள் என்மூலமாகக் கண்டாலோ என்னவோ என்னை மிகுந்த அக்கறையுடன் வளர்த்தாள். உனக்குத் தெரியும் தனியனாக ஒரு பெண் எவ்வளவு கஸ்டங்களை அனுபவித்திருப்பாள்! அவள் எனக்கு நம்பிக்கை மிகுந்தவளாய் இருக்கிறாள். ஒருபோதும் அவள் எனக்குத் தீங்கு நினைத்தது கிடையாது. அவளது முழு நினைப்பும் என்னைப்பற்றியதாகவே இருக்கும். எனது வாழ்வில் அம்மாவின் பங்கு பிரமாண்டமானது. அம்மாவின் நினைவு வரும்போது அந்த ‘ரோப்’பை முகர்ந்து பார்ப்பேன். அதில் அம்மாவின் மணம் உள்ளது.”

அவனது குரல் நெஞ்சின் ஆழத்திலிருந்து வருவதாகத் தோன்றியது. றோசி ஜன்னல் குந்திலிருந்து சிகரட்டை மூட்டிப் புகைத்தபடியிருந்தாள்.

“நான் அம்மாவைப்பற்றி நினைப்பதேயில்லை. எனக்கு அப்படியொரு சீவன் இருப்பதாய் நினைப்பு வருவதும் இல்லை. நான் 12 வயதில் பருவமடையும் வரையில் அவள் ஒரு தாய்போல இருந்தாள். அதன் பின்பு என்னை வேசியாக்கிப் பிழைப்பு நடத்துவதில் அக்கறையாய் இருந்தாள். 16 வயதில் ஒரு வழக்கறிஞனோடு என்னைக் கூட்டிவிட்டாள். அதன் பின்னர் பெரிய வாடிக்கையாளர்கள் வந்து சேர்ந்தார்கள். உடல் வலிக்கும்போது அம்மா சாராயம் தந்தாள். படுக்க வந்தவர்கள் கஞ்சாவும் கொக்கேனும் தந்தார்கள். எனக்குள் வெறி வந்தது. அம்மாவுக்குப் போட்டியானேன். பெரிய வாடிக்கையாளர்களை எனது கைக்குள் போட்டுக்கொண்டு வீட்டை விட்டு வெளியேறினேன். நன்றாக உழைத்தேன்; உடைகள் வாங்கினேன்; என்னை அலங்கரிப்பதற்குச் செலவழித்தேன் ... உடல் அழகைக் காப்பாற்றச் சத்திர சிகிச்சைகள் செய்தேன். இப்போ எல்லாவற்றையும் நிறுத்திவிட்டேன். ‘பாரில்’ மார்பைக் காட்டிக்கொண்டு பரிமாறும் வேலையில் ‘டிப்ஸ்’ தேவைக்கதிகமாவே கிடைக்கிறது. உறவுகளைப்பற்றி நான் எந்த அர்த்தங்களையும் கொண்டிருக்கவில்லை” என்றுவிட்டுத் தெருவைப் பார்த்தபடியிருந்தாள்.

கிட்டார் இசை கேட்டவண்ணமிருந்தது. குந்திலிருந்து இறங்கி அவனருகே வந்து சிகரட்டை நீட்டினாள். அவன் அதை வாங்கிப் பற்றியபடி ஜன்னல் குந்தில் ஏறியமர்ந்தான். அவள் அவனது கட்டிலில் அமர்ந்தாள்.

“எதுவும் உண்மையாய் இருப்பதில்லை... ஓடும் நீரில் விழுந்த இலைபோல நான் போய்க்கொண்டிருக்கிறேன்” என்றாள்.

வாசு குந்திலிருந்து லா காசா தெருவைப் பார்த்த வண்ண மிருந்தான். அவளது முகத்தையும் பார்க்கக்கூடியதாய் இருந்தது.

“வாசு! உனது அம்மா இறந்தால் என்ன செய்வாய்?”

பதில் எதும் வரவில்லை. பாடலின் இறுதியில் உச்சத்திற்கு கிட்டாரின் இசை போய்ச் சடுதியாக நின்றது. பின் அடுத்த காதல் பாடல் இசைக்கத் தொடங்கியது. திடீரென விம்மும் ஒலி கேட்டது. றோசி அவனைப் பார்த்தாள். அவன் அழுவதாகவே அவளுக்குப் பட்டது. எழுந்து அவன் அருகே சென்றாள். கண்களால் கண்ணீர் வடிந்துகொண்டிருந்தது.

“வாசு என்னை மன்னித்துவிடு ... கண்ணீர் வருமளவுக்கு ஆழமான அர்த்தம் இருக்கிறது என்று எனக்குத் தெரியாது ... என்னை மன்னித்துவிடு...”

அவன் கையிலிருந்த சிகரட்டை வாங்கி ரேக்குள் அமர்த்தி நூற்றுவிட்டாள். அவனது கண்களைத் துடைத்துத் தலையைக் கோதி முகத்தை அவளது பக்கம் திருப்பினாள்.

"வாசு என்னை மன்னித்துவிடு, நான் பழகிய மனிதர்கள் எல்லோரும் அப்பிடித்தான்."

அவள் குந்தில் ஏறி அமர்ந்தாள். அவனைத் தன்னகத்தே அணைத்தாள். அவன் உதட்டில் முத்தமிட்டாள். அவன் அவளைக் கண்வெட்டாது பார்த்தபடியிருந்தான். அவளும் அவனைக் கண்வெட்டாது பார்த்தபடியிருந்தாள். அவன் குந்திலிருந்து இறங்கி அவள் உதட்டில் முத்தமிட்டான். பின்னர் அவளது 'ரோப்'பைக் நீக்கி மார்புகளைக் கைகளால் தடவி முகத்தைப் புதைத்தான். அவள் 'வாசு வாசு' என மெல்லியதாய் முனகினாள். கைகளைப் பின்னால் ஊன்றிப் பின்னோக்கி உடலை வளைத்தபடியிருந்தாள். அவள் கழுத்திலிருந்து மெல்ல மெல்ல முத்தமிட்டபடி கீழ் நோக்கி வந்தவன் தொப்புள் அண்மையாக நிறுத்திக்கொண்டான். தொப்புள் பகுதி சிவந்துபோய் இருந்தது.

"அவன் அதில்தான் கடித்தான்" என்றாள்.

தனது நாவால் அந்த இடத்தை மென்மையாக வருடினான். அவள் 'வாசு... வாசு...' என்றபடி அவனை அணைத்தாள். அவன் அவளைத் தூக்கி நிறுத்தினான். அவள் அவனை முத்தமிட்டபடி அவனின் ஆடைகளை மெல்ல மெல்லக் களைந்தாள். அவன் அவளைத் தூக்கித் தாயின் கட்டிலில் வளர்த்தினான். உச்சியிலிருந்து மெல்ல மெல்லக் கொஞ்சியவாறு கீழ்நோக்கி வந்தான். றோசி 'வாசு... வாசு...' என முனகியபடியிருந்தாள். காமம் உச்சமடைந்தது. ஸ்பானிய கிட்டாரின் இசை காமத்தின் அசைவுடன் இயைந்திருந்தது. இருவர் நிலையிலும் உலகு மறைந்திருந்தது. கிட்டாரின் இசை அதி உச்சத்திற்கு சென்றது; அதி உச்சத்தில் வேறு சுரங்களைத் தீண்டி உச்சத்தில் நின்றொலித்தது. பின்னர் மெல்ல மெல்லக் குறைந்து மென்மையாய் இசைத்துக்கொண்டிருந்தது. அவள் தனது கால்களால் அவனது இடுப்பை இறுக்கிப் பிடித்தாள். அவனது கழுத்தைக் கைகளால் இறுகப் பிடித்தாள். அவனை முத்தமிட்டாள். அவன் எழுந்திருக்க முயன்றான். அவள் பிடியைத் தளர்த்தவில்லை. அவன் அவள் மீது படுத்திருந்தான். அவளை முகர்ந்தான் அவளின் மணம் இனிதாக இருந்தது. அவள் பிடியை தளர்த்தினாள். எழுந்திருக்க முயன்றான். அவள் அவனது ஒரு கையைப் பிடித்து நெஞ்சோடு அணைத்தபடி சுருண்டு படுத்திருந்தாள். அவன் தனது கையை இழுக்க முயலவில்லை.

"நான் சிகரட் பற்ற வேணும் விடுகிறாயா?"

அவள் பிடியை விலக்கும்வரை அவன் கட்டிலில் அமர்ந்திருந்தான். அவள் பிடி விலகியிருந்தது. எழுந்து மேசையிலிருந்த தண்ணீரைக் குடித்துவிட்டு சிகரட்டை மூட்டி புகை பிடித்தபடி ஜன்னல் குந்தில் அமர்ந்திருந்தான். நேரம் 12 மணியை அண்மித்திருந்தது. கட்டிலின் போர்வைகள், தலையணை என்பன காமச் சன்னதத்தில் குலைந்துபோயிருந்தன. அவள் ரோப்பை எடுத்து உடலை மூடிப் படுத்திருந்தாள். அறையின் மௌனத்தோடு கிட்டாரின் இசை இயந்திருந்தது.

"நான் இங்கே தங்கிவிடவா?" அவள் கேட்டாள்.

அவன் எதுவுமே சொல்லவில்லை. வெளியில் பார்த்தவாறு குந்தியிருந்தான்.

"நான் போக வேண்டுமா?" அவள் திரும்பவும் கேட்டாள்.

அவன் பதிலளிக்கவில்லை. புகைத்தவாறு இருந்தான். அவள் எழுந்தாள் 'ரோப்பை'ப் போட்டுக்கொண்டு குளியறைக்குப் போனாள். அந்த 'ரோப்' தாயின் உடையது. அவள் திருப்பி வரும்போது அவன் புகைத்த வண்ணமேயிருந்தான். அவள் உடைகளை அணிந்தாள். அவனைப் பார்த்தாள். அவன் ஜன்னலுக்கு வெளியே பார்த்தபடியிருந்தான். அவள் அவனைப் பார்த்தபடியிருந்தாள். அவன் திரும்பவில்லை.

"நான் போகிறேன் கதவைச் சாத்திவிடு" என்றுவிட்டு அறையை விட்டு அகன்று நேரே மரியாணின் அறைக்குள் போனாள்.

மரியாணும் யூலியனும் கட்டிப்பிடித்தபடி உறக்கத்திலிருந்தனர். அங்கிருந்த தனது கைப்பையை எடுத்தாள். வாசலை நோக்கிப் போனாள். அங்கு கதவைச் சாத்துவதற்காக வாசு காத்திருந்தான். அவன் அவளது முகத்தைப் பார்க்கவில்லை. அவள் வெளியில் நின்று

"வாசு! நீயும் என்னையொரு வேசியாகவே நடத்திவிட்டாய் என்ன?" என்றாள். அவள் குரல் தளதளத்திருந்தது.

அவள் கண்கள் பனித்திருந்தன. அவள் நடந்தாள். வாசு கதவைப் பூட்டிவிட்டுத் தனது அறைக்குள் ஓடிப்போனான். தாயின் ரோப்பை எடுத்து முகத்துள் புதைத்து ஓவென்று அழுதான். 'வாசு! நீயும் என்னையொரு வேசியாகவே நடத்திவிட்டாய் என்ன?' அவனது காதுக்குள் ஒலித்துக்கொண்டிருந்தது. கிட்டாரின் இசை அவனது காதுக்குக் கேட்கவேயில்லை. அவனால் அழுகையை நிறுத்த முடியாமல் இருந்தது. அவன்

பா.அ. ஜயகரன்

ஜன்னலூடாக எட்டிப் பார்த்தான். அவள் லா காசாவின் பிரதான வாயிலுக்கூடாக வெளியே வந்து சென் கத்தரீன் வீதியை நோக்கி நடந்துகொண்டிருந்தாள்.

'றோசி... றோசி...' என்று உரக்கக் கத்துவதாக உணர்ந்தான். ஆனால் அது அவளுக்குக் கேட்டிருக்க முடியாது. அவள் திரும்பிப் பார்க்கவில்லை. சென் கத்தரீன் வீதியால் நடக்கத் தொடங்கினாள். அவன் குந்தில் ஏறியமர்ந்து அவள் போன திக்கைப் பார்த்தபடியிருந்தான். அவள் மெல்ல மெல்ல அவன் கண்களிலிருந்து மறைந்துகொண்டாள். அவன் கையிலிருந்த தாயின் ரோப்பிலிருந்து றோசியின் மணமும் சேர்ந்து வீசுவதாக உணர்ந்தான். காதல் பாடலின் இறுதி வரிகளை ஸ்பானிய கிட்டார் மீட்டிக்கொண்டிருந்தது.

●

26.12.2006

அடேலின் கைக்குட்டை

சைமன் தனது வாகனத்திலிருந்த இடம் காட்டும் கருவியைப் பார்த்தவாறு வாகனத்தைச் செலுத்திக்கொண்டிருந்தான். அவனுடன் பணி செய்யும் லீ இன்று கடமைக்கு வர முடியவில்லை. அவள் வழமையாகப் பராமரிக்கும் மூதாட்டியை இன்று சைமன் பராமரிக்க வேண்டியிருந்தது. இடம் காட்டி 25 செமினோலில் நிறுத்தியது. தனது அடையாள அட்டையைக் கழுத்தில் மாட்டினான். மூதாட்டியின் கோப்பைத் திறந்து அவளைப்பற்றிய குறுந் தகவல்களை அறிந்தான். செல்வி அடேலா, வயது 76, அவசரத்திற்கு அழைக்க வேண்டிய இலக்கங்கள்: லீசா (தங்கை) 416, அலக்ஸ் (பெறாமகள்) 416, அதுவொரு பங்களா வீடு. வீட்டு ஜன்னல் கட்டில் அவளது கறுப்பு – வெள்ளை நிறப் பூனை குந்தியிருந்தது. வீட்டு அழைப்பு மணியை அழுத்தினான். அவள் கதவின் பாதுகாப்புச் சங்கிலியைக் கழற்றாது கதவைத் திறந்து,

"யாரது" எனக் கேட்டாள்.

"எனது பெயர் சைமன். சுகாதாரப் பராமரிப்பு நிறுவனத்திலிருந்து வருகிறேன். உங்களது வழமையான பராமரிப்பாளர் லீ சுகயீனம் காரணமாக வரவில்லை. எனது அலுவலகத்திலிருந்து உங்களுக்கு அழைத்தார்களா?"

"உனது பெயர் சைமன்? உள்ளே வா..."

என்றவாறு பாதுகாப்புச் சங்கிலியைக் கழற்றிக் கதவை அகலத் திறந்தாள்.

"வணக்கம் அடேல். நான் என்ன செய்ய வேண்டும் என்பதைச் சொல்லுங்கள்."

அடேல் சொல்லு முன்னரே பூனைக்காய்ப் போடப் பட்டிருந்த மண்ணிலிருந்து புழுக்கைகளையும், சலம் தோய்ந்த மண்ணையும் அகற்றி அதனுள் புதிய மண்ணைக் கொட்டினான்.

"உங்கள் பூனையின் பெயர் என்ன?"

"எமா . . . 12 வயதாகிறது; கனநாட்களாக வெளியில் செல்லவில்லை. அதுதான் வெளியே பார்த்துக்கொண்டிருக்கிறது."

"வெளியே விடவா?"

"வேண்டாம் சைமன்... ஒரு கிழமைக்கு மேலாகத் தொலைந்து இப்போதுதான் வந்திருக்கிறது. சைமன் எனக்குச் செய்ய வேண்டிய வேலையொன்றுமில்லை. நேற்றுத்தான் வெளியே போய் வந்தேன். சாப்பாட்டுச் சாமான்கள் எல்லாம் இருக்கிறது. முந்த நாள், லீ சைனீஸ் சூப்பொன்று போட்டுத் தந்தாள், மிகுதி குளிர்ப்பெட்டியில் இருக்கிறது. எனக்கு ஒரு கிழமைக்குப் போதும்."

எதுவுமே செய்யாமல் இருப்பது அவனுக்குச் சங்கடமாக விருந்தது. குறைந்தது இரண்டு மணிநேரமாவது இங்கு செலவழிக்க வேண்டும். அங்கிருந்த சாமான்களை ஒழுங்குபடுத்தினான். குப்பை வாளியிலிருந்தது குப்பைகளை அகற்றினான். அடேல் மெல்ல எழுந்து நடந்து திரிந்தாள். உதவியாளர் நிற்கும்போது அவள் தனது உடலுக்குப் பயிற்சி கொடுப்பது வழமை. நீண்ட தூரம் நடக்க முடியாது. அதனால் அவளுக்கொரு மின்சார சக்கரக் கதிரை கொடுக்கப்பட்டிருந்தது.

"சைமன் நீ ஏதாவது அருந்தப் போகிறாயா? குளிர்ப்பெட்டி யில் பழரசங்கள் உண்டு விரும்பியதை எடுத்துக் குடி."

"செல்வி அடேல் உங்களுக்குத் தேநீர் போட்டு தரவா?"

"நீயும் குடிப்பாயா? சரி போடு . . . உன்னைப் பார்க்க சரியான அசதியாய் இருப்பதாய்த் தெரிகிறது... தேநீரைப் போட்டு இதில் வந்து இரு."

"ஆமாம் அசதியாய்த்தான் இருக்கிறது. எனது வேலை நேரம் முடிந்துவிட்டது. லீ வராததால் உங்களது வேலையை யும் எடுத்துக்கொண்டேன்."

சைமன் தேநீர் போடுவதற்குக் குசினிக்குச் சென்றான்.

"சைமன் நீயும் சீனாக்காரனா?"

"இல்லை நான் இலங்கை. அங்கு போர் நடக்கிறது. அதனால் இங்கு குடிபெயர்ந்து விட்டேன்."

"உன் உறவினர் எல்லோரும் வந்துவிட்டார்களா?"

"எனது மனைவியும் பிள்ளைகளும் இங்கு இருக்கின்றோம். உறவினர்கள் எல்லோரும் அங்குதான். எமது பெற்றோர்கள் எல்லோரும் அங்குதான்."

"போர்... அது இன்னமும் அழியவில்லை."

"செல்வி அடேல் உங்களுக்கு எவ்வளவு சீனி போட வேண்டும்?"

"ஒரு கரண்டி போதும்."

சைமன் தேநீருடன் வந்தான். அவள் சோபாக் கதிரையில் இருந்தாள். சோபாவுக்கு அருகிலிருந்த சிறு மேசையை அவளின் அருகில் இழுத்து வைத்துவிட்டுத் தேநீரை அதில் வைத்தான். அடேல் சிரித்தாள்.

"என்ன... உணவகப் பராமரிப்பு நடக்கிறது?"

சைமன், தேநீர்க் குவளையைத் தட்டில் வைத்துக் கொடுத்திருந்தான்.

"பிரித்தானியர்கள் அப்பிடித்தான் கற்றுத் தந்தார்கள்."

சைமன் தனது தேநீருடன் சோபாவில் அமர்ந்தான்.

"இவ்வளவு மைல்களுக்கப்பாலும் போர் எம்மை விட்டு வைக்கவில்லை. உனது முகம் காய்ந்து போயிருக்கிறது. உனக்கு அசதியாய் இருந்தால் இதில் படு. உனது நேரத்திற்கு உன்னை எழுப்பி விடுகிறேன். தேநீர் நன்றாக இருக்கிறது. உங்கள் ஊர்த் தேயிலைதான். ஒவ்வொரு கிழமையும் நடக்கும் மூதாட்டியர் ஒன்றுகூடலுக்கு உங்கள் ஊர் மூதாட்டியர் நிறையப் பேர் வருகிறார்கள். போர் குறித்து அச்சப்படுகிறார்கள்... சைமன் என்னை அந்த ஜன்னல் அருகே இருத்திவிடுகிறாயா?"

அவள் இருந்த சோபாக் கதிரையை ஜன்னல் அருகே வைத்துவிட்டு அவளைப் பிடித்துக் கொண்டுவந்து இருத்திவிட்டான்.

"எனக்கு வெளிச்சம் தேவைப்படுகிறது."

அவளின் அன்பு அவனுக்கு ஆச்சரியமாயிருந்தது. மற்றைய வீடுகள்போல் அல்லாது மிகவும் நேர்த்தியாகவே இருந்தது. 50களின் சாயல் அந்த வீட்டிலிருந்தது. அவளின் படுக்கையறைக்குச் சென்று படுக்கைகளை நேர்த்தியாக விரித்துவிட்டான். விளக்கு மேசையிலிருந்த அவளின் படத்தைப் பார்த்தான். அவன் ஒரு கணம் அசந்தே போனான். மிகவும் அழகிய இளங்குமரி. கொலிவூட் நடிகைகளின் பாணியிலிருந்தாள். அது அவளது பதின் வயதிலெடுத்த படமாகவிருக்கக் கூடும். அவளது கண்கள் கவர்ச்சிகரமாகவிருந்தன. அழகிய நீள மூக்கு. அவளின்

வசீகரத்தைக் கூட்டியிருந்தது. வதிவறைக்கு வந்தான், அவள் வெளியே பார்த்தபடி குந்தியிருந்தாள். அவளது மடியில் பூனை படுத்திருந்தது. அவளை உன்னிப்பாகப் பார்த்தான். முதுமை அவளை மாற்றியிருந்தது. அவளின் மூக்கும், கண்ணின் கவர்ச்சியும் அவ்வாறே இருந்தன. வழமையாக வீடுகளில் சுவர்களை அலங்கரிக்கும் படங்களை அங்கே காணவில்லை. ஒரேயொரு படம். அது அவளது படுக்கையறையில். அவள் எதைப் பற்றியும் அக்கறை கொண்டதாகத் தெரியவில்லை. நான் என்ன செய்கிறேன் என்பதைப் பற்றிக்கூடவும். அந்த அழகிய முகம் முதுமைச் சுருக்கத்துள் மறைந்துபோயிருந்தது. சைமன் தேநீருடன் சோபாவில் அமர்ந்தான்.

"டிவி பார்ப்பதாயின் பார்."

"நன்றி செல்வி அடேல், நான் பார்க்க விரும்பவில்லை. ஒரே வன்முறையாய்த்தான் இருக்கிறது. நான் அதிலிருந்து அன்னியப்பட விரும்புகிறேன்."

அவனிருந்த சோபாவிற்கருகில் ஆறு அல்பங்கள் அடுக்கப் பட்டிருந்தன. அந்த அல்பங்களின் பழமை அவனை ஈர்த்தது.

"செல்வி அடேல்! இந்த ஆல்பங்களைப் பார்க்கலாமா?"

"பார்க்கலாம்... அவைதான் எனது மிகப்பெரிய சுமை."

அடேல் ஜன்னலூடாக வெளியே பார்த்தவாறு இருந்தாள். அதிலிருந்த ஒரு வெளிறிய கறுப்பு ஆல்பத்தைத் தூக்கினான். அவனது கணிப்பு சரியாகவிருந்தது. அதே பழையது. முதற் பக்கத்தில் அடேலின் குடும்பப் படம். எல்லோரும் நின்றவாறு படம் எடுக்கப்பட்டிருந்தது. அந்தப் படத்தின் கீழ் மேக்லாங், யாவா, டச்சு கிழக்கிந்தியா, 1937 என்று குறிப்பிடப்பட்டிருந்தது.

○○○

மத்திய யாவாவின் மிகப்பெரிய நகராக மேக்லாங் விளங்கியது. 1818 அளவில் பிரித்தானியர்களிடமிருந்து டச்சுக்காரர்கள் கைப்பற்றினார்கள். 1825 டச்சுக்காரரின் ஆக்கிரமிப்புக்கு எதிராக யாவா மக்களின் கலகம் அங்குதான் மையங்கொண் டிருந்தது. அதை அடக்கியது தொடக்கம் டச்சுக்காரரின் பெரும் படைத்தளமாக மேக்லாங் விரிவடைந்திருந்தது. மிகவும் அழகிய நகரம். கிழக்கே எலோ நதியும் மேற்கே புரோகோ நதியும் ஓடிக்கொண்டிருந்தன. அதன் தெற்கே ரைடார் மலையிருந்தது. மேர்பாபு மலையும் மெறபி மலையும் மறுகரைகளில் இருந்தன. மெறபி எரிமலை. நெருப்பைக் கக்காதபோதில் புகைத்துகொண்டேயிருந்தது. மேக்லாங்கிலிருந்து அதன் நுனியைத் தெளிவாகப் பார்க்கக்கூடியதாயிருந்தது.

1918இல் நகர குடிநீர்த் திட்டத்திற்காக நீர்த்தாங்கி கட்டப்பட்டு நகருக்கு நீர் விநியோகம் செய்யப்பட்டிருந்தது. 1927இல் நகருக்கு மின்சாரம் விநியோகிக்கப்பட்டதோடு ஆஸ்பட் தெருக்களும் போடப்பட்டிருந்தன. உலகின் மிகப்பெரிய புத்த விகாரை புரோபோடோர் அங்குதான் இருந்தது. இந்து பௌத்த சிற்பங்கள் உள்ளூர்வாசிகளின் இல்லங்களில் காணப்பட்டதோடு, டச்சு கொலனியல் வீட்டுப் பூத்தோட்டங்களையும் அவை அலங்கரித்திருந்தன.

1937ஆம் ஆண்டு யாவா – மேக்லாங் டச்சுப் படைத்தள இராணுவ டாக்டராக மேஜர் பாரன்ட் இணைந்திருந்தார். அவர் மனைவி ஆலின் மகள்மார் அடேல், லீசா ஆகியோரும் ஆம்ஸ்ரடாம் வந்து சேர்ந்திருந்தார்கள். அப்போது அடேலுக்கு 13 வயது, லீசாவுக்கு 10 வயது. மேக்லாங் குட்டி அம்சடாம்போல் காட்சியளித்தது. அதிகாரிகளுக்கென டச்சுக் கொலனியல் வீடுகள் அமைக்கப்பட்டிருந்தன. அதிலொரு வீட்டில்தான் மேஜர் பாரன்ட் குடும்பம் தங்கியிருந்தது. வீட்டு வேலைகளுக்கு யாவா வேலையாட்கள் அமர்த்தப்பட்டிருந்தார்கள். டச்சுக்காரர் பூந்தோட்டங்களில் அக்கறை கொண்டிருந்தார்கள். அவர்களது வீடுகள், பணிமனைகள் பூந்தோட்டத்தால் அழகேற்றப்பட்டிருந்தன. நூற்றுக்கணக்கில் டச்சுக் குடும்பங்கள் அங்கு வாழ்ந்து வந்தார்கள். அவர்களுக்கெனக் கோவில்கள், பள்ளிக்கூடங்கள், வைத்தியசாலைகள் என்பன நிர்மாணிக்கப்பட்டிருந்தன. 100 வருடங்களுக்கு மேலான டச்சு ஆதிக்கத்தின் வெளிப்பாட்டை அந்நகரம் சுமந்திருந்தது. அவர்களின் வேலையாள் அடேலுக்குப் பூனைக்குட்டியொன்றைப் பரிசளித்தார். அதற்கு ‘எமா’ எனப் பெயர் சூட்டினார்கள். அம்சடாமிலிருந்து புதிதாய்க் குடியேறியவர்கள் என்ற பாதிப்பு அவர்களில் காணப்படவில்லை. மலைக்குள்ளிருந்து எழுந்து மறையும் சூரியனும், பச்சை வயல்வெளிகளும் மேக்லாங்கின் வனப்பும் அவர்களை ஈர்த்தது.

பிரதான டச்சுத் தேவாலயத்தின் அருகிலேயே டச்சுப் பாடசாலையும் இருந்தது. அடேல் பள்ளிநேரம் போக மிகுதி நேரம் தேவாலயத்திலும் நகரத்தின் பிரதான தாவரவியல் தோட்டத்திலும் நேரத்தைச் செலவழித்தாள். அங்கே சிறுவர்களுக்கென விளையாட்டுத் திடலும் கட்டப்பட்டிருந்தது. புரோகோ நதிக்கரையாக அந்தத் தோட்டம் நீண்டிருந்தது. அந்தத் தோட்டத்திலிருந்த நூற்றுக்கணக்கான பூவகைகளும் அவற்றின் வண்ணங்களிலும் அவள் லயித்துப்போயிருந்தாள். பூக்களை முகர்ந்தாள்; பெரும்பாலான பூக்கள் தனித்துவமான மணத்தை கொண்டிருந்தன. அவற்றை நன்கே அறிந்து வைத்திருந்தாள். பூக்களின் இதழ்களைத் தடவி அதன்

மென்மையில் இணைந்து அவற்றோடு உறவாடியிருந்தாள். வண்ணத்துப்பூச்சியாக பிறந்திருந்தால் பூக்களோடு நெருங்கி உறவாட முடியுமென கனவுகொண்டாள். அடேல் இங்கு குடியேறிய பின்பு பூக்களில் அதிக நாட்டம் கொண்டிருந்தாள். ஞாயிற்றுக்கிழமைப் பூசைக்காகத் தேவாலயத்தைப் பூக்களால் இவளே அலங்கரித்தாள். பூக்கள் மட்டுமல்ல இலைகள், காய்கள், செடித் தண்டுகள், கொடிகள் எனப் பலவற்றையும் பூக்களோடு தொகுத்து அலங்கரிப்பதில் அவள் கலையுணர்வு வெளிப்பட்டது. தேவாலத்தில் தேவபாக்களைப் பாடுவதில் அவளே முதன்மைப் பாடகியாய் இருந்தாள். மேக்லாங்கில் உள்ள மடத்தில் இணைந்து கன்னியாஸ்த்திரியாவதே எண்ணமாயிருந்தாள். அதனால் தேவாலய வேலைகளில் மிகுந்த ஈடுபாட்டைக் காட்டி வந்தாள்.

1940 மேக்லாங் டச்சுத் தேவாலாயம்

ஞாயிறு பிரார்த்தனைக்காய் அனைவரும் கூடியிருந்தார்கள். அன்றைய மலர் அலங்கரிப்புகளுக்காய் வெள்ளை, சிவப்பு பூக்களை அடேல் தெரிவு செய்திருந்தாள். டெய்சியும் ரோஜாவும் அதிகமாயிருந்தன. எல்லோரும் பேசிக்கொள்ளும் அளவிற்கு அவளது மலர் அலங்காரமிருந்தது. சிறுவர்களின் கைளில் வைத்திருப்பதற்காய் மலர்ச் செண்டு ஒன்றையும் செய்திருந்தாள். சிறுவர்களை மேய்க்கத் தெரிந்தவள் எனப் பாதிரியாரும் தெரிவித்தார். கேணல் ஓகாரே அடேலின் தந்தையுடன் கதைத்துக் கொண்டிருந்தார். இருவர் முகமும் காய்ந்துபோயிருந்தன. கேணல் ஒகாரேயின் வருவுக்காகக் காத்திருந்த பாதிரியார் தனது பூசையை ஆரம்பிக்கத் தயாரானார். கேணல் முன்சென்று பாதிரியாருடன் பேசினார். அவர் முகத்திலும் சஞ்சலம் தெரிந்தது. மேலே பார்த்துக் கைகளை விரித்து இறைவனை விளித்தார்.

வழமைபோல் பிரார்த்தனை நடைபெற்றது. பிரார்த்தனை முடிவில் பாதிரியார் தனது உரையத் தொடங்கினார்.

“கருணையுள்ள ஆண்டவர் எல்லோர் மனதிலும் சமாதானத்தை உண்டாக்கட்டும். இறைவனுக்கு மலர் அலங்காரம் செய்த குழந்தை அடேலுக்கு நன்றி. அவள் மலர்கள் இன்று வெள்ளை, சிவப்பாய் நிறைந்திருக்கின்றன. வெள்ளை, தூய்மை, புனிதம், அமைதி, சமாதானம்.

“அதுவே எமக்கு நிறையத் தேவைப்படுகிறது. ஏனெனில் எமது நெதர்லாந்து தேசத்தை நாசிகள் ஆக்கிரமித்துவிட்டார்கள்.”

கூட்டத்தில் பெருத்த சலசலப்பு ஏற்பட்டது. எல்லோர் முகங்களும் உருமாறியிருந்தன.

"இந்த நேரத்தில்தான் நமக்கு அமைதி தேவைப்படுகிறது. எமது நெதர்லாந்து அரசருக்காகவும் ராணிக்காவும் அவர் குடும்பத்திற்காகவும் அவர் குடிகளுக்காகவும் நாம் பிரார்த்திப்போம்; எம்மைப் படைத்த ஆண்டவரே! கொடுமைகளிலிருந்து எம்மைக் காப்பாற்றும். எதிரிகளுக்கு நல்ல புத்தியைக் கொடும்."

எல்லோரும் பிரார்த்தித்தார்கள். அவர்களின் எதிர்காலம் அச்சமானதாயிருந்தது.

1937ஆம் ஆண்டு மஞ்சூரியாவை ஜப்பானியர்கள் கைப்பற்றியிருந்தார்கள். அதன் பின்னர் சீனாவை முழுமையாக ஆக்கிரமிக்க ஜப்பான் முயன்றது. சீன ஆக்கிரமிப்பால் அமெரிக்கா ஜப்பானுக்கிடையே முரண்பாடு வளர்ந்தது. ஜப்பானியர்களுக்கான மசகு எண்ணெயையும் ஏனைய ஏற்றுமதிகளையும் அமெரிக்கா நிறுத்தியதோடு அமெரிக்காவில் உள்ள ஜப்பானியர்களின் சொத்துக்களை முடக்கியது. ஜப்பானியரின் ஆக்கிரமிப்புக்கு மசகும் உலோகங்களும் நிறையவே தேவைப்பட்டன. அவர்களின் தேவையைப் பூர்த்தி செய்யக்கூடிய இடமாக யாவாவேயிருந்தது. யாவாவின் மசகு வளமும் உலோக வளமும் ஜப்பானுக்குத் தேவைப்பட்டது. யாவாவுக்கான ஆக்கிரமிப்பைத் துரிதப்படுத்துமாறு பேரரசர் கீமோகீற்ரோ கட்டளையிட்டார். நெதர்லாந்து நாசிகளிடம் சென்ற பின்னர் ஜப்பானியர்கள் கிழக்காசியா மீதான தாக்குதல்களை அதிகரித்தார்கள். ஐரோப்பியக் காலனித்துவம் மெல்ல மெல்ல விழத்தொடங்கியது. காலனித்துவத்திற்கெதிரான உள்ளூர்க் கிளர்ச்சியாளர்களும் ஜப்பானியர்களுடன் இணையத் தொடங்கினார்கள்.

1942 மேக்லாங், யாவா

டச்சு இராணுவத்தின் உயர் பீடம் அவசரக் கூட்டமொன்றைக் கூட்டியிருந்தது. மேஜர் பாரனும் அழைக்கப்பட்டிருந்தார். எதிர்த்துப் போராடுவதுகுறித்து வாதங்கள் நிகழ்ந்தன. இறுதியில் எந்த எதிர்ப்பையும் காட்டாது சரணவடைவது எனத் தீர்மானிக்கப்பட்டது. ஜெனிவா ஒப்பந்த அடிப்படையில் தமக்குப் பாதுகாப்புக் கிடைக்குமென அவர்கள் நம்பினார்கள். ஜப்பானிய இராணுவம் மேக்லாங்கை ஆக்கிரமித்தது. டச்சுக்காரரின் கொட்டம் அடங்கியது எனச் சுதேசிகள் ஆர்ப்பரித்துத் திரிந்தார்கள். ஜப்பானிய வாகனங்களும் படைகளும் நிர்வாக, இராணுவ நிலைகளை ஆக்கிரமித்துக்கொண்டார்கள். பெண்களும் குழைந்தைகளும் தேவாலயத்தில் தஞ்சமடைந்தார்கள். நகர மத்தியிலிருந்த டச்சு ஆளுநர் ஜான் பீற்றசன் கோனின் சிலை சுதேசிகளால் அடித்து

நொறுக்கப்பட்டது. அந்த இடத்தில் ஜப்பானியர்கள் தங்கள் கொடியை நாட்டித் தமது அரசருக்கு வாழ்த்துப் பாடினார்கள்.

டச்சு ஆண்கள் அனைவரும் இராணுவ முகாம்களுக்குக் கொண்டு வரப்பட்டார்கள். டச்சு உயர் இராணுவ அதிகாரிகள் அனைவரும் தனியே அழைத்துச் செல்லப்பட்டு விசாரிக்கப் பட்டார்கள். மேஜர் பாரன்டும் விசாரிக்கப்பட்டார். இராணுவத் தகவல்கள் அனைத்தும் அவர்களிடமிருந்து எடுக்கப்பட்டன. ஆண்கள் அனைவரும் மூன்று குழுக்களாகப் பிரிக்கப்பட்டார்கள். பின்னர் போர்க் கைதிகள் முகாம்களுக்கு அனுப்பட்டனர்.

பெண்கள் அனைவரும் யோக்யாகாட்டாவுக்குப் போகும் வழியில் முகாம் அடைக்கப்பட்டு விடப்பட்டிருந்தார்கள். முகாமைச் சுற்றி முள் கம்பிச் சுருள்கள் போடப்பட்டுக் காவலுக்கு ஜப்பானியர்கள் நிறுத்தப்பட்டிருந்தார்கள். அவர்களது சொகுசு வாழ்வு தொலைந்து போயிருந்தது. அனைத்து வசதிகளும் அற்றுப் போயிருந்தார்கள். அவர்கள் அனைவரும் கட்டாய வேலைகள் செய்யுமாறு பணிக்கப்பட்டார்கள். சுகாதார வசதிகள் இன்மையால் வாந்தி பேதி, காசம் போன்ற நோய்கள் பலரைப் பீடித்தது. தினமும் ஒருவரென இறந்துகொண்டிருந்தார்கள். தகுந்த உணவின்மையால் அனைவரும் உருக்குலைந்திருந்தார்கள். பாதிரியார் மட்டுமே வெளியே சென்றுவரக் கூடியதாயிருந்தது. ஞாயிறு மட்டுமே பிரார்த்தனைக்கு அனுமதியளிக்கப்பட் டிருந்தது. பிரார்த்தனைக்கான ஒழுங்குகளை அடேலே செய்து வந்தாள். பாதிரியாரின் வெள்ளையுடைய மண்காவி படிந்து துவைக்காமலே இருந்தது. அங்கிருந்தவர்கள்போல் அவருக்கும் மாற்றுத் துணியெதுவும் வழங்கப்படவில்லை. போர்க் கைதிகளுக்கு ஜெனிவா பிரகடனத்தின்படி ஆன வசதிகள் செய்ய வேண்டும் என்று ஜப்பானியர்களைப் பாதிரியார் கேட்டார். அன்றுதான் அவர் முதற் தடவையாக மூக்குடைபட்டு வந்தார். ‘மக்களுக்காய்த் துன்பத்தைச் சுமந்த இறைவா நானும் துன்பத்தை சுமக்கத் தயார் என்று மூக்கைப் பொத்தியவாறு முகாம் வந்தார் பாதிரியார். டச்சுக் காலனிய வீடுகள் அனைத்தையும் ஜப்பானியர்கள் தங்கள் தேவைகளுக்காக மாற்றியிருந்தார்கள்.

சிறுவர்கள் கல்வியை இழந்தார்கள். சிறுபிராயக் குறும்புத்தனங்களை இழந்தார்கள். ஆயினும் முகாம்களுக்குள் கிடைக்கும் பொருட்களை வைத்து அவர்கள் ஏதாவது விளையாடிக்கொண்டிருந்தனர். அடேல் தனது பூனை எமாவை யும் தன்னோடு கொண்டுவந்திருந்தாள். அது எப்போதும் அவளுடனேயே திரிந்தது. அவளின் அரவணைப்பிலேயே படுத்தது. அந்தப் பூனை சிறுவர்களுக்கு உற்சாகத்தை அளித்திருந்தது. சிறுவர்களின் அரவணைப்பு அதற்கு நிறையவே கிடைத்தது.

அடேல் சிறுவர்களைத் திரட்டி அவர்களுக்குப் பாடம் சொல்லிக் கொடுத்தாள். அழகிய வண்ணத்துப் பூச்சியைப்பற்றிய பாடலை அவள் பாடினாள்.

பூப்பூவாய் பறந்து போகும் வண்ணத்துப் பூச்சி...
எத்தனை பூக்கள் பார்த்தாய் வண்ணத்துப் பூச்சி...
பூவின் வண்ணம் உன்னைச் சூழ்ந்ததா?
இல்லை உன் வண்ணம் பூவைச் சூழ்ந்ததா?
உன்னோடு பறந்து திரிய
உன் இறகுகளை எமக்குத்தா...
வண்ணத்துப் பூச்சியே
உன் இறகுகளை எமக்கு தா...
பூ இதழ்களில் இருந்து திரிய
உன் இறகுகளை எமக்குத் தா...

அவளோடு சேர்ந்து குழைந்தைகளும் பாடினார்கள்.

1943, டச்சுப் பெண்கள் முகாம்

அனைத்துக் கைதிகளும் முன்றலில் கூடும்படி அழைப்பு விடுக்கப்பட்டது. எல்லோரும் முன்றலில் வந்து அமர்ந்தார்கள். வயதுவாரியாகப் பெண்கள் பிரிக்கப்பட்டார்கள். பதினாறு வயது தொடக்கம் இருபத்தைந்து வயது வரையிலான பெண்கள் தனியாக வரிசையாக நிறுத்தப்பட்டனர். நூற்றுக்கும் மேற்பட்ட பெண்கள் இருந்தார்கள். மிகுதி உள்ளவர்கள் அனைவரும் முகாம்களுக்குள் மீளவும் அனுப்பப்பட்டனர். பூனை எமா அடேலின் காலைச் சுற்றியபடியே நின்றது. லீசா ஓடிப்போய் அதைப் பிடித்துக்கொண்டு முகாமுக்குள் வந்தாள். முள்ளு வேலிகளுக்குள்ளால் அங்கு நடப்பதை அனைவரும் பார்த்துக்கொண்டு நின்றார்கள். ஏதோ அவலத்தை அவர்கள் எதிர்பார்த்தார்கள். இரண்டு ட்ரக் வண்டியும் ஜீப்பும் வந்தன. ஜீப்பில் இருந்த அதிகாரி இறங்கி ஒவ்வொரு பெண்களையும் மேலிருந்து கீழாகப் பார்த்தபடி வந்தான். அவன் கண் சைகையின் பின்னர் ஒவ்வொரு பெண்களாக ட்ரக் வண்டியில் ஏற்றப் பட்டனர். பெண்கள் ஏற மறுத்தபோது தாக்கப்பட்டார்கள். அனைவருமே தம்மால் முடிந்தவரை எதிர்ப்பைத் தெரிவித்தார்கள். அதிகாரி அடேல் முன்னால் வந்தான். அவள் இறைவனைப் பிரார்த்தித்தாள். அவளையும் வண்டிக்குள் ஏற்றினார்கள்.

“எங்களை எங்கே கொண்டு செல்கிறாய்? மிருகங்களே ...”

அடேல் கத்தினாள். அதிகாரி அவள் முகத்தில் ஓங்கி அறைந்தான். வாழ்வில் முதற் தடவையாக அறை வாங்கியிருந்தாள். அதன் தாக்கத்தில் நிலைகுலைந்து போயிருந்தாள். இரண்டு டரக் வண்டிகளும் நிறைந்தன. முகாம்களுக்குளிருந்து பெண்கள் ஓலமிட்டார்கள். பெண்களின் தாய்மார் ஓலமிட்டுக் கத்தினார்கள்.

“எங்கள் குழந்தைகளை விடுங்கள் மிருகங்களே…”

அவர்கள் ஓலங்கள் அனைத்தும் முள்ளுக்கம்பியைத் தாண்டி வெளியில் வரவேயில்லை. ஆத்திரத்தில் அவர்கள் களைத்துப் போனார்கள். மந்தைகள்போல் எல்லாரும் ஏற்றப்பட்டார்கள். நகரின் மத்தியிலிருந்த டச்சுக் காலனிய வீட்டுக்கு முன்னாள் ட்ரக் நின்றது. ஆறு பெண்களை அங்கே இறக்குமாறு அதிகாரி உத்தரவிட்டார். அடேலும் அங்கு இறக்கப்பட்டாள். மிகுதிப் பெண்களுடன் ட்ரக் வண்டிகள் புறப்பட்டன.

அந்த வீடு இரண்டு மாடிகளைக் கொண்டிருந்தது. கீழே கேளிக்கை நிலையமாக மாற்றப்பட்டிருந்தது. ஜப்பானிய உயர் அதிகாரிகளுக்கான பாலியல் கேளிக்கை நிலையம் அது. கீழ்த் தளத்தில் அதிகாரிகளுக்கான மதுச்சாலை, உடல் மசாஜ், சோனா குளியல் என்பன இருந்தன. உள்ளூர் ஆண்களும் பெண்களும் அங்கு வேலைக்கு அமர்த்தப்பட்டிருந்தனர். இவர்களில் பலர் டச்சுக் கலப்பானவர்கள். நகர மத்தியிலிருந்து எலோ நதி நோக்கிச் செல்லும் கிழக்கு வீதி கேளிக்கை வீதியாக டச்சுக்காரர்களால் மாற்றப்பட்டிருந்தது. டச்சுக் கலப்பானவர்கள் அந்த வீதியை ஒட்டியே வாழ்ந்து வந்தார்கள். நகரத்தை ஒட்டிய இடங்களில் நல்ல உணவகவகங்களும் பார்களும் கேளிக்கை நிலையங்களும் அமைக்கப்பட்டிருந்தன. வீதியின் கிழக்கே செல்ல செல்லச் பாலியல் பார்கள், துகிலுரி நடனங்கள், மசாஜ் நிலையங்கள் என நிறையவே இருந்தன. இவை பொதுவாக டச்சுக் கலப்பினத்தவர்களாலே நடாத்தப்பட்டு வந்தன. டச்சு இராணுவத்தினரின் இச்சைகளைப் போக்குமிடமாகக் கிழக்குத் தெரு இருந்துவந்தது. அங்கிருந்து பலர் ஜப்பானியக் கேளிக்கை நிலையங்களுக்கு கொண்டுவரப்பட்டார்கள். அவர்களில் ஒருத்தியான எலனோர் ஆறு டச்சுப் பெண்களையும் பராமரிக்க நியமிக்கப்பட்டிருந்தாள்.

அடேலையும் மற்றைய பெண்களையும் குளிக்குமாறு அதிகாரி கட்டளையிட்டான். எலனோர், அவர்கள் மாற்றுவதற்குப் புதுத் துணிகளைக் கொடுத்தாள். அவர்கள் அச்சத்திலிருந்து மீளவில்லை. ஆயினும் மறுப்பைத் தெரிவிப்பதற்கு மறக்கவில்லை. மறுப்புத் தெரிவிக்கும் போதெல்லாம் மிக மோசமாகத் தாக்கப்பட்டார்கள்.

“உங்களைக் கொல்வதற்காக இங்கே கொண்டுவரவில்லை. நீங்கள் முரண்டுபிடித்தால் அதுவும் நடக்கும்” என அதிகாரி தனது வாளை உருவினான். பெண்கள் குளியறைக்குள் சென்றார்கள்.

குளியலறை ஜன்னலோடாக மெறபி மலை தெரிந்தது. நெருப்பைக் கக்கும் அந்த மலையை அவர்கள் பார்த்தார்கள். அது

புகைந்துகொண்டிருந்தது. அவர்கள் மனம் எரிந்துகொண்டிருந்தது. அவர்கள் வெளியே வரும்வரை வாசலில் நின்றான் அதிகாரி. அவர்கள் குளித்ததும் மல்லிகை யாமத்தைப் பெண்கள்மீது தெளித்தாள் எலனோர். அவன் ஒவ்வொரு பெண்களையும் முகர்ந்து பார்த்தான். அது அவர்களுக்கு மிகுந்த வெறுப்பை ஏற்படுத்தியது. அனைவரையும் அழைத்துக்கொண்டு கீழ்த்தளத் திற்கு வந்தான். கீழ்த்தளம் புகையிலைப் புகையாலும் கஞ்சாப் புகையாலும் நிறைந்திருந்தது. அவர்களைக் கண்டதும் கீழ் தளத்திலிருந்த ஜப்பானியர்கள் ஆர்ப்பரித்தார்கள். பார்வைப் பொருள்போல் ஆறுபேரும் நிறுத்தி வைக்கப்பட்டனர். அதிகாரிகள் ஒவ்வொருவராய் அவர்கள் அருகில் வந்து அவர்களைப் பார்த்து வந்தார்கள். பெண்கள் பயத்தில் ஒடுங்கியிருந்தார்கள். அவர்களைக் கொண்டுவந்த அதிகாரி அடேலைத் தன் பக்கம் இழுத்து,

“இது எனது ஓர்க்கிட் பூ... இதோடுதான் படுக்கப் போகிறேன்... இன்று அதிகாரிகளுக்காக டச்சுச் சரக்குகளைக் கொண்டு வந்துள்ளேன்... இந்த டச்சுப் பூக்களோடு புணருங்கள்...” என்றான்.

அதன்பின் ஒவ்வொரு அதிகாரிகளும் மற்றைய பெண்களுக்கும் ஒவ்வொரு பூவின் பெயர்களைச் சூட்டினார்கள். அவர்களுக்குப் பலாத்காரமாக முத்தமிட்டார்கள். அவர்கள் மறுத்த போதெல்லாம் கன்னத்தில் அறைந்தார்கள்.

“இன்னும் கன்னத்தில் அறை, இன்னும் அறை...”

அதிகாரிகள் கூச்சலிட்டார்கள். ஆறு அதிகாரிகளும் அந்தப் பெண்களை அழைத்துக்கொண்டு மேல் மாடிக்குச் சென்றார்கள். அவர்களின் அறைகளில் பூக்களின் பெயர்கள் எழுதப்பட்டிருந்தன. அன்றிலிருந்து அந்தப் பூக்களின் பெயர்களாலேயே அழைக்கப்பட்டார்கள். ஓர்க்கிட் அறைக்குள் அடேலைத் தள்ளினான் அதிகாரி. அந்த அறைக்குள் மின்விளக்கு எரிந்துகொண்டிருந்தது.

“உனது உடைகளைக் களட்டு... ஓர்க்கிட்” என்றான் அதிகாரி.

“நீ இப்படிச் செய்ய முடியாது... ஜெனிவா” என்றதும் அவளது கன்னத்தில் அறைந்தான். அவளது இரு கன்னமும் சிவந்து போயிருந்தன. ‘முடியாது’ என்று கூறிக்கொண்டு மூலைக்குள் ஒடுங்கினாள். “எழும்பு” என்றவாறு அவளின் மயிரைப் பிடித்து நிறுத்தினான். வலியால் கத்தினாள். அவளது ஆடைகளைப் பிடுங்கினான். அவள் மறுத்தபோதெல்லாம் அவன் அறைந்தான். தூக்கிக் கட்டிலில் வீசினான். “உன்னால் முடியாதா” என்று கேட்டவாறு தனது வாளை உருவிக் கட்டிலில் குத்தினான். அவள் “ஐயோ” என்று ஓலமிட்டாள். “திரும்பிப் படு திரும்பிப்

படு" எனக் கத்தினான். வாளைப் பிடுங்கி அவளது முதுகைத் தடவினான். "திரும்பப் போகிறாயா? இல்லையா?" என்று கேட்டவாறு முதுகில் அறைந்தான். அவள் கத்தினாள். அவன் அவளை மூர்க்கமாகப் பலாத்காரப்படுத்தினான். மூர்க்கமாகப் புணர்ந்தான். அவள் வலியால் கத்தினாள். அவனின் இந்திரியம் அவள் உடல் முழுவதும் கிடந்தது. அவள் வெட்கத்தாலும் அவமானத்தாலும் ஆத்திரத்தாலும் பலமாகக் கத்தி அழுதாள். 'கர்த்தரே எம்மைக் காப்பாற்றும்' என்று வேண்டினாள். உடல் வலித்தது. முலைகளை அவன் கடித்திருந்தான். யோனியிலிருந்து இரத்தம் வெளியேறிக்கொண்டிருந்தது. அவளுக்குக் குளியறைக்குச் செல்ல வேண்டும்போல் இருந்தது. எல்லா அழுக்குகளையும் அகற்ற வேண்டும் போலிருந்தது. அவன் அறைவிட்டு போயிருந்தான். அவள் குளியலறைக்குச் சென்றாள். ஏனைய பெண்களும் அங்கு நின்றார்கள். அவமானம் அவர்களைச் சூழ்ந்திருந்தது. ஒருவரை ஒருவர் கட்டிப்பிடித்து அழுதார்கள். எல்லோர் உடல்களும் காயங்களால் நிறைந்திருந்தன. நீண்ட நேரம் குளித்தார்கள். எல்லா அழுக்குகளும் இன்றோடு போய்விடும் என்று நினைத்துக் குளித்தார்கள். ஆனால் அந்த இரவே ஆரம்பமாகவிருந்தது. இரவுகள் பயங்கரத்தைக் கொடுத்தன. சில இரவுகளில் பலரால் பாலியல் வல்லுறவுக்கு உட்படுத்தப்பட்டார்கள். 'இரவுகள் இல்லா உலகொன்றைத் தா' என அடேல் கர்த்தரிடம் மன்றாடினாள். அவர்களின் அவமானங்கள் ஆத்திரமாகின. அழுவதை நிறுத்தினார்கள். ஜப்பானியர்கள் கன்னத்தில் அறையும்போதெல்லாம் அது வலிக்கவில்லை.

ஒவ்வொரு கிழமையும் அவர்களைப் பரிசோதிப்பதற்கென டாக்டர் ஒருவர் நியமிக்கப்பட்டார். எந்த மறைப்பும் அங்கு இருக்கவில்லை. பெண்கள் நிர்வாணமாக்கப்பட்டுப் பரிசோதிக்கப் பட்டார்கள். அவன் பரிசோதிக்கும்போதும் ஜப்பானியர்கள் பார்த்துக்கொண்டிருந்தார்கள். வலியைப் போக்க மாத்திரை களைக் கொடுத்தான். டாக்டர் அடேலின் அறைக்குள் வந்தான்.

"டாக்டர் ... எனது தந்தையும் ஒரு டாக்டர். நீங்கள் படித்தவர். இவர்கள் எங்களை மிருகங்கள்போல் நடத்துகிறார்கள். ஜெனிவா உடன்படிக்கையின்படி இவர்கள் எம்மை இப்படி நடத்த முடியாது. உங்கள் உயர் அதிகாரிகளுக்குச் சொல்லி எங்களுக்கு விடுதலை வாங்கித் தாருங்கள்" என்றாள் அடேல்.

அவன் எதுவுமே சொல்லவில்லை.

"படு உன்னைப் பரிசோதிக்க வேண்டும்" என்று அவளது ஆடைகளைக் களைந்தான். பின் அவளைப் பலவந்தப்படுத்தினான்.

ஆலோ ஆலோ

"நீயொரு டாக்டர்... என்னை ஒன்றும் செய்யாதே" எனக் கத்தினாள்.

அவன் அவளை வல்லுறவு கொண்டான். அவள் குளியலறைக்குள் ஓடினாள். அவமானம் தளாது கத்தினாள். ஜன்னல்களுக்கூடாக மெறபி மலை தெரிந்துகொண்டிருந்தது.

"ஏன் புகைக்கிறாய்... ஏன் புகைக்கிறாய்... குமுறு... குமுறு... தீயைக் கக்கு... தீயைக் கக்கு" என ஆத்திரம் கலையும்வரை கத்தினாள். அவளின் உள்ளத் தீயைக் கக்க முடியாது மெறபி மலை புகைந்துகொண்டேயிருந்தது.

"கர்த்தரே எனது அவமானங்களையும் துன்பங்களையும் நீரே ஏற்றுக்கொள்ளும்" என வேண்டிக்கொண்டே சமாதானமானாள். ஒவ்வொரு முறையும் பரிசோதிக்க வரும்போதும் டாக்டர் அவளோடு வல்லுறவு கொண்டான். இரவு மட்டுமல்ல பகலும் பயத்தைக் கொடுத்தது.

பெண்கள் சிலர் கருத்தரித்திருந்தனர். கருவைக் கலைக்க மருந்துகள் கொடுக்கப்பட்டன. அவர்கள் ஆரோக்கியமின்றி இருந்தார்கள். நோய்வாய்ப்பட்டார்கள். அவர்களின் மருந்துகள் பெண்களோடு ஒத்துழைக்கவில்லை. போதை மருந்துகள் கொடுக்கப்பட்டன. நோய்வாய்ப்பட்டிருந்த போதும் பாலியல் வல்லுறவுக்கு உற்படுத்தப்பட்டார்கள். அவர்கள் சோர்ந்து போயிருந்தார்கள். அவர்களின் பிரார்த்தனைகள் எதுவும் பலிக்கவில்லை. எந்த வேண்டுதல்களும் அவர்கள் மனங்களில் தோன்றவில்லை. அவர்கள் வாயிலிருந்து சொற்கள் வருவதற்குக்கூட உடலில் வலுவிருக்கவில்லை.

எலனோர் அடேலின் அறைக்குள் வந்தாள்.

"அடேல் நீயேன் முரண்டு பிடிக்கிறாய்? அவர்கள் உன்னைக் கொலை செய்யப் போவதாய்ப் பேசிக் கொள்கிறார்கள். கண்ணே உனக்கு இது பிடிக்காது என்பது தெரியும். உனது உயிரைக் காப்பாற்றிக் கொள்..."

"நீயொரு வேசி... எம்மையும் வேசியாடச் சொல்கிறாயா..?"

"நானும் வெறுப்புடனேயே இந்தத் தொழிலுக்குள் அமிழ்த்தப்பட்டேன். இது எனது குடும்பத் தொழில். எனக்கு வாழ்வு அதுவாகிவிட்டது. ஆனால் உங்களுக்கு வேறு தெரிவுகள் உண்டுதானே. நான் உனது அக்கா போலவே சொல்கிறேன். நீ வாழ வேண்டியவள்."

எலனோர் பாடலொன்றைப் பாடத் தொடங்கினாள். அது அவளின் பாட்டி அவளுக்குச் சொல்லிக் கொடுத்தது.

பா.அ. ஜயகரன்

> டச்சுக்காரச் சீமானே
> சிதைச்சுப் போக வந்தீரே
> தலைகிறங்காப் பெண்ணை
> தரிசாக்கிப் போனீரே
> துப்பாக்கி வேட்டுவைச்சு
> ஆடை கலைச்சுப் பார்த்தாயே
> தீண்டா முலையெல்லாம்
> பல்லுக் காயம் வைத்தீரே
> சிரைக்காத யோனியெல்லாம்
> ரணமாக்கிப் போனீரே

எலனோர் பாடி முடிந்ததும் அந்த அறையில் மௌனம் குடிகொண்டது. விளக்கொளிக்கு வரும் பூச்சிகளைப் பல்லி இரையாக்கும் சப்தம் மட்டுமே கேட்டுக்கொண்டிருந்தது.

"எம்மவர் செய்த பாவத்தை நான் சுமக்க வேண்டுமா?"

"யாரின் பாவங்களை யாரும் சுமக்க வேண்டாம்... எல்லாப் பாவங்களையும் பெண்கள்தான் சுமக்கிறார்கள். நீ இங்கிருந்து போய்விடுவாய். தொடர்ந்து உங்களோடு படுக்க அவர்களுக்கு வெறுப்பு வந்துவிடும். அவர்களுக்குப் புதிசு தேவைப்படும். நீங்கள் இங்கிருந்து போய்விடுவீர்கள். உனது அவமானத்தை இங்கேயே விட்டுவிடு" என்று எலனோர் சொல்லி முடிக்க அடேல் அவளை அணைத்துக்கொண்டாள்.

அவர்கள் அங்கு கொண்டுவரப்பட்டு ஆறு மாதங்களுக்கு மேல் ஆகியது. அடேல் இருமுறை கருத்தரித்துக் கருக் கலைக்கப்பட்டிருந்தாள். அவளின் மாதப்போக்கு நீடித்தது. சீரற்றதாவும் இருந்தது. அவள் உடல்நிலை மிகவும் மோசமா யிருப்பதால் அடேலுடன் உடலுறவு கொள்ள வேண்டாமென்று டாக்டர் பணித்தான். அவள் இறைவனை வேண்டினாள். 'எனக்கு நோய்களைத் தா' என்று மன்றாடினாள். 'என்னை நோயாளியாகவே வைத்துக் கொள்' என்று வேண்டினாள்.

மற்றைய பெண்களின் உடல் நிலையும் மோசமாகவே இருந்தது.

"எல்லாப் பூக்களும் உதிர்ந்துவிட்டன. அவர்களை வைத்து இனி ஒன்றுமே செய்ய முடியாது" என அதிகாரி சொன்னான். எலனோரும் அதை ஆமோதித்தாள்.

"இந்த வாரமே அவர்களை முகாமுக்கு அனுப்பலாம்" என்றவாறு அடேலின் அறைக்குள் சென்றான் அதிகாரி. அவர்களை எதிர்க்க உடல்வலு இருக்கவில்லை. அதிகாரி அங்கிருந்து அகன்ற பின்னர் எலனோர் அடேலின் அறைக்குச் சென்றாள். ஆடைகளால் தன்னை மறைக்கக்கூட வலுவில்லாமல்

நிர்வாணமாகக் கிடந்தாள் அடேல். எலனோர் ஆடைகளை அணிவித்துவிட்டாள்.

"கண்ணே உனக்கு விடிவு வந்துவிட்டது. நீங்கள் இந்த வாரம் உங்கள் முகாம்களுக்குச் செல்லப் போகிறீர்கள். அதிகாரி சொல்லிவிட்டான்" என்றாள். பெண்கள் அனைவரும் மகிழ்ச்சி அடைந்தார்கள்.

"எலனோர், எங்களுக்கு ஆறு கைக்குட்டைகளும் பின்னல் ஊசிகளும் நிற நூல்களும் தருவாயா?" என அடேல் கேட்டாள்.

அவர்களுக்கு வேண்டியதை அவள் கொடுத்தாள். அறுவரும் மாறி மாறித் தங்களது பெயர்களை அந்தக் கைக்குட்டையில் தைத்தார்கள். ஒவ்வொரு கைக்குட்டையிலும் அறுவரின் பெயர்களும் இருந்தன. தமது கைக்குட்டைகளை எடுத்துக்கொண்டார்கள். தமது கண்களில் வடிந்த கண்ணீரை அதனால் துடைத்தார்கள்.

"எமது துயர் நிறைந்த நாட்களின் சாட்சியாக இந்தக் கைக்குட்டை எம்முடன் என்றும் இருக்கட்டும்" என அடேல் சொன்னாள்.

எல்லோரும் குளித்துப் புதிய ஆடைகளை அணிந்தார்கள். எலனோர் வந்து அனைவருக்கும் முத்தம் தந்தாள்.

"நான் கூறியதை ஞாபகப்படுத்துங்கள். உங்கள் அவலங்களையும் அவமானத்தையும் இவ்விடத்திலேயே புதைத்துவிடுங்கள். உங்கள் எதிர்காலத்திற்கு என் வாழ்த்து" என எலனோர் கண் கலங்கியிருந்தாள்.

அவர்களுக்காக ட்ரக் வண்டி வந்தது. அதில் அவர்கள் ஏற்றப்பட்டார்கள். அவர்களின் கைகளில் கைக்குட்டையிருந்தது. முகாமை நோக்கி ட்ரக் புறப்பட்டது. அவர்கள் அந்த வீட்டைத் திரும்பியே பார்க்கவில்லை. ஆனந்தத்தில் கண்ணீர் பெருகியது. கைக்குட்டையால் கண்களைத் துடைத்தார்கள். முகாமுக்குள் வந்ததும் தாயைத் தேடி ஓடி அரவணைத்துக்கொண்டு அழுதாள். மகிழ்ச்சியும் அவமானமும் கூடியிருந்தது. இரவு தாயின் மடியில் படுத்திருந்தாள். அவளுக்கு நடந்த அவமானங்களைத் தாயிடம் சொன்னாள்.

"என் குழந்தையே அனுபவிக்க கூடாத துன்பங்களை அனுபவித்துவிட்டாயே" எனத் தாய் அரவணைத்துக்கொண்டாள். அன்றைய இரவு தூங்காமல் இருவரும் அழுதுகொண்டிருந்தார்கள்.

"என் செல்லமே! உன்னுடைய எல்லாத் துன்பங்களும் அவமானங்களும் இன்றோடு முடிந்தது. இது உன்னிடத்திலும்

என்னிடத்திலும் இருக்கட்டும். எங்களுடனேயே அது சமாதியாகட்டும்" என்று சொல்லியவாறு அடேலின் கண்களைத் துடைத்தாள். பூனை எமா அவளை நக்கியபடியே அவளுடனே இருந்தது. இரவுகளில் தாயின் துணையுடனேயே அவள் இருந்தாள்.

அவளின் மனம் நித்தம் இறைவனைத் துதித்துக்கொண்டிருந்தது. அவள் கன்னியாஸ்த்திரியாகும் தனது எண்ணத்தை கைவிடவில்லை. பாதிரியாரைச் சந்தித்துத் தனக்கு நடந்தவற்றைக் கூறினாள்.

"மகளே எல்லாத் துன்பங்களிலிருந்தும் ஆண்டவன் உன்னைக் காப்பாற்றி விட்டார். உனது மனதால் நீ தூய்மையானவள். உனக்கு நடந்தது கறையல்ல... அது ஈரம், காய்ந்துவிடும். கர்த்தர் என்றும் உன்னுடன் இருப்பார். உனது மனதுக்கு அமைதி வேண்டிப் பிரார்த்திக்கின்றேன்" என்றார் பாதிரியார். அவள் தான் கன்னியாஸ்த்திரியாகும் விருப்பைப் பாதிரியாருக்குத் தெரிவித்தாள். அவர் நின்று யோசித்தார்.

"அந்தச் சித்தம் இறைவனுக்கு இல்லைப்போல் தெரிகிறது... அது அவ்வளவு நல்லதில்லை என்றே எனக்குப் படுகிறது... உனது விருப்பை மறந்துவிடு." என்றவாறு பாதிரியார் நகர்ந்தார்.

அடேலைக் கண்டதும் முகாமிலிருந்த சிறுவர்கள் குதூகலத்தில் இருந்தார்கள். பாடல் சொல்லித் தருமாறு குழைந்தைகள் கேட்டார்கள். அவள் பாடினாள்.

வண்ணத்துப்பூச்சி சிறகடித்துப் பறந்தது
அது இருப்பதற்குப் பூவொன்றும் கிடைக்கவில்லை.
அது பூக்களை வெறுத்தது...
அது பூக்களை வெறுத்தது...

எனப் பாடினாள்.

"ஏன் பூக்களைப் வெறுத்தது?" எனக் குழந்தைகள் கேட்டார்கள். அவள் பதில் சொல்லாமல் எழுந்து சென்றாள்.

வண்ணத்துப்பூச்சியே உன் சிறகைத் தா...
உன் சிறகைத் தா...
நாம் பறப்பதற்கு உன் சிறகைத் தா...

எனச் சிறுவர்கள் பாடிக்கொண்டிருந்தார்கள்.

பூக்களைப் பார்க்கும்போது ஜப்பானிய அதிகாரிகள் அவள் முன் தோன்றினார்கள். பூக்களின் மணங்களாய் ஜப்பானிய அதிகாரிகளின் வியர்வை நெடில் அவள் மூக்கைத் துளைத்தது. பூக்கள் தோன்றும்போதெல்லாம் ஜப்பானியர்கள் அவளைச்

சூழ்ந்து ஓர்க்கிட் என அவளை அழைத்துக்கொண்டிருந்தார்கள். அவள் மனம் கலைந்தது. அவள் பூக்களை வெறுத்தாள்.

○○○

1945இல் ஜப்பானியப் படைகளைக் கூட்டுப் படையினர் வெற்றி கொண்டனர். நாசிகளும் தோற்கடிக்கப்பட்டார்கள். நெதர்லாந்தைக் கனேடியப் படைகள் மீட்டன. மேஜர் பாரன் தனது குடும்பத்தோடு நெதர்லாந்தை வந்தடைந்தார். அம்சடாமில் அவர்கள் இருந்த நாட்களில் லீசாவுக்கும் கனேடிய இராணுவ சாஜன்ட் றொபேர்ட் கெலருக்கும் காதல் ஏற்பட்டது. இருவரும் திருமணமாகி ரொரன்டோவுக்குக் குடிபுகுந்தார்கள். 1950இல் மேஜர் பாரன், மனைவி ஆலின், மகள் அடேலும் ரொரன்டோவுக்குக் குடிபெயர்ந்தார்கள்.

○○○

சைமன் ஆல்பங்களை பார்த்து முடிந்திருந்தான். ஆயினும் பழைய ஆல்பம் அவனை மீண்டும் ஈர்த்தது. அந்தப் படங்களின் காலமும் அதன் பின்னணியும் அவனைக் கவர்ந்தன. அவை எதையோ சொல்லிக்கொண்டிருப்பதாய் உணர்ந்தான். மீண்டும் அந்த ஆல்பத்தைப் பார்த்தான். அதன் இறுதிப் பக்கத்தில் ஒரு கைக்குட்டை மடித்து பிளாஸ்ரிக் பைக்குள் வைக்கப்பட்டிருந்தது. அதைப் பார்க்கவேண்டும் போலிருந்தது. அடேலைப் பார்த்தான். அவள் வெளியே பார்த்துக்கொண்டிருந்தாள். கைக்குட்டையை எடுத்து விரித்தான். அடேல்... லீஸ்... ஜேன்... ஆலி... கிரேஸ்... பேதா என ஆறு பெயர்கள் பின்னப்பட்டிருந்தன. கைக்குட்டையை மீண்டும் மடித்துப் பைக்குள் வைத்து ஆல்பங்களை அடுக்கினான்.

"இரவு வருகிறது... இந்த சோபாக் கதிரையை வழமையான இடத்தில் வை... அதன் அருகே அந்தத் தொலைபேசியை எடுத்து வை... நான் லீசாவுடன் கதைக்க வேண்டும்."

சைமன் அவளை இருக்கையில் அமரச் செய்துகொண்டு அடேலைப் பார்த்தான். அவள் முகமும் இறுகியிருப்பதை அவதானித்தான். அடேல் பூனையை அழைத்துத் தனது மடியில் இருத்திக்கொண்டு,

"சைமன் இப்போ நீ போகலாம்" என்றாள். அதுவொரு கடுமையான உத்தரவாக அவனுக்குப் பட்டது.

●

ஜனவரி 14, 2009

போராளிப் படலம்: கொதி கொலை

'பசி வந்தால் பூதம் கிளம்பும்' என்பது எனக்குப் பொருந்திப் போகிறது. வயிற்றுக் கொதியில் எதைச் செய்கிறோம் என்று அறியாமல் கைகளுக்குக் கிடைப்பதையெல்லாம் விட்டெறிகிறேன்.

"அப்பனிட்ட கொதி இவனுக்குத்தான் வந்து கிடக்கு" என்று அம்மாவும்;

'அப்பய்யாவின் வயித்துக் கொதியோடு வந்திருக்கிறான்' என்று பாட்டியும் சொல்லிக் கொள்கிறார்கள்.

மூன்று வேளையும் குறித்த நேரத்திற்குப் பசி மேலெழுகிறது. வயிற்றுக்குள் எதையாவது செலுத்திவிட்டால் அது அடங்கி விடுகிறது. நேரம் தவறினால் நான் செயற்படும் விதம் ஆச்சரியமாகவும் சற்று வெட்கமாகவும்தான் இருக்கிறது. இவை யெல்லாம் எனது மூளைக்கு எட்டிச் சிந்தித்துச் செயற்படுவதாகத் தெரியவில்லை. இரண்டாவது மூளையான வயிற்றின் பிரக்ஞைபூர்வமற்ற நடவடிக்கைபற்றி மற்றோர் சொல்லித்தான் அறிந்து கொள்கிறேன். இந்தப் பசி அவா அல்ல. குறிப்பிட்ட சாப்பாடுதான் வேண்டும் என்ற அடம்பிடிப்பும் இல்லை. பசிக்குத் தனிச் சோற்றைச் சாப்பிட்டாலே கொதி அடங்கிவிடும். பல தடவைகள் அப்படித்தான். சோறும் அடுப்பில் அவிந்துகொண்டிருக்கும் கறியின் ஆணத்துடனோ அல்லது தயிருடனோ எனது பசி அடங்கிப் போய்விடுகிறது. சிறுவயதில் அடங்காத அழுகையுடன் ஆரம்பித்து,

"வீட்டில சும்மா இருக்கிற உங்களுக்குச் சமைக்க இவ்வளவு நேரமோ?" என ஆச்சியையும் அம்மாவையும்

அதட்டும் அளவுக்கு வளர்ந்து, பின்னர் தங்கைகளைத் தட்டும் அளவுக்குத் தொடர்ந்தது. குணம் அறிந்து அவர்களும் எனது பசி நேரத்தைக் கவனத்தில் எடுத்தார்கள்.

“இவனால வீட்டில ஒரு விரதமும் பிடிக்கேலாது” என்று ஆச்சியும் அம்மாவும் சொல்லியபடியே இருப்பார்கள்.

விரதம் பிடிப்பவர்கள்மேல் எனக்குப் பெரும் மரியாதை யிருந்தது. எப்படித்தான் இவர்களால் சாப்பாட்டைத் தள்ளிவைக்க முடிகிறது ?. ஆச்சி கந்தசட்டிக்கு ஒரு நேரப் பழமும் பாலுடனும் விரதம் இருப்பார்.

“அடேய் முந்தியெல்லாம் ஒரு நேர மிளகுத் தண்ணியோட கிடப்பம்” என்று தன் பெருமையைச் சொல்லிக் கொள்வார்.

இந்தப் பெருமை பேசலின்போது என் வயிற்றுக்கொதி அடங்கியிருக்க வேண்டும். இல்லையெனில் அவர்களின் சாப்பாட்டை நாய் தின்று தொலைக்கும். ஆறாம் வகுப்புக்கு யாழ்ப்பாணப் பட்டினத்தில் இருக்கும் பெரிய பாடசாலைக்குச் செல்ல வேண்டியிருந்தது. மதியச் சாப்பாட்டை அம்மா கட்டித் தருவார். அனேகமாக ரொட்டியும் பிட்டுமாகத்தான் இருக்கும். இவை இரண்டு கொஞ்சம் பழுதாகாமல் கிடக்கும். ‘பழுதாகினாலும்’ என்று சாப்பாட்டுக்குக் காசும் தந்து விடுவார். எங்கள் வகுப்பில் பத்துத் தடவை ‘பெயில்’ ஆகினவன் போன்ற தோற்றத்தோடு ஒருவன் படித்தான். அவனோடு எல்லோரும் பயத்துடனேயே பழகுவோம். அவனும் அதைத் தனக்குச் சாதகமாக்கித் தனிப்பெரும் சண்டியனாய்த் திகழ்ந்தான். அந்தச் சண்டியனுக்கு உணவைத் திருடிச் சாப்பிடும் பழக்கமிருந்தது. அவனுக்கு ரொட்டிமேல் அளப்பரிய பிரியம். அவன் எனது ரொட்டியைத் தின்றபோதுதான் நிலைகுலைந்து நிலத்தில் வீழ்ந்து கிடந்தான். என்ன நடந்திருக்கும் என்று எனக்கும் தெரியவில்லை.

“என்ன நடந்தது ?” என்று வாத்தியார் கேட்டார்

“என்ட ரொட்டியை எடுத்துத் தின்டுட்டான்” என்றேன்

“டேய்! உன்ட ரொட்டியைத் தின்டே அவனுக்கு முகம் வீங்கியிருக்கு ?”

“என்ட ரொட்டியைத் தின்டுட்டான்” என்று அவரின் அனைத்துக் கேள்விக்கும் பதிலளித்தேன்.

அன்றிலிருந்து வாத்தியாலும் சக மாணவர்களாலும் ‘ரொட்டி’ என்றே அழைக்கப்பட்டேன். அவ்வாறே எனது நண்பர்கள் இந்தச் சண்டியனின் வயிற்றுக் கொதியை அறிந்திருந்தார்கள். நண்பர்களின் சேர்க்கையால் பசியோடு உருசியையும் தேடிச்

சாப்பிடும் தன்மை எனக்குள் வளர்ந்திருந்தது. யாழ்ப்பாணப் பட்டினத்தில் இருந்த மூலை முடுக்குச் சாப்பாட்டுக் கடைகெல்லாம் சென்று சுவைத்திருக்கிறோம். எந்த உணவையும் புறம் தள்ளியது கிடையாது. பல சாப்பாட்டுக் கடைக்காரர் எமக்கு நெருக்கமாய் இருந்தார்கள்.

எங்கள் வீட்டு அடுப்பு எப்போதும் எரிந்தபடிதான் இருக்கும். யாழ்ப்பாணப் பட்டினத்துக்குத் தீவிலிருந்தோ வன்னியிலிருந்தோ வரும் உறவினர்களுக்கு எங்கள் வீடுதான் அடைக்கலம். அவர்கள் வரும்போது கொண்டுவரும் இறைச்சி, மரக்கறி வத்தல்கள், கறுவாடுகள், மீன் தீயல் என்பன என்னை வசீகரிக்கத் தொடங்கியிருந்தன. இப்போதெல்லாம் பசியோடு சுவையை இரசிக்கப் பழகியிருந்ததைப் பார்த்து அம்மாவுக்கும் ஆச்சிக்கும் புதினமாய்த்தான் இருந்தது. பாட்டியின் சுண்டங்காய் வத்தல் குழம்புக்காக அவளை அணைத்து முத்தமிட்டேன். அம்மாவின் மீன் தீயல் கறிக்காகவே அவளே அடுத்தடுத்த பிறப்புக்கும் தாயாக வர வேண்டும் என்று வேண்டிக்கொண்டேன்.

"அப்ப அடுத்த பிறப்பிலும் எங்களுக்கு அடுப்படியில இருந்து விடுதலை இல்லை."

அம்மா அதைச் சொல்லும்போது எனது மனதுக்குக் கடினமாயிருந்தது.

○○○

யூலை 23, 1983 திருநெல்வேலி, யாழ்ப்பாணம்

இரவு பதினொரு மணிவரை கதைத்துச் சிரித்தபடியிருந்தோம். உறங்கிச் சிறிது நேரத்துக்குள் பாரிய வெடிச் சத்தம் கேட்டது. எங்கள் வீடு அதிர்ந்தது. அதிர்வு என்னைக் கட்டிலிலிருந்து தூக்கி மீளக் கிடத்திற்று. மீண்டும் ஒரு வெடிச் சத்தம் தொடர்ந்தது. வீடு அதிர்ந்தது. வீட்டின் கூரைமீது மண்ணும் கற்களும் வீழ்ந்து கொண்டிருந்தன. தொடர்ந்து துப்பாக்கி வெடிச் சத்தங்கள் கேட்கத் தொடங்கின. இடைவிடாத வெடிச் சத்தம் பதினைந்து நிமிடங்களுக்கு மேலாகத் தொடர்ந்தது. சற்றுநேர சிறு நிசப்தம். மீண்டும் துப்பாக்கி வெடிச் சத்தங்கள் கேட்கத் தொடங்கின. அதுவும் பதினைந்து நிமிடங்களைத் தாண்டியிருக்கும். மீண்டும் நீண்ட நிசப்தம். மெல்லென நான் கட்டிலால் எழுந்து வெளியில் வந்தேன்.

"ஆமிக்காரங்கள் ஏதோ செய்யிறாங்கள்போல" என அம்மாவும் தங்கச்சிமாரும் நடுங்கிக்கொண்டு நின்றனர்.

"அம்மா கொஞ்சம் சும்மா இருங்கோ... இது ஆமியாய் இருக்காது" என்றேன்.

தமிழில் உரையாடுவது எங்கள் காதுகளுக்குள் எட்டியது. அப்போது எனது ஊகம் சரியெனப் பட்டது. இருநூறு அடி நீளமான செப்பு வயர் சுருள் ஒன்று எங்கள் வீட்டில் இருந்தது. உடுப்பு காயப்போடும் கொடி கட்டுவதற்காக வைத்திருந்தோம். எனக்கு அதை உடனடியாக எங்கையாவது ஒளிக்க வேண்டும் என்று தோன்றியது. அதிகாலை ஒரு மணியைத் தாண்டியிருந்தது. செப்புக் கம்பி வயர் சுருளை இடுப்பில் கட்டிக்கொண்டு கிணற்றடியில் நின்ற தென்னையில் ஏறி ஓலைகளுக்கிடையில் வட்டுக்குள் ஒளித்துவிட்டு இறங்கினேன். எல்லோரும் மௌனத்தோடு விழித்திருந்தோம். வீட்டை விட்டு வீதிக்கு வரப் பயமாகவிருந்தது. மெல்லென விடியத் தொடங்கியது. வெளியில் செல்வதற்கும் அச்சமாயிருந்தது. வீதிகளில் இராணுவத்தினர் நிற்கக் கூடும்; இராணுவ வாகனங்களின் இரைச்சல்கள் கேட்கத் தொடங்கின. பலாலி வீதியிலிருந்து தாழையடி ஒழுங்கைக்குள்ளும் இராணுவ வாகனங்கள் வந்து போகும் சத்தம் கேட்கத் தொடங்கியது. இராணுவத்தினர் ஒரு சுற்றிவளைப்புப்போல் வந்திறங்கியிருந்தார்கள். காலை பத்து மணியளவில் வீடுகளுக்குள் புகுந்து விசாரணைகளை மேற்கொள்ளத் தொடங்கியிருந்தார்கள். அருகருகு வீடுகளிலிருந்து இராணுவத்தின் பிரசன்னம் பற்றிய தகவல்கள் வேலிகளுக்குள்ளால் பரிமாறப்பட்டுக்கொண்டிருந்தன. நாமும் எமது முறைக்காய்த் தயார் நிலையிலிருந்தோம். எமது அடையாள அட்டைகளை எடுத்து வைத்திருந்தோம். அம்மாவுக்குச் சிங்களம் சரளமாகப் பேசத் தெரியும். இராணுவம் கேட்கும் மனோநிலையிலிருந்தால் அம்மா சிங்களத்தில் பேசி எங்களைக் காப்பாற்ற முடியும் என்றொரு அசட்டு நம்பிக்கை எங்களுக்கு இருந்தது. அப்பாச்சி நேற்று பெரியப்பா வீட்டுக்குப் போயிருந்தாள். அப்பாச்சியிருந்தால் கைத்தடியால் இராணுவத்தை சாய்க்கக் கூடிய தைரியசாலி.

“நெடுந்தீவில் கட்டாக்காலியாய்த் திரியும் மாடுகளைப் பிடித்துக் கட்டும் வீரம் கொண்டவள் அப்பாச்சியென்று” அப்பா சொல்லுவார்.

அவள் எம்முடன் இல்லாதது நன்றாகவே பட்டது. அவளது தள்ளாத வயதில் இழுத்துக்கொண்டு எங்கு ஓடுவது? எமது ஒழுங்கைக்குள் இராணுவம் வராது மீண்டும் பலாலி வீதிக்குத் திரும்பியது. அவர்களது சோதனை முடிந்தது என்று நினைத்திருந்தோம். திடீரென வெடிச் சத்தங்கள் கேட்கத் தொடங்கின.

“ஆமிக்காரன்கள் சுடுகிறாங்கள்” எங்கள் அயலவர்கள் ஓலமிடத் தொடங்கினார்கள்.

இராணுவ வாகனங்களின் வேகத்தின் இரைச்சலுடன் வெடிச் சத்தங்கள் கேட்டுக்கொண்டிருந்தன. இராணுவ வாகனங்களின் இரைச்சல் சற்று குறைந்தபோது மரண ஓலங்கள் கேட்கத் தொடங்கின.

'சரவணமுத்து வாத்தியாரை சுட்டிட்டாங்கள்' என்ற தகவல் வந்தது.

அவர்களது வீடு இயக்கம் தாக்குதல் நடத்திய இடத்திலிருந்து 100 யார் தொலைவில் பலாலி வீதியில் இருந்தது. பக்கத்துப் பனை வளவுக்குள்ளால் போய் அவர்களின் மதிலால் பாய்ந்து வாத்தியாரின் வீட்டுக்குள் நுழைந்தேன். வாத்தியாரும் அவரது மருமகன் கலாபரமேஸ்வரனும் சுடப்பட்டு இறந்து கிடந்தார்கள். அவர்களது வரவேற்பறையின் கொங்கிறீட் தளத்தில் இரத்தம் உறையாமல் ஓடிக்கொண்டிருந்தது. இரத்தத்தின் வாடை என் நாசிக்குள் ஏறியபோது உடலுக்குள் இரத்தம் உறைவதுபோல் இருந்தது. எனக்குத் தலை சுற்றத் தொடங்கியது. ஓங்காளம் வருவது போலிருந்தது. கீழே தொப்பென்று குந்தியிருந்தேன். கலாவின் மனைவி, குழந்தைகள் கதறிக்கொண்டு நின்றார்கள். எதுவும் செய்வதறியாத பேதகளிப்பில் எல்லோரும் இருந்தோம். முதல் தடவையாக குரூரமான மரணங்களைப் பார்த்தேன்.

"வெளிக்கிடுங்கோ அவங்கள் திரும்பவும் வருவாங்கள் பொம்பிளைப் பிள்ளையளை வைச்சுக்கொண்டு இஞ்ச இருக்கேலாது" வீட்டைவிட்டு வெளியேறுவதற்கு அம்மா விடாப்பிடியாய் இருந்தார்.

நாங்கள் நான்கு பேரும் பக்கத்துப் பனை வளவுக்குள்ளால் போய்த் தாழையடி ஒழுங்கைக்கு வந்து தலங்காவல் பிள்ளையார் கோயிலடி நோக்கி நடக்கத் தொடங்கினோம். திடீரென வாகனச் சத்தம் ஒன்று கேட்கத் தொடங்கியது. சைக்கிளில் வந்த ஒருவர்,

"ஆமிக்காரர் வாராங்கள் ஓடுங்கோ" எனக் கத்தியபடி சாமியார் வீட்டுக்கு முன்னால் சைக்கிளைப் போட்டுவிட்டுப் பனங்காட்டுக்குள் புகுந்தான்.

"பனைக்குள்ள ஒளியுங்கோ" என்று சாமியார் அங்கு நின்று சைகை காண்பித்தார். நாம் திரும்பவும் பனை வளவுக்குள் புகுந்து நாயுண்ணிப் பற்றைகளுக்குள் பதுங்கினோம். ஒழுங்கையால் இராணுவ வாகனம் போவதைப் பார்த்தோம். வெடிச் சத்தங்கள் கேட்கத் தொடங்கின. தாழையடி ஒழுங்கையிலிருந்து பிரியும் சிற்றொழுங்கைகள் எல்லாம் இராணுவ வாகனங்கள் சென்று கொண்டிருந்தன. காண்போரையெல்லாம் சுடத் தொடங்கினர். இராணுவ வாகனம் மீண்டும் பலாலி வீதிப் பக்கம் போனது.

நாம் நீண்ட நேரம் பனை வளவுக்குள் படுத்திருந்தோம். மீண்டும் மரண ஓலங்கள் கேட்கத் தொடங்கின. வீட்டுக்கு முன்னால் விழுந்து கிடந்த சைக்கிளைத் தூக்க வந்த சாமியார் இராணுவத்தின் சூட்டுக்குப் பலியாகி வாசலில் கிடந்தார். நாம் ஓடத்தொடங்கினோம். அச்சமும் மரண ஓலமும் எம்மைத் துரத்தியபடியே இருந்தன.

000

அவலமும் ஆத்திரமும் இயலாமையுமென என் மனம் ஓய்வின்றி உழன்றது. வீட்டுப் பொறுப்பு எனக்கு இரண்டாம்பட்சமாய்ப் போய்க்கொண்டிருந்தது. இயக்கத்தில் இணைவதென முடிவெடுத்தேன். ஓரிரு நாட்களில் வெளியேறுவதே ஏற்பாடு. அம்மாவையும் தங்கைகளையும் பார்க்கும்போது மனது அடித்துக்கொண்டது. இனி இவர்களை எப்போது பார்க்கப் போகிறோம்? அவர்களது அன்பு வலையத்துக்குள்ளால் வெளியேற வேண்டும். அது கடினமானது. 'இவ்வளவு நாளும் என் அருகில் இருந்தவர்கள்தானே' ஆயினும் அவர்களை இனிச் சந்திக்க முடியாமலும் போகக் கூடும். அவர்களோடு உள்ள கணங்களையெல்லாம் அள்ளி என் மனத்திடை நிறைத்துக்கொண்டிருந்தேன். ஒவ்வொரு செய்கையின்போதும் 'இனி எப்போது இதைச் செய்யப் போகிறோம்' என்ற கேள்வி தொடர்ந்த வண்ணமேயிருந்தது. வீட்டில் நாளை பிரிவின் துயர் சூழ்ந்துகொள்ளும். நிதானித்தேன். மனதைத் திடப்படுத்திக் கொண்டேன்.

பின்நேரம் பெரியப்பா மீனோடு வந்திறங்கியிருந்தார். அன்றிரவு நான் இந்தியாவுக்குப் போவதற்கான ஏற்பாடுகளுடன் இருந்தேன்.

"என்ன பரீட்சையைப் பிற்போட்டிட்டாங்களாம்" என்று என்னிடம் கதை கேட்டார்.

தமிழர்களுக்கெதிரான இன அழிப்புக் கலவரங்கள் என்னை நிலைகுலைத்திருந்த காலமது. பரீட்சைபற்றி எனக்கு எந்தக் கவலையுமிருக்கவில்லை. இன்று என்னுடன் இந்தியா வரும் ஐவரில் இருவர் பல்கலைக்கழக மாணவர்கள். மற்றையோர் உயர்தர மாணவர்கள்.

"ஓம் பெரியப்பா. நாங்கள் பொடியள் சேர்ந்து படிக்கிறோம்."

எனது இயக்கத் தொடர்புகளை அப்பிடித்தான் வீட்டில் சொல்லிவைத்திருந்தேன். இயக்கச் சந்திப்புகளுக்குச் செல்லும்போது வகுப்பு நண்பர்களுடன் சேர்ந்து படிக்கப்போகிறோம் என்றுவிட்டே போய்வருகிறேன். பெரியப்பா வெளிக்கிடத் தயாராய் எனக்கருகில் வந்தார்.

பா.அ. ஐயகரன்

“தம்பி பொடியள் எல்லாம் இயக்கத்துக்கு வெளிக்கிடுறாங்கள். உனக்கு இரண்டு தங்கச்சிமார். பார்த்து நட” என்று சொல்லி விட்டு நகர்ந்தார். என்னிடத்தில் ஏதாவது மாற்றங்களைக் கண்டாரா? அல்லது வழமையான அறிவுரையா?

குசினிக்குள்ளிருந்து தீயல், குழல்பிட்டு, தேங்காய்ப்பால் சொதியின் வாசனை அறைவரை வந்து என்னை அழைத்தது. சாப்பாட்டின் மீதான நாட்டம் அவ்வளவாக இருக்கவில்லை. இன்று இரவு வீட்டைவிட்டு வெளியேறிப் பயிற்சிக்காக இந்தியா போகப் போகிறேன். மனதில் அது அருட்டலாகவிருந்தது. வழமையாகக் கறியின் வாசனையால் குசினிக்குள் போகும் நான் அறைக்குள் குந்தியிருந்து அம்மாவுக்கு எழுதப்போகும் பிரிவுக் கடிதம்பற்றி யோசித்துக்கொண்டிருந்தேன்.

“ராசா சாப்பாடாம், அம்மா கூப்பிடுறா” என்றவாறு ஆச்சி அறைக்குள் வந்தார்.

“ஓம் ஆச்சி சாப்பிடுறன். படிச்சுக்கொண்டிருக்கிறன்” என்றவாறு அருகிலிருந்த புத்தகத்தைத் தட்டினேன்.

ஆச்சி கட்டிலில் அமர்ந்து என்னைப் பார்த்துக் கொண்டிருந்தாள். அதுவொன்றும் புதிதில்லை. நானும் படிப்பதுபோல் பாவனை பண்ணிக்கொண்டிருந்தேன். அவள் என்னருகில் வந்து தலையைத் தடவினாள். மனம் சோரும் போதெல்லாம் ஆச்சியின் அருகில் படுத்திருந்தால் தலையைத் தடவி மனதை ஆற்றிவிடுவாள். சில இரவுகளில் அவளருகிலேயே தூங்கியும் விடுவேன்.

“குஞ்சரம் குஞ்சரம்” என்று அவளது வருடல் என்னைத் தூங்க வைத்தவிடும். அவள் என் முகத்தில் ஏதாவது மாற்றங் களைக் கண்டாளா? அல்லது வழமையான அன்பின் பரிமாறலா? எழுந்து குசினிக்கு வந்தேன். தங்கைகளும் இருந்து சாப்பிட்டுக்கொண்டிருந்தார்கள். ஆச்சியும் வந்து என்னருகில் குந்தினாள். சாப்பிடும்போது ஏதாவது கலகலப்பாய்க் கதைத்துச் சாப்பிடுவதுதான் வழமை. நானும் எதையோ எல்லாம் கதைக்க முற்படுகிறேன். எதுவும் இயல்பாய் இல்லை என்பதை நான் உணர்கிறேன்.

“காணும் உன்ட கதை. சாப்பிடு. மீன் முள். இப்ப நீயெங்கையோ வெளியால அடையிறாப்போல” என்றாள் அம்மா.

பிரியமான உணவு என் முன்னே படைக்கப்பட்டிருக்கிறது. ஆயினும் தொண்டைக்குள்ளால் இறங்குவதற்குப் கடினப்பட்டுக் கொண்டிருக்கிறது. இரண்டு குழல் பிட்டு, இரண்டு மீன் தீயல் துண்டு, சொதிக்குள் கிடக்கும் தலைகள் எனத் தின்று தீர்க்கும் எனக்கு எதுவும் இறங்கவில்லை. இந்த உணவுதான்

நான் வீட்டில் சாப்பிடப்போகும் இறுதி உணவென மனம் சொல்லிக்கொண்டிருந்தது. அம்மாவைப் பார்த்தேன். அவள் என்னையே பார்த்தபடியிருந்தாள். சொதியைப் பிட்டின்மீது ஊற்றினேன். மூன்று பிட்டுத் துண்டுகளையும் பிணைந்தேன். மீன் தீயல் துண்டைப் பிய்த்து ஒவ்வொரு கவளத்திலும் சேர்த்து உண்ண ஆரம்பித்தேன். தெண்டித் தொண்டைக்குள்ளால் உட்செலுத்த வேண்டியிருந்தது. அம்மா பார்த்தபடியே இருந்தாள். அவளுக்கு ஏதாவது மாற்றங்கள் தெரிகிறதா? நானே காட்டிக்கொடுக்கப் போகிறேனா? 'சாப்பாட்டோடு ஒன்றிப் போவென' மனம் அறிவுறுத்திற்று. ஒருவாறாக இயல்புக்கு வந்தேன். மீன் தலை ஒவ்வொன்றையும் எடுத்து உறிஞ்சித் தலைக்குள் கிடக்கும் சதையையும் சொதியையும் விழுங்கினேன்.

"சட்டிக்குள்ள கிடக்கிற மிச்சத் தலையையும் சாப்பிடு" என்றபடி தலைகளை ஒவ்வொன்றாகத் தட்டில் வைத்தார் அம்மா. உறிஞ்சி உமிழ்ந்து உண்பதை பார்த்தபடியே இருந்தாள். மாற்றங்களை அவள் நிச்சயமாக அவதானிக்கக் கூடும்.

"காணுமே? ஏன் எழும்பியிட்டாய்? இன்னொரு சில்லுச் சாப்பிடு. என்ன நடக்குது உனக்கு? வெளியில எங்கேயும் சாப்பிட்டுத் திரியிறியே?"

'வேண்டாம்' என்று தலையை அசைத்துவிட்டு எழுந்தேன். இனி அம்மாவின் பிரத்தியேகக் கவனிப்புக் கிடையாது. குறித்த நேரத்திற்குத் தோன்றும் வயிற்றுக்கொதி இப்போது விலகிப் போய்க்கொண்டேயிருக்கிறது. அதை அம்மா அறிவாள். அது அவளுக்கு உள்ளூர அச்சத்தைத் தந்திருக்கும். வெளியில் சாப்பிட்டதாகவே பல நேரங்களில் பொய் சொல்லிக் கடக்கிறேன். கைகளைக் கழுவிவிட்டுத் தங்கைகளின் அறைக்குள் வந்தேன். இனி இவர்களை எப்போது பார்க்கப் போகிறோமோ என்ற ஏக்கம் நெஞ்சத்தை அடைத்தது.

விடிந்துகொண்டிருந்தது. வள்ளம் தனுஸ்கோடியை வந்தடைந்திருந்தது. அம்மாவின் கைகளில் கடிதம் கிடைத்திருக்கும். அவர்களால் ஓலமிட்டு அழமுடியாமல் தங்களுக்குள் வெந்து தணிவார்கள். அம்மாவினதும் ஆச்சியினதும் கவலையான முகத்தை நான் அறிவேன். அப்பா இறந்தபோது அவர்கள் முகங்களில் சிரிப்பின் ரேகைகள் விரிவதற்கு நீண்ட நாட்கள் சென்றன. என்னையே சுற்றித் திரியும் தங்கைகள் "ஏன் அண்ணா இப்பிடிச் செய்தனீ" எனப் புலம்புவார்கள். அவர்கள் என்னைத் திட்டப்போவதில்லை. பிள்ளைக்குத் துணையாய் ஊர்த் தெய்வங்களை அனுப்பி வைப்பார்கள்.

ooo

1984

தமிழகத்தில் ஈழப் போராளிகளுக்குக் கிடைத்த அன்பிலும் பராமரிப்பிலும் திளைத்திருந்தோம். முகாமுக்குள் முடங்கிக் கிடக்காமல் காலை ஓட்டப் பயிற்சியைக் கிராம வீதிகளில் ஓடுவதென முடிவெடுத்திருந்தோம். காலை ஐந்து மணிக்கெல்லாம் எழுந்து ஓட்டத்தை ஆரம்பிப்போம். அந்தப் பொழுதிலேயே கிராமத்துப் பெண்கள் எழுந்து வாசலில் கோலம் போட்டபடியிருப்பார்கள். எனக்கு ஆச்சரியமாகவிருந்தது. எங்கள் ஊரிலும் சிலர் கோலம் போடுவார்கள். அவை வேலிகளுக்குள்ளும் மதில்களுக்குள்ளும் நடந்து முடிந்துவிடும். இந்த காலை ஓட்டத்தின்போது ஒரு பாட்டியினதும் அவள் பேத்தியினதும் அன்பு எனக்குக் கிட்டியது.

"ராசா காப்பி சாப்பிடுறியா?"

பாட்டி கேட்டதும் அவளது கொல்லைப் பக்கம்போய் வாங்கிக் குடித்துவிட்டு மீண்டும் வீதிக்கு ஏறி ஓட வெளிக்கிட்டேன். காலை ஓட்டத்தின் பின்னர் மூன்று மணிநேரப் பயிற்சி. காலை உணவு பத்து மணிக்குக் கிடைக்கும். அவித்த கடலையும் தேநீரும் காலை உணவு. பாட்டியின் காப்பி வேறு வடிவங்களுக்கு மாறியது. கேப்பங்கழி, சோத்துக்கஞ்சி, பச்சை முட்டை, ரொட்டி; எதைக்கொடுத்தாலும் நின்றநிலையில் ஐந்து நிமிடத்துக்குள் சாப்பிட்டுவிட்டு மீண்டும் ஓட ஆரம்பித்து விடுவேன். பயிற்சி முகாமில் போடும் உணவு எனது வயிற்றுக்கொதியை அமர்த்தி வைத்தாலும் சுவை மீதான நாட்டம் மீண்டும் முளைவிட ஆரம்பித்திருந்தது. நான் வீதியை விட்டுத் தினமும் இறங்கி ஏறுவதைப் பார்த்த எங்கள் உளவுத்துறை என்னைக் கண்காணிக்கத் தொடங்கியது. பாட்டி தரும் உணவுக்குத் தடை விழுந்தது.

அப்போது பேத்தி எனக்குக் கை கொடுத்தாள். ஓடிக் கொண்டே தின்னக்கூடிய பலகாரங்களை எனக்காக வைத்திருந்தாள். அவள் கோலம் போட முடியாத நாட்களிலும் எனக்காகக் காத்திருந்து தின்பண்டங்களை என் கைகளுக்குள் திணித்தாள். அவளுக்காகவே தினமும் எழுந்து ஓடுகிறேனோ? அவள் மீதான ஈர்ப்பை உணரத் தொடங்கியிருந்தேன். அவளும் அவ்வாறுதான். அவளின் விரல்கள் என் கைகளை வருடும் கணங்கள் இதமாகவிருந்தன. நாம் ஓடும் பாதையில் மறைவான இடங்களில் மாறிமாறி அவள் காட்சி தந்தாள். அவள் அந்தக் கிராமக்காரியல்லவா. உளவுத்துறைக்கே வித்தை காட்டத் தெரிந்தவள். ஒவ்வொரு நாள் சந்திப்பு இடங்களை அவளே தீர்மானித்தாள். எவ்வளவு வேகமாக ஓடுவதென்பதை நான்

தீர்மானித்தேன். எங்கள் சந்திப்பின் காலம் எப்படியிருந்தாலும் குறித்த நேரத்துக்குள் முகாமுக்குச் சென்றுவிட வேண்டும். அவள் இனியவள். அவளது தீனியோடு அவள் வார்த்தைகள் இன்னமும் இனித்தது. அவளைக் காணாத பொழுதுகளில் மனம் சோர்வதை உணர்ந்திருந்தேன். வீட்டின் பிரிவு மனதைக் குடைவதைப்போல் அவளும் குடைய ஆரம்பித்தாள். அவளின் அழகும் மெருகேறி வருகிறது. அல்லது அவள் என்னை நெருங்க ஆரம்பித்துவிட்டாள். கரு மையிட்ட அவளின் குண்டுக் கண்களின் மொழி எனக்கு நன்கு புரிந்திருந்தது.

அன்றுஅவள் எள்ளுப்பாகோடு காத்திருந்தாள். வழமைபோல் கைகளுக்குள் திணிக்கவில்லை. என்னை அருகில் அழைத்து எள்ளுப்பாகை ஊட்டிவிட்டாள். அதன் சுவையின் இதத்தில் அவள் முத்தத்தை என் கன்னத்தில் பதித்தாள். அவளை இறுக அணைத்தேன். அவள் என் மார்புக்குள் கிடந்தாள். நாங்கள் முத்தங்களைப் பறிமாறிக் கொண்டோம். அவள் இதழ் தித்திப்பாய் இருந்தது. ஏதோவொன்று எங்களை மீட்டது. இருவரும் பதைப்பில் மீண்டோம். வேகமாக ஓட ஆரம்பித்தேன். வழமையாகப் பிந்தி ஓடுபவர்கள் ஒருவரையும் தெருவில் காணவில்லை. மனம் பதைக்க ஆரம்பித்தது. காலைப் பயிற்சியின் வியர்வைக் களைப்பின் பின்பும் அவள் தந்த முத்தத்தின் சுவடுகள் கன்னங்களில் இருந்தன.

“டேய் உன்னைப் பொறுப்பாளர் வரட்டாம்” என்று உளவுத்துறை வந்து சொன்னான்.

பொறுப்பாளரின் கொதிப்பு முகத்தில் தெரிந்தது.

“டேய் நாயே! தின்ட வீட்டில பேல வேண்டாம் என்று அந்தக் கிழவி சொல்லுது. எங்க தின்டாய்? எங்க பேன்டாய்?” என்று பொறுப்பாளர் கேட்டார்.

“இந்தச் சனங்கள் எங்களில மதிப்பு வைச்சிருக்கு அதைக் கெடுத்திடாதையுங்கோ.”

மதியம் வரையும் திடலைச் சுற்றி ஓடச் சொன்னார். உடனடியாக என்னை வேறு முகாமுக்கு மாற்றினார்கள். அந்த முகாம் பொறுப்பாளருக்காகக் காத்திருந்தேன்.

“இஞ்ச வந்தால் பயிற்சி எடுக்கிறதைவிட்டு இயக்கத்தைப் பிரிக்கிறம், கிழிக்கிறம் என்டு நிற்கிறியள்” என்று என் கன்னத்தில் அறைந்தான்.

அந்த முகாமின் பொறுப்பாளர் விசித்திரமான பேர்வழி. அங்கு வருபவர்கள் எதற்கு வருகிறார்கள் என்பதைப்பற்றி அவனுக்கு அக்கறையில்லை. அனைவருக்கும் அடிக்கும் நிலையில் இருந்தான்.

இதுதான் நான் கன்னத்தில் வாங்கிய முதல் அறை. காதலின் முதல் முத்தமும் முதல் அறையும் ஒரே நாளில் கிடைக்கிறது. அவனது அறை என்னை அவமானப்படுத்திற்று. ஆத்திரம் மேலோங்கியிருந்தது. பயிற்சியில் முறுகியிருந்த உடல் பொறுமையிழந்திருந்தது. இயக்கத்திலிருந்து ஓடவெளிக்கிட்டோர், இயக்கத்தை விமர்சித்தோர் எனப் பலரும் அந்த முகாமுக்குக் கொண்டுவந்து விடப்பட்டிருந்தார்கள்.

"அண்ணை இது வேற பிரச்சினை" என்று என்னை அங்கு அழைத்து வந்த உளவுத்துறை சொன்னான்.

"புடுக்கு சும்மா கிடக்குதில்லை" என்று மீண்டும் அறைவதற்குக் கை ஓங்கியவன் எனது கண்களைப் பார்த்துவிட்டுக் கையை இறக்கினான்.

"உன்ர பெயர் என்ன? கொமோன்டோ ரெயினிங் நடக்க இருக்கு நீ அங்க போ" என்றான் பொறுப்பாளர்.

'ரொட்டி' என்ற எனது பட்டப் பெயரை 'ரெட்டி' என்ற இயக்கப் பெயராய் மாற்றி வைத்திருந்தேன்.

முகாம் மாற்றமும், அவளின் பிரிவும் சற்றுச் சோர்வைத் தந்தன. நாளை என்னை அவள் தேடக்கூடும். என்னால் எந்தத் தகவலையும் அவளிடம் சேர்க்க முடியாது.

என் கொடுப்புப் பல்லின் இடுக்குக்குள் ஏதோ அகப்பட்டிருப்பதுபோல் இருந்தது. நாக்கால் மெல்லத் தட்டி எடுத்தேன். எள்ளுப் பருக்கையாய் இருக்கும் என்பதாய் என் உணர்வு சொல்லிற்று. அதை நாக்கால் மெல்ல நகர்த்தி முன் பற்களுக்கு இடையே நிறுத்தி மெல்லெனக் கடித்தேன். எள்ளின் சுவை நாக்கில் பரவத் தொடங்கிற்று. அவளின் சுவை.

ஒரு வருடம் கடுமையான கொமோன்டோ பயிற்சியோடு பதினைந்து மாதங்கள் பயிற்சியில் என் காலத்தைக் கழித்திருந்தேன். மனம் வீட்டை நோக்கியே இருந்தது. ஈழம் போக முன்னர் அவளை ஒரு தடவையாவது பார்த்துவிடவேண்டுமென்ற அவா இருந்துகொண்டேயிருந்தது. எள்ளின் சுவை அவள்.

ooo

1985

வள்ளத்தில் வெடிபொருட்களும் ஆயுதங்களும் இருந்தன. வள்ளத்தில் உள்ள பொருட்கள் இந்திய உளவுத்துறைக்குத் தெரியாமல் வாங்கிச் சேர்த்தவை. 'றோ'வுக்குத் தெரிந்தால் பொருட்கள் பறிபோகும். நாங்கள் அனைவரும் மிகுந்த அவதானத்துடன் இருந்ததாகவே நினைத்திருந்தோம்.

வண்டிக்குள் பொருள்கள் ஏற்றி முடிந்ததும் தமிழக பொலிசார் சரியான தருணத்தில் தோன்றி வண்டியைத் தடுத்தாட்கொண்டார்கள். நாங்கள் கைது செய்யப்பட்டு அவர்களின் பாதுகாப்பில் வைக்கப்பட்டோம். முதலமைச்சரின் தலையீட்டால் பொலிசாரின் மன்னிப்பும் கொத்துபரோட்டா பாசலும் வந்தபோது இரவு பதினொரு மணி. தனுஸ்கோடிக் கடற்கரையிலிருந்து நாங்கள் வெளிக்கிடும்போது இரவு இரண்டு மணியைத் தாண்டியிருந்தது. வள்ளத்துக்குள் முக்கிய பொருட்கள் இருந்தபடியால் காவலுக்கு என மூன்று வள்ளங்களும் தயாராய் இருந்தன. இலுப்பைக்கடவைக் கரைதான் எங்கள் இலக்கு. வன்னிக்குப் போக வேண்டிய பொருட்கள் நிறைய இருந்தன. இலங்கைப் படையோடு மோதல் வந்தால் வங்காலை அல்லது மாதகல் கரையென முடிவெடுத்தோம். இரண்டு இயந்திரமும் இயங்கினால் ஒரு மணிநேரத்துக்குள் இலுப்பங்கடவையை அடைந்துவிட முடியும். முன்னுக்குப் போகும் மூன்று வள்ளங்களுக்கும் இலங்கைப் படையைச் சமாளிக்கும் வல்லமை இருந்தன. எங்கள் வண்டிக்குள் வெடிபொருட்கள் இருந்ததால் அதிக கவனத்துடன் நகர வேண்டியிருந்தது. மன்னாருக்கு அண்மையாகக் கடற்படை வள்ளத்தின் நடமாட்டம் தென்பட்டது. முதல் அடி எங்களுடையதாக இருந்தது. பதினைந்து நிமிடங்கள் தாக்குதல் தொடர்ந்தது. நாங்கள் ஆயுத வண்டியை வங்காலைப் பக்கமாக நகர்த்த வேண்டியிருந்தது. எங்கள் தாக்குதலால் கடற்படை பின்வாங்கியிருந்த தகவல் எங்களுக்கு வந்து சேர்ந்தது. இலுப்பைக்கடவைக்கு வள்ளத்தைத் திருப்பினோம். காலை ஐந்து மணியாகியிருந்தது. பதினைந்து மாதங்களின் பின்னர் நான் இலங்கைக்குத் திரும்பியிருந்தேன். கடந்த பதினைந்து மாதங்களும் ஒரு யுகம். காலமென்பது வெறும் கணங்களாய்க் கடந்துபோவதில்லைத்தான். அது உணர்வுகளின் நினைவுகளின் சுமை.

கரைப் பொறுப்பாளரை நான் அறிவேன். அங்கிருந்த வாடிக்கு அழைத்துப் போனான். காலைச் சாப்பாட்டுக்கான தயாரிப்புகள் நடந்துகொண்டிருந்தன. அது வங்காலை பீற்றர் அண்ணையின் வாடி. அவர் எங்கள்இயக்க ஓட்டிகளில் ஒருவர். நான் இந்தியாவுக்குப் பயிற்சிக்காகச் சென்றபோது அவர்தான் எங்கள் வள்ளத்தின் ஓட்டி. 'றோஸ்' பாணுடன் தோழர் ஒருவர் வந்து சேர்ந்தார். பீற்றர் அண்ணை தேங்காய் துருவிக்கொண்டிருந்தார். அங்கு தண்ணீருக்குள் ஊறப்போட்டிருந்த சின்ன வெங்காயத்தை உரித்து வைத்தேன். அடுப்புக்குள் இருந்த தணலை வெளியே இழுத்துப் பரவி அதற்குள் செத்தல் மிளகாய்களைச் சுட்டு எடுத்தார். அதன் பின்னர் சூடை மீன் கருவாடுகளைத் தணலுக்குள் இட்டுச் சுட்டு எடுத்தார். வாசனை வாடியை நிறைக்கத்

தொடங்கியது. சுட்ட மிளகாய், வெங்காயம், சொட்டு உப்பையும் இட்டு இடித்துப் பட்டுப்போல் வந்ததும் தேங்காய் துருவலை உரலுக்குள் இறக்கி இடித்து எடுத்தார். சுட்ட கருவாட்டின் செதிலையும் முள்ளையும் நீக்கிச் சதையை உலுத்தி எடுத்துச் சம்பலுக்குள் இட்டுப் பிசைந்தார். பின்னர் ஒரு தேசிக்காயைப் பிழிந்துவிட்டு மீண்டும் பிசைந்தார். தேங்காய்ச் சம்பலின் வாசனை நாசியை அரித்துப் பசியைக் கிளப்பிற்று. மீளவும் சுவையின் கணுக்கள் திறந்தன. பெரும் பாரத்தை இறக்கி மனம் சற்று இழகியதுபோல் இருந்தது. நாவில் எச்சில் கட்டில்லாமல் ஊறத் தொடங்கியது. நீண்ட நாட்களின் பின்னர் அந்த வாசைன வயிற்றுக்கொதியை ஏற்படுத்தியிருந்தது. 'றோஸ்' பாணும் சுட்ட கருவாட்டுச் சம்பலும் கட்டிக் கிடந்தவை எல்லாவற்றையும் களைத்தெறிந்ததுபோன்ற உணர்வைத் தந்தன.றோஸ் பாணுடன் சம்பலும் சேர்த்து வாயில் இட்டபோது கண்கள் தானே இறுக மூடிக்கொண்டன. சுவை.

“அண்ணை ஊருக்கு வந்திட்டன். எவ்வளவு நாள் இப்படிச் சாப்பிட்டு” பீற்றர் அண்ணரைப் பார்த்தேன்.

“சரி சாப்பிடு... எனக்குத் தெரியுமடா காஞ்ச வாய்க்கு என்ன வேணுமெண்டு” என்றார் பீற்றர் அண்ணை.

○○○

யாழ் குடாவுக்குக் கொண்டுபோக வேண்டிய சாமான்களுடன் நீல நிற 'இல்வ்' லொறி தயாராய் இருந்தது. எங்களுடன் காவலுக்காக மூன்று மோட்டார் சைக்கிள்களில் ஆறு போராளிகள் வந்தார்கள். இராணுவ முகாங்களுக்கு இடையே எங்கள் பாதைகள் இருந்தன. காட்டுப் பாதைகளோடு பெரும் சுற்றுப் பாதைகளாயும் இருந்தன. கடல் ஆபத்துக்களைவிடத் தரை ஆபத்துக்கள் நிறையவே இருந்தன. காடுகளுக்குள் இராணுவம் ஒளிந்திருந்து தாக்குதல் நடத்தக் கூடும். இராணுவத்தின் நடமாட்டத்தை அவதானிக்கக் குழுக்கள் அமைக்கப்பட்டிருந்ததைச் செல்லும் வழிகளில் அறிந்து கொண்டேன். முக்கியமான கடவைக்குள்ளால் செல்லும்போதெல் லாம் குழுக்களின் சமிக்ஞைக்காகக் காத்திருக்க வேண்டி யிருந்தது. மோட்டார் சைக்கிளில் வந்த போராளிகளின் பணியில் பெரும் பங்கு அதுவாகவிருந்தது.மதியத்தை அண்மித்திருந்தது. பசி எடுக்கத் தொடங்கிற்று. வயிற்றுக்கொதி மீண்டும் தோன்றுமாப்போல் இருந்தது. வாகனத்தை ஓட்டிவந்த போராளியிடம் மெல்லக் கதையைக் கொடுத்தேன்.

“அக்கரையான்குளத்தில நிப்பாட்டிச் சாப்பிடலாம்” என அவன் சொன்னான்.

"எவ்வளவு நேரம்" என மீளவும் கேட்டேன்

"முக்கால் மணித்தியாலத்தில போகலாம்" என்றான்.

தாக்குப் பிடிக்கலாம். நான் வெளிப்படையாக எதையும் சொல்ல முடியாமல் இருந்தேன். ஒரு போராளியால் பசி கிடக்க முடியாதா? கொமோன்டோ பயிற்சியின்போது வயிற்றைக் கட்டிப் பயிற்சியெல்லாம் எடுத்தோமே? நாங்கள் எவ்வளவு கஸ்டப்பட்டுச் சாமான்களைக் கொண்டு போறம்... இவர் சாப்பாட்டுக்கு நிற்கிறார்' என்று அவர்கள் எண்ணக்கூடும். அக்கரையான்குளத்தை அடையும்போது ஒரு மணித்தியாலத்திற்கு மேல் போயிருந்தது. பசி தனது உக்கிரத்தை வெளிக்காட்டத் தொடங்கியிருந்தது. முன்னே மோட்டார் சைக்கிளில் சென்ற போராளியொருவர் திரும்பி வந்து எங்கள் வாகனத்தை நிறுத்தினார்.

"கடையடியில மாத்தையா கோஸ்டி நிக்குது. அங்க நிப்பாட்டேலாது" என்றார் அந்தப் போராளி.

"ஏன்" என்றேன்.

"வீண் சிக்கல்" என்றான் அவன்.

வயிற்றுக்கொதி.

"அப்ப எங்க நிப்பாட்டுறது" என்றேன்

"முறிகண்டிப் பக்கமாய்ப் போய்த்தான் கண்டி றோட்டைக் கடக்க வேணும். முரசுமோட்டையில இல்லாட்டி இடையில எங்கையாவது பார்த்து நிப்பாட்டுவம்" என்றான் அவன்.

அவர்களும் என்னோடு காலை உணவருந்தியவர்கள்தான். அவர்களுக்குத் தோன்றாத பசி என்னையேன் வதைக்கிறது. முரசுமோட்டைக்கு வந்து சேரும்போது மூன்று மணியைத் தாண்டியிருந்தது.

"இன்னம் கொஞ்சத் தூரம்தான் கடை" என்றார் வண்டி ஓட்டும் போராளி.

தலை கனக்கத் தொடங்கியிருந்தது. எனது வயிற்றுக்கொதியை யாரிடமும் கூற முடியாது. எதையாவது பிடித்துத் தின்னும் அளவுக்குக் கொதி விரிந்திருந்தது. முன்னே போன போராளி பெரும் பதற்றத்துடன் வந்து எங்கள் வாகனத்தை மறித்தான்.

"அண்ணை வாகனத்தைத் திருப்ப வேணும் வேற வழியாலதான் போக வேணும்" என்றான்

"என்னடா என்ன பிரச்சனை" என்றேன்.

"ஏதோவொரு பிரச்சினையில எங்கட பொடியள் யாரையோ பிடிச்சு அடிச்சு விசாரிச்சவையாம். அந்தாள் அவமானத்தில

வீட்டை போய் மருந்தைக் குடிச்சுச் செத்துப்போச்சுது. சனங்கள் குழம்பி நிற்குதுகள். எங்களுக்கு 'சப்போட்டான' ஆட்கள்தான் ரோட்டை மறிச்சு வைச்சிருக்குதுகள்."

வாகனத்தை விட்டு இறங்கி நடந்தேன். எதையாவது பிடுங்கித் தின்னக் கிடைத்தால் நல்லது. அருகிலொரு பெட்டிக்கடை இருந்தது. அங்கு தொங்கியபடியிருந்த 'ரஸ்க்' பொதியைப் பிடுங்கி எடுத்துப் பிரித்துச் சாப்பிட வெளிக்கிட்டேன். மற்றைய போராளிகள் என்னைப் பார்த்தபடியிருந்தார்கள்.

'நாங்கள் பிரச்சினைக்குள் நிற்கிறம். நீ 'ரஸ்க்' சாப்பிடுறாய்' என்ற வகையிலேயேஅவர்கள் பார்வை.

"தோழர் பசிக்குதுபோல" என்று எனது நிலையறிந்து ஒருவன் கேட்டான்.

"இல்லை, ஊர் ரஸ்க் திண்டு கனநாள்" என்றவாறு பக்கட்டை முடித்தேன்.

வயிற்றுக்கொதியோடு என்னால் கதைக்க முடிகிறதே. இந்தக் கொதியை எதுவும் அடக்கிவிட முடியாது. பசியை ஏமாற்ற முடியாது. மதியம் கடந்து நான்குமணித்தியாலங்கள் ஆகிவிட்டன.

"தோழர் சுண்டிக்குளத்தில அண்ணாவியாரின்ட கடையிருக்கு. மணிச் சாப்பாடு. அங்க சாப்பிடலாம்" என்றான் ஓட்டுநன்.

என்னுடைய கொதிக்கு மணிச் சாப்பாடில்லை, சும்மா சாப்பாடு போதும்.

ஊரியானை வந்தடைந்திருந்தோம். இரவுபட முன்பு நாங்கள் சுண்டிக்குளத்தைத் தாண்ட வேண்டும். 'இல்வ்' வண்டியில் இருக்கும் பொருட்களை 'ரக்டர்' வண்டிக்கு மாற்ற வேண்டும். சதுப்பு நிலத்துக்குள்ளால் போவதற்கு வசதியாய்ச் சேற்று உழவுக்குப் போடும் சில்லுடன் கலப்பை பூட்டிய 'ரக்டர்' நின்றது. கலப்பையில் பொருட்களை அடுக்கினோம். தாவரக் குழைகளை வெட்டி 'ரக்டர்'ரை மறைத்தோம். ஆனையிறவு முகாமுக்குக் கிழக்குப் புறமாகவே எங்கள் பயணம். 'ஹெலி'த் தாக்குதல்கள் அடிக்கடி இடம்பெறும். சதுப்பு நிலத்தை ஒட்டியிருந்த குறண்டல் பாலைகளும் சதுப்பு நிலத் தாவரங்களும் நாங்கள் மறைவதற்கு ஏதுவாய் இருந்தன. சுண்டிக்குளத்துக் கரையை வந்தடைந்திருந்தோம். யாழ்ப்பாணத்திலிருந்து வந்திருந்த இன்னுமொரு 'எல்வ்' வாகனம் எமக்காய்க் காத்திருந்தது. 'ரக்ட'ரில் இருந்த பொருட்களை 'எல்வ்' வாகனத்திற்கு மாற்றினோம். என்னுடன் இலுப்பைக்கடவையிலிருந்து வந்த போராளிகள் மீண்டும் வன்னிக்குத் திரும்பினார்கள். இப்போது

எல்லோருமே புதுப்போராளிகள். எனது வயிற்றுக்கொதியை யாரிடத்தில் சொல்வது. அவர்களுக்குப் பசியெடுத்தால் அண்ணாவியாரின் கடையில் நிற்பாட்டுவார்கள். 40 நிமிடங்களுக்குமேல் வாகனம் ஓடியிருக்கும்.

"என்னடா கடை பூட்டியிருக்கு" என்றான் ஒருவன்.

நான் திரும்பிப் பார்த்தேன். ஒரு கொட்டில் கடை. அருகில் கிணறு. ஒரு சிறு விளக்கு எரிந்த வண்ணமிருந்தது.

"என்னெண்டு பார்த்திட்டு வா" என்றார் ஓட்டுநர்.

அவன் இறங்கிக் கடை வாங்கில் கிடந்தவருடன் கதைத்துவிட்டு வந்தான்.

"அண்ணாவியாரின்ட மருமோனை 'நேவி' சுட்டுட்டாள்களாம். செத்தவீட்டுக்கு வெற்றிலைக்கேணிக்கு போயிட்டாராம்."

பசியின் கோரத்தில் தலையிடிக்கத் தொடங்கியிருந்தது. கடல் காற்று பசியைக் கூட்டியிருந்தது.

"தோழர் தண்ணி இருக்கே" என்று ஓட்டுநரைக் கேட்டேன்.

"நல்ல தண்ணிக் கிணறுதான் இறங்கிக் குடியுங்கோ" என்றான்

நல்ல தண்ணிதான். நீரின் சுவை. மண்டிக்கொண்டேயிருந்தேன். இந்த உப்புத் தரையில் இப்படி சுவையான தண்ணியா? வயிற்றுக்கொதியை கொல்வதற்கு இந்தத் தண்ணியைத் தவிர வேறு வழியில்லை. இனி இந்த இரவுக்கு எந்தச் சாப்பாடும் கிடைக்கப் போவதில்லை. எந்த எதிர்பார்ப்பையும் என்னால் தாங்க முடியாது.

"என்ன தோழர் பசியோ? கொடிகாமத்தில இல்லாட்டி சாவகச்சேரியில கடையல் திறந்திருக்கும் சாப்பிடலாம்" என்றார் ஓட்டுநர்.

பசி மூளையைக் கசக்கிக்கொண்டு வந்தது. வயிறு நீரால் நிறைந்திருந்தது. மெல்லிய மயக்கம்போல் இருந்தது. நித்திரையா? மயக்கமா?

நான் கண் விழித்தபோது எவரும் வாகனத்துள் இருக்கவில்லை. முதலில் அச்சமாகவிருந்தது. வாகனத்திலிருந்து கீழே இறங்கினேன்.

"எஞ்சின் ஏதோ பிரச்சினை" என்றான் ஓட்டுநர்.

"எவடத்தில நிற்கிறம்?"

"அரியாலை கொழும்புத்துறை றோட். யோகர் சுவாமி மடத்தடி."

"என்ன நேரம் தோழர்?"

"மூண்டாகுது."

கொடிகாமம்,சாவகச்சேரிஎல்லாம்தாண்டியாழ்ப்பாணத்தில் நிற்கிறோம். பெரியப்பாவின் வீடு அண்மைதான்.

"தோழர் என்ட பெரியப்பா சந்தனமாதா கோயிலடிதான். நான் நடந்து போறன். நாளைக்கு முகாமில சந்திக்கிறன்." என்றுவிட்டு நடக்க ஆரம்பித்தேன்.

நாய்களும் உறங்கிக் கிடந்தன. இந்த வேளையில் போய் எப்படி அவர்களை எழுப்பப் போகிறேனோ? பெரியப்பா வீட்டு கேற் பூட்டிக் கிடந்தது. கேற்றின் மேல் கொழுக்கியால் ஒரு தட்டுப் போட்டேன். நாய் விழித்துக்கொண்டது. அதன் குரை ஒரு அந்நியனைக் காட்டிக் கொடுத்தபடியிருந்தது. எப்போதும் அரைக் கண்ணில் நித்திரை கொள்ளும் பெரியப்பா முன் வாசல் வெளிச்சத்தைப் போட்டுவிட்டு ஒரு கையில் தடியுடனும் மறுகையில் 'டோச்'சுடனும் வந்தார்.

"பெரியப்பா நான் ராசன் வந்திருக்கிறன்" என்றேன்.

எனது குரலை அடையாளம் கண்டுகொண்டு,

"ஓ ராசனே? பொறு திறப்பை எடுத்து வாறன்."

பெரியப்பா கதவைத் திறந்து உள்ளே விட்டபடி,

"சாப்பிட்டியே?" என்றார்.

பெரியப்பா குசினி எந்தப் பக்கம் என்று அறியாத ஆள். நான் சாப்பிடவில்லையென்றால் பெரியம்மாவை எழுப்புவார். கூடவே அக்காவையும் எழுப்புவார். பெரியம்மா நெஞ்சு வருத்தத்தோடு அவதிப்படுபவர். இந்த வேளையில் அவர்களைச் சிரமப்படுத்த மனம் விரும்பவில்லை. இன்னமும் இரண்டு மணித்தியாலங்கள் தாக்குப் பிடித்தால் கச்சேரியடிச் சாப்பாட்டுக் கடை திறந்துவிடும் அங்குபோய் ஏதாவது சாப்பிடலாம்.

"ஓம் நான் சாப்பிட்டன்" என்றேன்.

பசியின் கோர முகம் மணிக்கூட்டைப் பார்த்தபடியே யிருந்தது. மணிக்கூட்டின் முட்கள் அண்டத்தைக் காவுவதுபோல் மெல்ல அசைந்துகொண்டிருந்தன. வினாடிச் சத்தத்தின் இடைவெளி பேரண்ட அளவிற்கு நீண்டுகொண்டிருந்தது. பசி பேரண்டத்தை விழுங்குவதற்குத் தயாராய் இருந்தது. ஐந்து மணி. எழுந்து முகத்தை அலம்பினேன். விடியல்.

"வெளிக்கிடப் போறியே" என்றார் பெரியப்பா.

“எங்கட வாகனம் யோகசுவாமி மடத்தடியில பழுதாகி நிற்குது. போய்ப் பார்த்திட்டு வாரன்” என்று அவரின் சைக்கிளை இரவல் வாங்கிக்கொண்டு புறப்பட்டேன்.

பசிச் சன்னதம். கச்சேரியடி வெகு தொலைவில் இல்லை. பத்து நிமிடத் தொலைவு. எதற்கும் பிரதான வீதிகளைத் தவிர்த்துக் காட்டுக் கந்தோர் ஒழுங்கைக்குள்ளால் சைக்கிளை விட்டேன். அது கண்டி வீதியில் ஏறும். அதிலிருந்து சற்றுத் தூரத்தில் கடை. காட்டுக் கந்தோர் வீதி முடிவடைந்து கண்டி வீதிக்கு ஏறும் இடத்தில் நடமாட்டங்களை அவதானித்துவிட்டுத் தொடர்வதற்காக சைக்கிளை விட்டு இறங்கி உருட்டினேன். கண்டி வீதியை அடைந்ததும் இரண்டு பக்கமும் பார்த்தேன். திடீரென இரத்த வாடை எனது மூக்கை அரித்தது. இடது பக்கமாயிருந்த மின் கம்பத்தில் யாரையோ கட்டியிருப்பது தெரிந்தது. மின் கம்பம் அருகே வந்தேன். தலையில் சூடு. கண்ணான்று வெளியே தொங்கியபடியிருந்தது. மற்றைய கண் திறந்தபடியிருந்தது. இரத்தம் உறையாமல் ஓடிக்கொண்டிருந்தது. இப்போதுதான் சுட்டிருக்கிறார்கள். இரத்தத்தின் வாடை என்னை நிலைகுலைய வைத்தது. அவன் கழுத்தில் தொங்கிய அட்டையில் ஏதோ எழுதி வைக்கப்பட்டிருந்தது. அதை வாசிக்க முற்பட்டேன். அடியில் கிடந்த கொட்டை எழுத்து மட்டும் கண்களுக்கு எட்டியது. தமிழீழ எனத் தொடங்கியது. கண்கள் இருளத் தொடங்கின. சைக்கிள் என் கைப்பிடியிலிருந்து விலகி விழுந்தது. சரவணமுத்து வாத்தியாரின்ட, கலாவின்ட, சாமியாரின்ட இரத்தத்தின் வாடை. உடல் நடுங்கி ஓங்காளிக்கத் தொடங்கினேன்.

“என்ன தம்பி சைக்கிளைத் தள்ளிக்கொண்டு வாராய்? சில்லு காத்துப் போயிட்டுதோ?” என்று பெரியப்பா கேட்டார்.

நினைவு திரும்பியது. சைக்கிள் என் கையில் இருப்பது தெரிந்தது. நான் சைக்கிளை ஓடி வரவில்லை. தள்ளிக்கொண்டே வந்திருக்கிறேன். நான்தான் காற்றுப் போயிருந்தேன்.

“இல்லை நாய்கள்” என்றேன்.

பெரியம்மா, அக்கா, தம்பி எல்லோரும் என்னுடன் கதைப்பது தெரிகிறது. அவர்களுக்குப் பதிலளிக்கும் பலம் என்னிடம் இருக்கவில்லை.

“தம்பி சாப்பிட்டிட்டுப் போவன்” என்று பெரியம்மா கேட்டபடி நின்றார்.

“நான் வீட்டை போகப் போறன். களைப்பு. வீட்டை போனால் ஆறுதலாய்ப் படுக்கலாம்” என்றேன்.

தம்பி அயல்வீட்டாரின் மோட்டார் சைக்கிளுடன் வந்தான். எங்கள் வீட்டை அடைந்தபோது அந்த விடியலில் என்னை எவரும் எதிர்பார்க்கவில்லை. மகிழ்ச்சியில் எல்லோரும் ஓலமிட்டு அழுதார்கள். ஏதோ நடந்துவிட்டது என அயல் வீட்டுக்காரர்களும் ஓடி வந்தார்கள்.

"ராசன் அண்ணர் வந்திட்டார்" என்று வாசலில் நின்று அயல் வீட்டாரைத் திருப்பி அனுப்பிக்கொண்டு நின்றான் தம்பி.

அரவணைப்புகள், முத்தங்கள், உச்சி முகர்வுகள், ஆனந்தக் கண்ணீரின் நனையல். எல்லாவற்றையும் கடந்து மின் கம்பத்தில் கட்டிக் கிடக்கும் அந்த மனிதன். அவனின் வெளித்தொங்கிய கண். உறையாது ஓடிக்கொண்டிருந்த இரத்தம். அதன் வாடை. எல்லாம் மீண்டுகொண்டிருந்தன.

"பிள்ளை தொட்டியை நிறைச்சுவிடு அண்ணா குளிக்கட்டும்" என்றார் அம்மா.

குளித்துக்கொண்டே நின்றேன். மனம் நிலைகொள்ள வில்லை. நாசிக்குள் ஏறிய வாடை அங்கேயே தரித்து நின்றது. ஆச்சி உடுப்புத் தோய்க்கிற கல்லில் இருந்து என்னைப் பார்த்தபடியிருந்தார். தங்கைகள் கிணற்றுக் கட்டிலிருந்து என்னுடன் ஏதேதோ கதைத்த வண்ணம் இருந்தார்கள். என் உடல் மாற்றம் அனைவருக்கும் தெரியும்படியாகவே இருக்கிறது. மனம்? இவன் ஏதோ பித்துப் பிடித்தவன்போல் இருக்கிறான் என்பதை ஆச்சி உணர்ந்திருப்பார். கொடியில் கிடந்த துவாயையும் சாரத்தையும் என்னிடம் நீட்டினார். உடையை மாற்றிவிட்டுத் திண்ணைக்கு வந்தேன்.

"விபூதியைப் பூசன். நெற்றி பாழாய்க் கிடக்கு" என்றார் ஆச்சி.

எல்லாமே கேட்கிறது. மனது விறைத்திருக்கிறது.

ஆச்சி திண்ணையில் தொங்கும் குடுவையிலிருந்து விபூதியை அள்ளி என் நெற்றியில் இட்டாள். விபூதியை அள்ளிக் கையில் வைத்துக் கண்களை இறுக மூடி ஏதோ முணுமுணுத்த பின்னர் தூவென்று விபூதியை என் முகத்தே ஊதிவிட்டார். இது வழமையான ஆச்சி வைத்தியம். மகன் திரும்பிவிட்டான் என்ற மகிழ்ச்சியில் குசினியிலிருந்து எனக்குப் பிடித்தமான உணவுகளின் சமையல் வாசனை வெளிக்கிளம்பியிருக்கும். ஆயினும் எந்த வாசனையும் என் நாசிக்கு எட்டவில்லை.

"தம்பி சாப்பிடு" என்று சாப்பாட்டுத் தட்டத்தை நீட்டியபடி நின்றார் அம்மா.

"எனக்கு பசிக்கேல. களைப்பாய் இருக்கு... நான் படுக்கப் போறன் அம்மா" என்றேன்.

"வெறும் வயிற்றோடு படுக்காதை. சாப்பிடு" என்று அம்மா நின்றார்.

இவன் பசி கிடவான் என்பதை அவர்கள் அறிவார்கள். பல மாதக் கதைகளோடு எல்லோருமே காத்துக் கிடக்கிறோம். எனது கலகலப்பான பேச்சு அடங்கியிருந்தது. மனம் களைத்திருப்பதை முகம் காட்டியபடியே இருந்தது. ஆச்சியின் கட்டிலில் போய்ச் சாய்ந்தேன். ஆச்சி என் தலைமாட்டில் இருந்து 'குஞ்சரம் குஞ்சரம்' என்று தலையைத் தடவிக்கொண்டிருந்தாள்.

"பசிக்கேக்க சாப்பிடு ராசா" என்றவாறு அகன்றாள் அம்மா.

நாசிக்குள் ஏறிய இரத்த வாடை அங்கேயே தரித்திருந்தது. கண்களை இறுக மூடி நித்திரையை வரவழைக்க முயன்றேன். மின்கம்பத் தெருவிளக்கின் ஒளி சூரியர்களாய்ப் பரிணமித்தது. பேரொளி கண்களுக்குள் தரித்தது. பேரொளியில் அந்த மனிதன் தன் ஒற்றைக் கண்ணால் என்னைப் பார்த்து,

"கழுத்தில் தொங்கும் அட்டையிலிருப்பதை வாசி" என்கிறான்.

"கொலை என்றே அதில் எழுதியிருக்கும்" என்று அவனிடம் சொல்லிக்கொள்கிறேன்.

"எனக்கு உறக்கத்தைத் தா... நான் மீள்வதற்கு ஒரு சிறு உறக்கம் வேண்டும். நான் உன்னிடம் வேண்டுவதெல்லாம் என் கண்களுக்குள் இருள்" என அவனிடம் இரந்துகொண்டிருந்தேன்.

அந்த விடியல் மெல்லென இருளத் தொடங்கிற்று.

●

யூலை 2021

இருளில் மீள்பவர்கள்

இந்தச் சந்திப்பு எனக்கு முக்கியமானதா யிருந்தது. இரியானா வருவதற்கு ஒத்துக்கொண் டிருந்தாள். அவள் எனக்கு Milan Kunderaவின் 'L'ignorance' நாவலினால் அறிமுகமாகியிருந்தாள். நானும் புலம்பெயர்ந்தவன், எனக்கும் துன்புறுத்தும் கனவுகள் வந்துபோவதாகத் தெரிவித்திருந்தேன்.

"நீயும் அச்சத்திலா இருக்கிறாய்... இன்னமும் ஓடிக்கொண்டா இருக்கிறாய்" எனக் கேட்டாள்.

எமது தொலைபேசி உரையாடலின் பின்னர் அவளுக்கு என் மீதான நம்பிக்கையும் பரிவும் ஏற்பட்டிருந்தது. இந்தக் கனவுகளில் வரும் மனிதர்கள் யார்? அவர்கள் விட்டுச் செல்லும் புள்ளிகளை இணைத்துப் பார்த்தாலும் அவற்றிலிருந்து எந்தப் புதிரும் விடுபடுவதில்லை. மீளவும் இன்னொரு புள்ளி கூடி நிற்கிறது. புள்ளிகள் முடிவுறாது தொடர்கின்றன. கனவுகளைப்பற்றிக் கலந்தாலோசிப்பதுதான் இந்தச் சந்திப்பின் நோக்கம். எனது கனவு முடிந்த இடத்திற்கு அருகாமையிலிருந்த உணவகத்தில் சந்திப்பதற்குத் தீர்மானித்திருந்தோம். அவளுக்குப் பிடித்தமான பிரெஞ் வைனுடன் காத்திருப்பேன் என்று தெரிவித்திருந்தேன். அவள் இன்னமும் அச்சத்திலிருந்து விடுபட்டவள் இல்லை என்பது எனக்கு நன்கு தெரியும்.

"வந்து நீண்ட நேரமா? என்னைத் தொடர்பவர் களை ஏமாற்றிவிட்டு உன்னைச் சந்திப்பதென்பது இலகுவானதில்லை" என்றவாறு என் முன்னே அமர்ந்தாள்.

மேசையிலிருந்த வைன் போத்தலை ஒரு குழந்தையைத் தூக்குவதுபோல் தூக்கி ஆசையாகத் தடவி மீண்டும் மேசையில் வைத்தாள். பரிசாரகர் அவளது குவளைக்குள் வைனை ஊற்றி 'அருந்துங்கள்' என்றாள்.

"நீயேன் ஏன் வைன் அருந்தவில்லை?" என்றாள் இரியானா.

நான் அவளது அச்சத்தை மேலும் அதிகரிக்கிறேனோ என்ற எண்ணத்தில், "எனக்கும் ஒரு குவளை தா" என்று பரிசாரகரிடம் கேட்டேன்.

"எனக்கு வைனைவிட ஸ்கொச்தான் பிடிக்கும், நானும் உங்களுடன் இணைந்துகொள்கிறேன்."

பின்பு சட்டென்று சுற்றிலும் பார்த்தாள்.

"ஏன் இந்தக் கதிரை? யாராவது எங்களுடன் இணைகிறார்களா?" எனக்கேட்டாள். "உன்னை அறிமுகப்படுத்திய மணி வேலுப்பிள்ளை சிலவேளை வருவதாகச் சொன்னார்" நான் சொன்னதும் இரியானா பலமாகச் சிரித்தாள்.

"மானுடத்தின் மிகப்பெரிய கண்டுபிடிப்பு மொழிதானே... மொழியற்றுப் போனால் மனிதர்கள் இல்லாது அழிந்திருப்பார்கள். எனது வேதனையை உனது மொழி புரிந்ததா? அல்லது உனக்குள்ளிருக்கும் அந்த மானிடன் புரிந்துகொண்டானா?" என்று கேட்டாள் இரியானா.

"நீங்கள் மணி குறித்து அச்சப்படுகிறீர்களா?" எனக்கேட்டேன்.

"உனக்குத் தெரியாது... அவர்கள் மொழியைத் தொடர்ந்து வரக்கூடியவர்கள்" என்றுவிட்டுச் சற்று மௌனமாகவிருந்தாள். பின் தொடர்ந்தாள்.

"ஆச்சரியமாய் இருக்கிறது பலவாயிரம் மைல்கள் உன்னைத் துரத்தி வந்திருக்கிறார்கள்... அவர்களில் யாராவது இங்கிருக்கிறார்களா?" இரியானா கேட்டாள்.

"அவர்களா? அவர்கள் யாரென்பது எனக்குத் தெரியாது" என்றேன்.

"அப்போ இதுகூட... இந்தச் சந்திப்புக்கூட ஒரு ஏமாற்று வித்தையாய் இருக்குமா? அவர்களில் யாராது ஒருவனை உனக்குத் தெரிந்திருக்கும். கனவுக்கு வெளியில் அந்த நனவில் அவர்களில் யாராவது ஒருவன் உன்னைச் சந்தித்து இருப்பான். யோசித்துப் பார்" என்றாள் இரியானா.

○○○

முன்னிரவு வேளையொன்றில் அவனைப் பார்த்திருக்கிறேன். அவன்தான் முதலில் தேநீர்க் கடை வாங்கில் வந்தமர்ந்திருந்தான். அவன் கட்டையானவன். துருதுருக்கும் கண்கள். அவனைச் சுற்றி நடக்கும் அனைத்தையும் பார்க்கும் அளவிற்கு அவனது கண்கள் சுற்றிப் புரண்டு வந்தன. என்னைக் கண்டதும், ஒரு சிறு புன்முறுவல். அதுவும் அவன் உதட்டுக்குள்ளாலிருந்து வெளியேறிய மாத்திரத்தில் மறைந்து போனது. பதில் புன்முறுவலுக்கான தேவையிருக்கவில்லை. இன்னம் சற்று நேரத்தில் மேலும் ஒருவன் அவனுக்கு முன்னே இருந்த வாங்கில் வந்தமர்ந்தான். இவன் நெடியவனாக இருந்தான். இவன் கண்கள் ஆழத்தில் இருந்தன. அங்கலாய்க்காத பார்வை. கூர்மை. பார்வை தைய்ப்பது போலிருந்தது. இருவரின் முகங்களையும் தாடி மூடியிருந்தது. தேநீர்க் கடை இராசன் எதுவும் கேட்காமலே இருவருக்கும் தேநீரைக் கொடுத்தான். அவர்கள் தேநீர் அருந்தியதும் அங்கு கட்டப்பட்டிருந்த மூடைகளில் ஒன்றையெடுத்து நெடியவன் சைக்கிள் கரியரில் கட்டினான். மற்றையதை கட்டையன் தூக்கி முன்னே வைத்துப் பிடித்துக்கொண்டு சைக்கிள் பாரில் ஏறியமர்ந்தான். சைக்கிள் மடுக் கோயில் நோக்கிச் செல்லும் தெருவில் இறங்கி மறைந்தது. அவர்கள் போன பின்னர் எனது கேள்விக்குக் காத்திராது,

“அண்ணருக்குத் தெரிஞ்ச பொடியள் உங்க ஸ்கீமில காணி வைச்சிருக்கிறாங்கள்” என்றான் ராசன்.

படித்த வாலிபர் திட்டத்தினால் பல இளைஞர்களுக்குக் காணி வழங்கப்பட்டிருந்தது. அவர்களாய் இருக்கக் கூடும். அதன் பின்னர் நீண்ட நாட்களாய் நான் அவர்களைக் காணவில்லை. ராசனின் அண்ணரைத் தேடி பொலிசார் வந்த பின்னர்தான் அவர்களும் இயக்கக்காரராய் இருக்கலாம் என்ற எண்ணம் எனக்குத் தோன்றியது. ராசனின் அண்ணன் இப்போது தலைமறைவாய் இருந்தார். ஆனாலும் அவர் தலை அடிக்கடி ஊருக்குள் வெளிப்பட்டுச் சென்றது. பொலிஸ் இராணுவ நடமாட்டங்கள் குறித்து ஊரார் அவதானமாகவிருந்தார்கள். எதிரியின் நடமாட்டம் அவதானிக்கப்பட்டால் உடனடியாகக் குறிப்பிட்டவர்களுக்குச் செய்தி கிடைத்துவிடும். நேரம் கெட்ட நேரத்தில் கோயில் மணி அடித்தாலோ, சங்கு ஊதிச் சத்தம் கேட்டாலோ தலை மறைவானவர்கள், இளைஞர்கள் பாதுகாப்பான இடங்களுக்குச் செல்ல வேண்டும். இவ்வாறான பல காவல் வேலைகளை ஊரார் தன்னிச்சையாகச் செய்தார்கள். ராசன் இப்போதெல்லாம் பொடியளைப் பற்றிய தகவல்களை என்னோடு பரிமாறிக் கொள்வான். நான் இரு தடவை சாக்கு மூடைகளை வெவ்வேறு இடங்களுக்குக் கொண்டு சென்று

ராசனின் அண்ணரிடம் கொடுத்துவிட்டு வந்திருக்கிறேன். அன்று இரவு மடுவுக்குச் சாமான்களைக் கொண்டுவந்து தரும்படி ராசனுக்குத் தகவல் வந்திருந்தது. மூட்டை கட்டித் தயாராய் இருந்தது. இரவுச் செய்தி முடிந்த பின்னர் வெளிக்கிடுவதாய் உத்தேசித்திருந்தோம். இரவில் யானைத் தொல்லைகள் இருக்கும். துவக்கையும் மூன்று தோட்டாக்களையும் ராசன் என்னிடம் தந்தான். ஒன்றைத் துவக்குக்குள் இட்டுவிட்டு மிகுதி இரண்டையும் இடுப்புச் சரத்துக்குள் செருகி வைத்தேன். கடை வெளிச்சம் மறைந்து இருள் கூடும் இடத்தில் ஒரு பெரும் பாலை மரமிருந்தது. அதற்குப் பின்னால் மூடை கட்டிய சைக்கிளையும் துவக்கையும் வைத்துவிட்டு வந்து கடை வாங்கிலில் அமர்ந்தேன். கடை மூடுவதற்கு கதவு அடைப்பு பலகைகளை கொழுவிட்டு ஒற்றைப் பலகை இடைவெளி யிருந்தது. செய்திக்கான இசை தொடங்கியிருந்தது. நான் முன்பு பார்த்த அந்தக் கட்டையானவனும் நெடியவனும் சைக்கிளில் வந்திறங்கினார்கள். கட்டையானவன் ஒற்றைப் பலகை இடைவெளிக்குள் தலையை விட்டார். அவனிடம் முன்பு பார்த்த சிறு புன்முறுவல் இப்போதில்லை. நெடியவன் எனக்கு அருகில் வந்தமர்ந்தான். அவனின் பார்வையும் முறைப்பானதாயிருந்தது.

"பாரூக் எங்க" கட்டையானவன் கேட்டான்.

"அண்ணன் வாரன் என்டவர் அவரைத்தான் பார்த்துக் கொண்டு நிற்கிறன்" என்றான் இராசன்.

ராசனின் அண்ணரின் இயக்கப் பெயர்களில் இன்னுமொன்று பாரூக் என்பதை அப்போது அறிந்துகொண்டேன். ராசனின் பதில் என்னை உசாரடைய வைத்தது. பாரூக்குடன் தொடர்பில் உள்ளவர்கள்தான் இவர்கள். அப்படியிருக்கும்போது அவர்கள் அவரை விசாரிப்பதாயின் அது தலைமறைவு சமன்பாட்டைக் குழப்புவதாயிருந்தது. தலைமறைவாயிருந்தாலோ அல்லது அவர்களுடன் தொடர்பில் இருந்தாலோ இப்பிடியான சந்தர்ப்பங்களைப் புரிந்துகொள்ளும் திறன் உங்களுக்குள் உருவாகிவிடும். அப்பிடித்தான் அன்றைய நிலைகளை நான் புரிந்துகொண்டேன். அடுத்த கேள்வி என்னை நோக்கி வரலாம். அதற்குத் தயராய்த் தகுந்த பதிலோடு நான் இருந்தேன். எனது பதிலோடு ராசனும் பொருந்தி வருவான். அதற்கான பயிற்சி எங்களிடமிருந்தது. மூடைகளை ஒப்படைக்கப் போகும் பயணங்களில் நாம் இவற்றுக்குப் பயிற்சி எடுப்போம். பொடியளின் பிரதான முகாமுக்கான தொடர்பு பாரூக்குடனேயே இருந்தது. பாரூக்குக்குத் தெரியாமல் எவரும் ராசனுடன் தொடர்பு வைத்திருக்க முடியாது. அவ்வாறு தொடர்பு கொண்டால் சிலவேளை புலனாய்வுத் துறையால் கைது

பா.அ. ஐயகரன்

செய்யப்பட்டு ஏனையோரைப் பிடிப்பதற்காக இவர்கள் கொண்டுவரப்பட்டிருக்கலாம். ராசன் தெரியாது என்று சொல்லியிருக்கலாம். ஆனால் இவன் ஏன், "அண்ணரைத்தான் பார்த்துக்கொண்டு நிற்கிறன்" என்று சொன்னான்.

எனக்குச் சற்று குழப்பமாயிருந்தது.

"எங்க போறியள்" கரகரத்த குரலில் நெடியவன் என்னைக் கேட்டான்.

நானும் "காவலுக்கு" என்றேன். அதே கேள்வியைச் சற்றே அழுத்தமான குரலில் மற்றையவன் ராசனிடம் கேட்டான். பின்னர் "இவர் யார்" என ராசனிடம் கேள்வி தொடர்ந்தது.

"இவன் எங்களுக்குப் பக்கத்துக் கமம், ஒன்றாய்த்தான் காவலுக்குப் போறனாங்கள்" என்று ராசன் பதிலளித்தான்.

தலைமறைவு இயக்கப் பொறிமுறையைச் சோதிக்கக்கூட அவர்கள் வந்திருக்கக் கூடும்.

"ஏன் இன்னம் கடை பூட்டேல" என்ற மூன்றாவது கேள்வியைத் தொடுத்தான் கட்டையானவன்.

"செய்தி கேட்டுக்கொண்டிருந்தனாங்கள்" என்றான் ராசன்.

முதன்முறை இவர்களைச் சந்தித்தபோது இவர்கள் முகங்களில் ஒரு சிறு புன்முறுவல் இருந்தது. இன்று அவர்கள் முற்றிலும் வேறுபட்ட மனிதர்களாய் மாறியிருந்தார்கள். விசாரணைக்காய் நிறுத்தப்பட்டவர்கள்போல் எம்மீது கேள்விகள் அழுத்தமாய் வந்து வீழ்கின்றன.

இயக்கப் பொடியள் நிகழ்த்திய தாக்குதல்களால் அவர்கள் மீதான மவுசு சற்று அதிகரித்திருந்தது. அந்தத் தாக்குதல்களைச் செய்தவர்களுடன் எனக்குத் தொடர்புகள் இருப்பதையிட்டுப் பெருமையாகியிருந்தது. இரண்டு தடவைகள் தனியே அவர்களுக்கான சாமான்களைக் கொண்டுபோய்க் கொடுத்து வந்திருக்கிறேன். அப்போது இந்த நெடியவன் பாரூக்குடன் நின்றதாக ஞாபகம். எம்மைப் பின்தொடர்ந்து அவர்களைக் கைது செய்யும் முயற்சிகளைப் புலனாய்வுத்துறை எடுக்கக் கூடும். அதற்காகத்தான் அவர்கள் எம் உறுதியைப் பரிசோதிக்கிறார்கள் என்றே எண்ணுகிறேன். கட்டையானவன் இப்போ என் பக்கம் திரும்பினான்.

"உம்முட பெயர் என்ன?" என்றான்.

அவனது கண்களும் அவனது கேள்வியை வழிமொழிந்து நின்றன. கேள்வியின் உக்கிரத்தை உணரக்கூடியதாக இருந்தது.

நான் ராசன் பக்கம் முகத்தைத் திருப்பினேன். கட்டையானவனும் ராசனின் முகத்தைப் பார்த்தான். ராசனின் முகத்திலிருந்து எதுவித அறிகுறியும் வரவில்லை. அறிகுறியற்ற முகத்தின் சூட்சுமத்தைப் புரிந்துகொள்ள வேண்டும். எம்மை வெருட்டுவதற்குத்தான் இதை செய்கிறார்கள் என்பதை நன்றாக அறிந்து வைத்திருக்கிறேன்.

"சாந்தன்" என்றேன்.

"எந்த ஊர்" என அடுத்த கேள்வி.

"இந்த ஊர்தான்"

"எந்த வீடு?"

"39ஆம் நம்பர் வீடு" என்றேன்.

"சேமன்ட வீடோ."

"ஓம்."

"சேமன்ட மகனே" என்று கட்டையானவன் என்னை வடிவாய்ப் பார்த்தான்.

இவ்வளவு விபரமாய்த் தெரிந்து வைத்திருக்கிறார்களே எனும்போது ஆச்சரியமாயிருந்தது. நான் தற்பாதுகாப்புப் பயிற்சிகளை எடுத்திருந்தேன். அதுவொன்றும் அவ்வளவு இலகுவானதில்லை. எல்லாச் சந்தர்ப்பங்களிலும் ஒரு அப்பாவிபோல் காட்சி தருவதே அந்தப் பயிற்சி. அது மட்டுமே எனக்குச் சரிவருமெனப் பட்டது. அரும்பு மீசை, மெல்லிய உருவம். பிறவியில் வந்திருந்த சாந்தம். இவற்றோடு புதிதாய் அப்பாவித்தனத்தைப் பெருக்கி வைத்திருந்தேன். ஒரே கேள்வியை மீளவும் கேட்டால் அதே பதிலை மூத்திரத்தோடு சொல்லுவதே அப்பாவித்தனத்தின் உச்சம். அவர்களின் முகங்கள் மிகுந்த கடுப்பில் குறுகிப் போயிருந்தன. கட்டையானவனின் இடுப்புப் பகுதி வழமைபோல் பொருமியே இருந்தது. செபஸ்தியான் பிள்ளையை, துரையப்பாவைச் சுட்ட துப்பாக்கியாய் அது இருக்கலாம். அவர்களின் சிடுசிடுத்த முகம் என் மூத்திரப் பையைத் தயார் நிலையிலேயே வைத்திருந்தது.

"சரி நீ போ" என்று கட்டையானவன் சொன்னான்.

அவனது கண்கள் சுற்றத்தை சல்லடைபோட்ட வண்ணமே யிருந்தன.

நிலைமை சரியில்லை என்பதை நான் புரிந்துகொண்டேன். சாமான்கள் கட்டிய சாக்கையும் சைக்கிளையும் தடித்த பாலை மரத்துக்குப் பின்னால் ஒளித்து வைக்குமாறு ராசன்

பா.அ. ஐயகரன்

ஏன் சொன்னான்? அவனது கடையின் பெற்றோல் மக்சின் வெளிச்சம் தொலையும் ஓரிடத்தில் அந்தப் பாலை இருந்தது. அடக்கிவைத்த மூத்திரத்தை அந்தப் பாலைமீது இறக்கி விட்டேன். பல கேள்விகளுக்குத் தயாராய் இருந்ததுபோல் சலம் போய்க்கொண்டேயிருந்தது. நான் காவல் கொட்டில் நோக்கி நடக்கத் தொடங்கினேன். காவல் கொட்டிலில் விளக்கு எரிந்த வண்ணமிருந்தது. நெருப்பும் மூட்டப்பட்டிருந்தது. யார் அங்கிருக்கிறார்கள்? என்னை அச்சம் சூழ்ந்தது. எனது கொட்டிலில் நான் இல்லாமல் யார் இவர்கள்? முன்னறிவித்தல் இன்றி எவரும் இங்கு வந்திருக்க முடியாது. எனது கொட்டிலில் சந்திப்பு எனில் அது எனக்கு அறிவித்திருப்பார்கள். ராசன் சந்திப்புப்பற்றி யாதும் எனக்குச் சொல்லவில்லை. பயம் என்னைச் சூழ்ந்துகொண்டது. கொட்டிலை அண்மித்ததும் குரலை மாற்றி எனது பெயரை அழைத்தவாறு கொட்டில் அருகே போனேன். உள்ளுக்குள் இருந்தவர்கள் சலனப்பட்டவர்கள்போல் தெரியவில்லை. என்னை அடையாளம் கண்டபடி விசு வெளியில் வந்து,

"வா சாந்தன்" என்றார்.

"ஏன் எனக்குச் சொல்லாமல்" என்றேன்.

"ராசன் எங்க?"

"அவன் கடையில."

"நீயும் அவனும்தானே வாறது எண்டு சொன்னவன்."

அப்போ எனக்குத் தெரியாமல் ஒரு சந்திப்பு ஒழுங்காகி யிருக்கிறது. இராசனுடன் கட்டையானவனும் நெடியவனும் கதைத்துக்கொண்டு நிற்பதை நான் சொல்ல முடியாது. எந்தத் தொடர்புகள் குறித்தும் நான் வேறொருவருடன் கூற முடியாது.

"ராசன் என்னை போகச் சொன்னவன்" என்றேன்.

"காந்தன் வெளிய வா நாங்கள் மாற வேணும்" என்றான் விசு.

உள்ளேயிருந்து இன்னுமொரு தாடி வளர்த்த நெடிய, வெள்ளை நிற மனிதர் வெளியில் வந்தார்.

ஏன் இந்தப் பதற்றம். எனக்கு எதுவும் புரியவில்லை. தண்ணியை ஊற்றி நெருப்பை அணைக்கச் சொன்னான் விசு. குளக்கட்டுக்குச் செல்லும் பாதையில் போய்க் கட்டில் ஏறினோம். இரவில் திரியும் பிராணிகளுக்கு இரவுப் பார்வை நன்றாக இருக்கும். அப்பாதை அவர்களுக்கு மிகவும் பழகியதுபோல் நடந்தார்கள். குளக்கட்டின் கிழக்குப் புறமாக நடக்கத்

தொடங்கினோம். குளத்தின் கிழக்கு வான் கடந்து தொடர்ந்து நடந்தோம். அது புளியடிமுறிப்புக் காடு. காட்டுக்குள் ஒற்றையடிப் பாதைவழி விசு எங்களை அழைத்துச் சென்றான். அந்த ஒற்றையடிப் பாதை புளியடிமுறிப்புக் குடிமனைகளுக்குப் பின்புறமாகச் சென்றது. காட்டோரமாய் இருந்த கொட்டிலில் இருந்து வெளிச்சம் வந்துகொண்டிருந்தது. எங்களைக் காட்டுக்குள் இருக்குமாறு பணித்துவிட்டு விசு கொட்டில் நோக்கிச் சென்றான்.

ஏன் இந்தக் காட்டுக்குள் இருத்திவிட்டுப் போகிறான்? இது சிறுத்தைகள் நிறைந்த காடு. போன கிழமையும் மேய்ச்சலுக்குப் போன மாட்டைப் புலி பிடித்துப் பசியாறிப் போட்டு மிகுதியைப் பாலை மரத்துக் கெப்பருக்குள் வைத்துவிட்டுப் போய் இருந்ததாகப் புளியடிமுறிப்பு முனியாண்டி சொல்லியிருந்தார். முனியாண்டி கசிப்புச் சராயம் காய்ச்சுவதில் விற்பன்னர். அவருக்கான சீனி, ஈஸ்ட் முதலியனவை ராசன்தான் வவுனியாவில் இருந்து தருவித்துக் கொடுப்பான். சிறுத்தைப் புலியுடன் அப்பாவியாக நடிப்பது சாத்தியமற்றது. கொஞ்சமாவது நகைச்சுவை உணர்வுடைய சிறுத்தையாய் இருந்தால் எனது உடலையும் அதன் நடுக்கத்தையும் அத்தோடு சாரத்தை நனைத்து வெளியேறும் சலத்தையும் பார்த்து விழுந்து விழுந்து சிரித்துப் பசியை மறக்கக் கூடும். என்னோடு இருப்பவரை இதற்கு முன்பு பார்த்தது கிடையாது. விசுவைத் தெரியும். அவர் எங்கள் ஊர் நீர்ப்பாசன அதிகாரியாய் இருப்பவர். ராசனின் அண்ணன் பாரூக்கின் நெருங்கிய நண்பன். பாரூக்கும் நீர்ப்பாசன இலாகாவில் வேலை செய்தவர். எங்கள் ஊர் நீர்ப்பாசன இலாகாவின் பங்களா இவர்கள் வசம்தான் இருந்தது.அங்கு பலர் வந்து தங்கிப்போவார்கள். காந்தன் என்று எனக்கு அருகாமையில் இருப்பவரை இப்போதுதான் பார்க்கிறேன்.

“அண்ணை இந்த இடத்தில நிறையச் சிறுத்தைகள் இருக்கு” என்றேன்.

“பயப்பிடாதையும் துவக்கு இருக்கு” எனப் பதில் வந்தது.

இடுப்பில் எங்கேயாவது செருகி இருக்குமோ? இப்போ நடக்கும் இந்த மாயை விளையாட்டு எனக்கு அச்சத்தையூட்டியது. ராசன் கடையடியில் ஒரு விசாரணை. எனக்குத் தெரியாமல் எனது கொட்டிலில் விசுவும் காந்தனும். இப்போ காட்டுக்குள் நாங்கள் ஒழிந்திருக்க விசு மட்டும் அந்தக் கொட்டிலுக்குள் சென்றிருக்கிறான்.

ஏதோ ஒரு சைகை கிடைத்தவன்போல் “நடவும்” என்றான் காந்தன். கொட்டிலை நோக்கி நடந்தோம். விசு அங்கிருந்த

ஒருவனை விசாரித்த வண்ணமிருந்தான். நாங்கள் கொட்டிலுக்கு வெளியில் நின்றோம்.

“சொல்லு வன்னித்தம்பியும் நெடியவனும் வந்தவங்களோ?” விசு கேட்டுக்கொண்டு நின்றான்.

“உனக்கு எத்தனை தரம் சொல்லுறது.. இல்லையெண்டு...” என்று மறு குரல் மறுத்துக்கொண்டே இருந்தது.

இந்தக் குரலை எனக்குத் தெரியும். எங்கள் ஊர் மணியத்தின் குரல். அவனுக்கும் இவர்களுக்கும் தொடர்பு இருக்கிறதா? புதிராக இருக்கிறது. அமைதியின் சிகரம் அவன். எனக்கு உண்மையிலேயே தலை சுற்றியது. இயக்க வலைப்பின்னலுக்குள் யார் யாரெல்லாம் வந்து விழப்போகிறார்களோ. விசுவின் அந்தக் கேள்விக்கான பதில் எனக்குத் தெரியும் ஆனாலும் அதை நான் யாருக்கும் சொல்ல முடியாது. இயக்க இரகசியங்களைக் காக்கத் தெரிய வேணும். அதற்காகத்தான் மணியனையும் அவர்கள் விசாரிக்கக் கூடும். என்னைப்போல்தான் அவனும் இயக்க இரகசியங்களைக் காக்கக் கூடும். இந்த விசாரணைக்கூடாக ஒன்று எனக்குத் தெளிவானது. அந்தக் கட்டையானவனின் இயக்கப் பெயர் வன்னித்தம்பி. மற்றையவன் நெட்டையானவன் நெடியவன். எனது மூத்திரப்பை முட்டத் தொடங்கியது. பொறுமையிழந்தவன்போல் காந்தன் கொட்டிலுக்குள் போனான். நானும் அவனைத் தொடர்ந்தேன். தனது இடுப்புக்குள் இருந்த துப்பாக்கியை எடுத்து அவன் தலையில் வைத்தான்.

“நாயே ஏதாவது நடந்தால் நீ இருக்கமாட்டாய்... அந்த நாய்களிட்ட சொல்லு சொறிய வேண்டாமெண்டு.”

அது மணியம்தான். அவன் தனது அமைதியை வழமைபோல் காத்த வண்ணம் தரையில் அமர்ந்திருந்தான். எனக்குச் சலம் மெதுவாக வரத் தொடங்கியது. அச்சமாய் இருந்தது. இப்படியொரு கடுமையான மிரட்டல். எம்மவர் தலையில் துப்பாக்கி. எதிரிகளை மட்டுமே இந்தத் துப்பாக்கி அழிக்கும் என்றுதான் கேள்விப்பட்டிருந்தேன். அச்சம் மேலோங்கியது. என்ன நடந்துகொண்டிருக்கிறது. இதுவும் எங்கள் வைராக்கியத்தைப் பரிசோதிக்கும் முயற்சியா? அல்லது உண்மை நிகழ்வா? விசுவைப் பின்தொடர்ந்தோம். அரை மணிநேர நடையின் பின்னர் ஓரிடத்தில் எங்களை நிறுத்திவிட்டு காந்தன் முன்னே சென்றான். சிறிது நேரத்தின் பின்னர் வந்து எம்மை அழைத்துக்கொண்டு போனான். அங்கிருந்த கொட்டிலில் நான் தனித்து விடப்பட்டேன். என்ன நடக்கிறதென்பதை ஊகிக்கும் தன்மை அறவே அற்றுப்போய்ப் பயம் சூழ்ந்துகொண்டது.

○○○

ராசனிடம் வன்னித்தம்பி மேலும் சில கேள்விகள் கேட்டான். அவனுக்குச் சந்தேகம் எழுந்தது. கடையைப் பூட்டுமாறு பணித்தான். பின்னர் சாந்தனின் வீட்டுக்கு அழைத்துப் போகுமாறு சொன்னான். வன்னித்தம்பியும் நெடியவனும் வீட்டுக்கு வெளியே நின்றார்கள்.

ராசன் "சாந்தன்... சாந்தன்" என்று அழைத்தவாறு வீட்டருகே சென்றான். சேர்மன் கதவைத் திறந்து வெளியே வந்து "யாரது?" "நான் ராசன்" என்றவாறு தலைவாசலடியே வந்தான்.

"சாந்தன் எங்க?"

"உன்னோடதானே நிற்கிறவன்" என்றார் சேர்மன்.

"சேர்மன் என்னைத் தெரியுமோ" என்றவாறு வன்னித்தம்பி தலைவாசலுக்கு வந்தான். சேர்மனுக்கு வன்னித்தம்பியைத் தெரிந்திருக்க வாய்ப்பில்லை. ஆயினும் அந்தக் கேள்வியின் அர்த்தத்தை நாங்கள் புரிந்தாக வேண்டும். தெரியாத ஒருவர் தெரியுமோ என்று கேட்டால் அவரையிட்டு நாம் பயம்கொள்ள வேண்டும்.

"இஞ்ச இல்லாட்டி காவல் கொட்டிலில இருப்பான்" என்றார் சேர்மன்.

கொட்டில் நோக்கி மூவரும் புறப்பட்டனர். கொட்டிலில் ஆள் நடமாட்டம் இருக்கவில்லை. இன்று சாந்தனின் கொட்டிலில்தான் சந்திப்பதாய் இருந்தது. விசுவும் பாருக்கும் அங்கு வருவதாய் இருந்தனர். இவை எல்லாம் ராசனுக்குத் தெரியும். இவையொன்றும் சாந்தனுக்குத் தெரிய வாய்ப்பில்லை. கொட்டிலில் ஒருவரும் இல்லை.

○○○

"இப்ப என்ன சொல்லுறாய்? சாந்தனுக்கு ஒண்டும் தெரியாது எண்டாய்" என்றவாறு ராசனைப் பார்த்தான்.

வன்னித்தம்பியும் நெடியவனும் குளக்கட்டுப் பாதையை அடைந்து, குளக்கட்டால் கிழக்கு நோக்கி நடந்தனர். ராசனைப் பயம் சூழ்ந்துகொண்டது. அவனுக்கு இயக்க உள் முரண்பாடுகள் ஓரளவு தெரிந்திருந்தது. புளியடிமுறிப்புக் காட்டைக் கடந்து விளக்கு எரிந்துகொண்டிருக்கும் அந்தக் கொட்டிலை அடைந்தார்கள். அது மணியத்தின் கொட்டில் என்று ராசனுக்குத் தெரியும். வன்னித்தம்பி ராசனுடன் வெளியில் நின்றான். நெடியவன் உள்ளே போனான். திரும்பி வந்தவன் ராசனின் முகத்தில் ஓங்கி அறைந்தான்.

"நாயே பொய் சொல்லுறாய் என்ன? விசுவனும் காந்தனும், சாந்தனும் வந்தவங்களாம், எங்களை விசாரிச்சிட்டுப் போய் இருக்கிறாங்கள்" என்றான் நெடியவன்.

நெடியவனின் ஆத்திரம் தீர்ந்தபோது ராசனின் இடக்கை மூட்டு விலகியிருந்தது. அவனை சாந்தனின் கொட்டிலில் விட்டுவிட்டு அவர்கள் சென்றிருந்தார்கள். நெளுக்குளம் பரியாரி ராசனின் மூட்டைச் சரிசெய்து பத்துப் போட்டுவிட்டிருந்தார். சாந்தன் அவனைப் பார்ப்பதற்கு வீட்டுக்குப் போயிருந்தான். அவனைக் கண்டதும்,

"நீ எங்க வெளியில திரியிறாய் அவங்கள் கண்டால் உன்னைப் போட்டிடுவாங்கள்" பதற்றத்தோடு சொன்னான் ராசன்.

"என்ன கதைக்கிறாயாய்..?" சாந்தனின் தொண்டைக்குள்ளால் வார்த்தைகள் வர மறுத்தன.

"அண்ணர் ஆக்கள் இப்ப விசுவோட... வன்னித்தம்பி யும் நெடியவனும் இப்ப பிரிஞ்சு தனி இயக்கம். விசுவின்ட ஆள்தான் பத்தன். அவனை டவுனுக்குள்ள வைச்சு வன்னித்தம்பி போட்டிட்டான். அதுக்குப் பலிக்குப் பலியாய் பாலனையும் குமாரையும் விசுவாக்கள் போட்டிட்டாங்கள். விசுவைத் தேடித்தான் அண்டைக்கு நெடியவனும் வன்னித்தம்பியும் வந்தவங்கள். அண்டைக்குப்போய் கமலனைப் போட்டிட்டுப் போயிருக்கிறாங்கள். நீ அண்டைக்கு விசுவோட போன விசயம் வன்னித்தம்பிக்குத் தெரியும். உன்னைக் கண்டால் நிச்சயம் போடுவாங்கள்... நீ உப்பிடி வெளியில திரியாதை இப்ப அவங்கள் வேற இயக்கம், நீ வேற இயக்கம்" என்று முடித்தான் ராசன்.

"அவங்கள் உன்னைக் கண்டால் போட்டிடுவாங்கள்" அச்சமும் முன்னெச்சரிக்கையும் நிறைந்த வன்னித்தம்பியின் அந்தக் கண்கள் என்னைச் சூழ்ந்துகொண்டன. இனியும் அப்பாவி வேசம் பலிக்காது. நான் யாரென்பதை அவர்கள் தீர்மானித்து விட்டார்கள். நான் இரண்டே இரண்டு தடவை இவர்களுக்குச் சாமான்களைக் கொண்டுபோய்க் கொடுத்திருக்கிறேன். அந்த இருவரையும் இரண்டு தடவைகள்தான் பார்த்தும் இருக்கிறேன். இறுதியாக வன்னித்தம்பியைப் பார்த்தபோது "நீர் சேமன்ட மகனே" என்று வன்னி என்னைக் கேட்டிருந்தான். அவன் என்னைக் கொல்ல முடியாது, நானும் ராசன்போல ஒரு சின்ன உதவியாள். வன்னியையும் நெடியவனையும் நேருக்குநேர் சந்தித்தால் எனது நிலையை அவர்களுக்குச் சொல்லிவிடலாம். 'நான் ஒருத்தரின்ட இயக்கமும் இல்லை. என்னை விட்டிடுங்கோ' என்று கேட்கலாம்.

ஆலோ ஆலோ

"டேய் கமலன் யார்?அவனும் உன்னைப் போலத்தான் வெளியில இருந்து உதவி செய்தவன்தான். அவனையேன் இவங்கள் போட்டவங்கள்.விசு இயக்கத்தின்ட தலைவர். உனக்கு அவரோட நேரடித் தொடர்பு இருக்கு. நீ சாகப் போறாய் எண்டால் நான் மறிக்கேல."

விசுதான் தலைவர் என்கிறபோது விசயமே எனக்கு இப்போதுதான் தெரிகிறது. விசுவை நீண்ட நாளாய் தெரியும். ஏனென்றால் அவர் எங்கள் கிராமத்தின் நீர்ப்பாசன அதிகாரி. விசுவோடு நான் போனது என்பது தற்செயலாய் அதுவும் வன்னியும் நெடியவனும் கடைசியாய்க் கண்டபோது நடந்த சம்பவம். அதற்காக எல்லாம் என்னைக் கொல்ல முடியாது.

"சிவனைப் போட்டிட்டாங்கள். முரசுமோட்டையில அவனோடு போய் நிண்டு சமைச்சு சாப்பிட்டு... அவனிட்ட கதை பிடுங்கிப்போட்டு இரவு படுக்கையில வைச்சுப் போட்டிட்டுப் போயிருக்கிறாங்கள். அவங்களுக்கு எல்லாரின்ட இருப்பிடமும் தெரியும்."

ராசன் இப்போது அசரீரிபோல் விசயங்களோடு வந்து போய்க்கொண்டிருக்கிறான். அவனைத்தவிர வேறு இயக்கத் தொடர்பொன்றும் எப்போதும் எனக்கு இருந்ததில்லை. அவனே இப்போது மீண்டும் கடையைத் திறந்துபோட்டு வந்து குந்தியிருக்கிறான். நான் ஏன் தலைமறைவாக வேண்டும்.

"வன்னியும் நெடியவனும் நேற்று பெரியகட்டில நிண்டவங்களாம்."

அவர்கள் எங்கு நின்றால் எனக்கு என்ன? நான் ஒளிக்கேலாது. ஆமிக்கு ஒளித்துத் திரிந்தோம். இவங்களுக்கு ஒளிக்கிற தென்பது கடினம். எங்கள் மறைவிடங்கள் எல்லாமே இவங்களுக்கு வடிவாய்த் தெரியும். எனது அப்பாவித்தனத்தால் தப்பிப்பிழைக்க முடியும் என்ற நம்பிக்கையை ராசன் தகர்த்துக்கொண்டே போகிறான்.

"உன்ட வீட்டுக்கு பாஸ்போட்டுக்கு சேர்மனிட்ட கையெழுத்து வாங்கவெண்டு வன்னியும் நெடியவனும் வந்து போனவங்களாம்."

அதை மட்டுமே என்னால் உறுதி செய்யக்கூடியதாயிருந்தது. அப்பாவும் அதைத்தான் சொன்னார்.

"அண்டைக்கு இரவு ராசனோட வந்த அந்தப் பொடியன் வந்தவன். அவங்கள் அடையாள அட்டையை விட்டிட்டு வந்திட்டாங்கள் பிறகு வாறன் எண்டவங்கள்." அப்போ அவர்கள் என்னைக் குறி வைத்துத் திரிகிறார்கள்.

இனி என்னைச் சுற்றிக் கண்காணிப்பை அதிகரிக்க வேண்டும். எனக்கு மட்டுமே தெரிந்த ஒரு ஒளிவிடத்தை நான் தயார் பண்ண வேண்டும். எங்கள் ஊர் வயல் காணிகள் முடிந்து பண்டிவிரிச்சான் குளத்து அலைக்கரை தொடங்கும் இடத்தில் இருந்த காட்டுத்துண்டு எனக்குச் சற்றுப் பரீட்சயமானது. அது பாலைக்காடு. பாலைப்பழக் காலத்தில் பன்றி வேட்டைக்கு உகந்த இடம். வேட்டைக்காய் அந்தக் காட்டுக்குள் கொட்டில் போட்டிருந்தனாங்கள். ஒரு குறண்டல் பாலை. அதன் முதல் மூன்று கிளைகள் தொடங்கும் கெவருக்குள் அடித்தளமாய்க் கொண்டு அந்த வேட்டைக் கொட்டில் இருந்தது. இரண்டு பேர் இருக்கக் கூடியது மழைக்கும், பனிக்கும் போதிய தடுப்பும் மறைப்பும் இருந்தன. பின்வாங்கி ஓடி ஒளிவதற்கு அமைவான இடம். ஆனால் அந்த இடம் ராசனுக்கும் தெரிந்த இடம். 2ஆம் நம்பர். அதுதான் அந்த இடத்திற்கான சங்கேதக் குறியீடு. டோச்லைட், அரிவாள், கைக்கோடாரி, ஒரு றாத்தல் பாண், மீன் டின், பீடி பைக்கட், நெருப்புப் பெட்டி, அரிக்கன் லாம்பு உடன் அங்கு தங்குவதற்குத் தயாரானேன். இரவு படுக்கும் முன்னேயே கொட்டிலுக்கு சென்று சுற்றத்தைத் துப்பரவு செய்துவிட்டுக் கொட்டிலுக்குள் ஏறி அமர்ந்துகொண்டேன்.

உறக்கம் என்னைத் தன்னோடு அணைத்துக்கொள்ளத் தயாராய் இருந்தது. உறக்கத்திடம் சரண் அடையும் சந்தர்ப்பத்தில் உள்ளே நுழைவதற்காய் வன்னியும் நெடியவனும் காத்துக்கொண்டிருக்கிறார்கள். அப்படியொரு சந்தர்ப்பத்தை அவர்களுக்கு வழங்க முடியாது. எனது முதல் போராட்டமே உறக்கத்திற்கு எதிரானதுதான். எத்தனை நாட்களுக்கு இரவுத் தூக்கத்தை இழந்து இருக்க முடியும். உடலின் எடை குறையத் தொடங்கியிருந்தது. உடலின் வலு மெல்லக் குறைவதை என்னால் உணர முடிகிறது. மரத்தில் ஏறிக் காவல் கொட்டிலுக்குள் செல்வதே சங்கடமாகிக்கொண்டே வருகிறது. குட்டித் தூக்கம் போதுமானது. அது முடியாது. அதுதான் அவர்கள் உள் நுழையும் சந்தர்ப்பம். “இறந்தாலும் பரவாயில்லை உறக்கத்துக்குப் போ” என்று மனதுக்குள் ஏதோவொன்று சொல்லிக் கொண்டேயிருந்தது. எனது கண்கள் என் கட்டளையை ஏற்பதாய் இல்லை. எத்தனை நாட்களுக்கு இப்படியே நித்திரை இன்றி இருப்பது. “வாங்கடா வந்து என்னைக் கொல்லுங்கடா… நான் இப்ப எந்த இயக்கம் என்டு எனக்கே தெரியாது, செத்துப்போகலாம்” ஒரு முரட்டுத் தைரியத்தை உறக்கம் எனக்குத் தந்தது.

அதிகாலை, கண்கள் என் கட்டளைகளை மறுத்தன. தீக்குச்சியைத் தட்டி உள்ளங் கையில் சூடு போட்டுப் பார்த்தேன்.

எதுவும் என்னை விழிப்புடன் வைத்திருக்க முடியவில்லை. உறக்கம் என்னை மெல்லென இழுத்துச் சென்றது. திடுக்கிட்டு எழுந்தபோது பகலாய் இருந்தது. எவ்வளவு நேரம் தூங்கினேன் என்பது தெரியாது. நாட்களாய்க்கூட இருக்கலாம். உடல் தெம்பாய் இருந்தது. பல நாள் உறக்கமின்மையின் காயங்களை அது ஆற்றியிருந்தது. மனதுக்குப் புதிய திடம் பிறந்தது. மீண்டும் என்னைக் காப்பாற்றுவதற்கான புதிய வழிகள் பிறந்தன. கொட்டிலை அலைகரைக்கு அண்மையாய் இருந்த இன்னொரு பாலைக்கு மாற்றினேன். ஒரு பக்கம் குளத்தின் தண்ணீர். யாரும் வருவதாயின் மறுபக்கத்தால்தான் வர முடியும். இப்போது உள் நுழைபவர்களை வடிவாகக் கண்காணிக்க முடியும்.

அந்தத் தூக்கம், மரண அச்சத்தோடு காத்திருந்த பொழுது களின் தாக்கம். அந்தப் பொழுதைத்தான் வன்னியும் நெடியவனும் பார்த்துக்கொண்டிருக்கிறார்கள். வன்னி தூங்குவன் அல்லன். அவன் தனது காரியங்களில் மிகுந்த கண்ணாய் இருப்பவன். அவன்தான் இயக்கத்தினுடைய பல தாக்குதல்களை முன்னின்று நடத்தியவன். கண்ணை மூடிக்கொண்டே குறி தவறாமல் சுடக் கூடியவன். நான் இருக்கும் இந்தக் காட்டுத் துண்டுக்குள் இயக்கத்தின் நடமாட்டம் இருந்ததில்லை என்று ராசன் சொன்னான். அவன் என்னைக் காட்டிக் கொடுக்க மாட்டான். அதுதான் என்னிடம் கடைசியாய் எஞ்சியுள்ள நம்பிக்கை. அவனுடைய உதவியோடு இந்தக் காட்டைச் சல்லடை செய்தால் மட்டுமே என்னை அணுக முடியும்.

அதிகாலை. சருகுகளின் சரசரப்பு. ஏதாவது மிருகங்களாய் இருக்கலாம்.

“ஆக்கள் புளங்கின இடமாய் இருக்கு” என்றொரு குரல். கொட்டிலை விட்டு மெல்ல இறங்கினேன்.

“அந்தா ஒரு கொட்டில் இருக்கு” கொட்டிலின்மீது டோச் விளக்கு வெளிச்சம் விழுந்தது. பாலை மறைவில் இருந்து விலகி அலைகரைப் பக்கமாய் ஓட வெளிக்கிட்டேன்.

“ஓடாத” என்றொரு சத்தம் கேட்டது.

அது நிச்சமாய் வன்னியின் குரலாய்த்தான் இருக்க வேணும். “நீர் சேமனின்ட மகனே?” என்று கேட்ட அதே குரல்.

“நில்லு உன்னோட கதைக்க வேணும்” திரும்பவும் வன்னி.

நான் ஓட்டத்தை நிறுத்தவில்லை. துப்பாக்கி வெடிச் சத்தம். அதுவொரு கண்மூடித்தனமான வெடியாய் இருக்கலாம். ஆனால் அது குறி சுடுவதில் விற்பன்னன் வன்னியின் சூடு. வெடிச்

சத்தத்தோடு கீழே விழுந்தேன். வெட்டிக் கிடந்த மரத்தண்டொன்று தொடையில் பாய்ந்தது. இல்லை அது வன்னியின் வெடி. வலித்தது. எழுந்து ஓட வெளிக்கிட்டேன். கால் ஒன்று ஓடிவர மறுத்தது. மிக விரைவாக ஓடினேன். பண்டிவிரிச்சான் குளத்தின் அலைகரை. அதற்குள் இறங்கினேன். எனக்கு நீச்சல் தெரியாது. மூக்கு வரைக்குமான ஆழத்திற்குச் சென்றால் தண்ணீருக்குள் ஒளிந்து தப்பிக்க முடியும். அதுதான் சாத்தியம். சதுப்பு நிலத்துக்குள் கால்கள் புதையத் தொடங்கின. தண்ணீருக்குள் ஓடுவது இன்னமும் கடினமாகியது. கால்களால் இரத்தம் ஓடிய வண்ணம் இருந்தது. இரண்டாவது வெடி. தண்ணீருக்குள் விழுந்தேன். அது என்னைத் தாக்கியது. வன்னி எப்போதும் குறி தவறியவன் அல்லன். தண்ணீருக்குள் இருந்து எழும்ப முயற்சித்தபோது கால்கள் முட்டவில்லை. தண்ணீருக்குள் அமிழத் தொடங்கி னேன். மூச்சு முட்டிக்கொண்டு வந்தது. கை கால்களை உதறி நீந்துவதற்கு முயற்சித்தேன். உடலின் இயலாமையை என்னால் உணரக் கூடியதாய் இருந்தது. மூச்சுத் திணறியது. வாழ்வின் இறுதிப் புள்ளியில் ஒரு சிறு மூச்சை என் உடல் கோரியது. இறுதி மூச்சைத் தக்க வைத்தபடி கால்களை உந்தி நீருக்குள்ளிருந்து வெளியே வந்தபோது டொரன்டோ டொன் ஆற்றின் கரையில் எழுந்திருந்தேன். ஆற்றின் மறுகரையில் வன்னித்தம்பி துப்பாக்கியுடன் ஆற்றைக் கடக்க முயற்சி செய்துகொண்டிருந்தான்.

"ஓடாத... உன்னைச் சுட மாட்டன்" அவன் கத்தியவாறே டொன் ஆற்றைக் கடந்துகொண்டிருந்தான். அவன் குரலின் ஆத்திரம் தணியவில்லை. அவன் ஏற்கெனவே இரண்டு தடவைகள் சுட்டுவிட்டான். வன்னியின் துப்பாக்கி வீச்சின் எல்லையைத் தாண்டினால்தான் அவனது அடுத்த வெடியிலிருந்து தப்பிக்க முடியும். டொன் பள்ளத்தாக்கிலிருந்து 'றோஸ்மவுன்ட்' திட்டை நோக்கி ஏறத் தொடங்கினேன். வன்னி கூவி அழைப்பது எனக்குக் கேட்கிறது.

"நில்லு உன்னோட கதைக்க வேணும்... சுட மாட்டன்" வன்னியின் குரல் மிக அண்மையாகக் கேட்கத் தொடங்கியது. அவனது சூட்டு எல்லைக்குள் நான் இல்லை, அதனால்தான் கூவியபடி வருகிறான். அவனது குரல் மிகமிக அண்மையாகக் கேட்ட வண்ணமே இருக்கிறது. இயன்றவரை கடுகதியில் ஏறி உச்சியை அடைந்து பாடசாலை மதிலை ஏறித் தாண்டி ஓடத் தொடங்கினேன். அவனின் குரல் என்னைப் பின் தொடர்ந்தது. சருகுச் சத்தம் கேட்டவண்ணமே இருந்தது. அது அவன்தான். அது அவனது காலடிதான். அவன் தனது காரியங்களில் கண்ணானவன். வேலியைத் தாண்டினேன். அது சென்ஜேம்ஸ் மயானம். கல்லறைகளுக்கு நடுவேயிருந்த அந்தப் பாதையால் ஓடத்

தொடங்கினேன். அவனது காலடிச் சத்தம் என்னைத் தொடர்ந்தது. மயானத்துக்குள்ளிருக்கும் பிணம் எரிக்கும் அறைக்குள் புகுந்து ஒளித்துக்கொண்டேன். அவனது காலடியோசை அடங்கியிருந்தது. அவன் குரல் ஓய்ந்திருந்தது. ஒரு மயான நிசப்தம். மூன்றாவது வெடி. எனது நெற்றியைத் துளைத்தது.

"அப்போ அவர்கள் உன்னைக் கொன்றுவிட்டார்கள்" என்றாள் இரியானா.

"இல்லை நான் சாகவில்லை. நான் எழுந்து பார்த்தபோது, எனது நண்பன் தனது காதலியின் பிரிவால் 'அவள் பறந்து போனாளே' பாட்டைப் பாடியவண்ணம் இருந்தான். அவனுக்கு வாளியில் பக்கவாத்தியம் வாசித்துக்கொண்டிருந்தவன் வாளியைக் கட்டிப்பிடித்தபடி சோபாவில் படுத்திருந்தான். குடியில் சரிந்தவர்கள் அந்தந்த இடங்களிலேயே படுத்திருந்தனர். எங்கள் வரவேற்பறை தீர்ந்துபோன பியர் போத்தல்களால் நிறைந்திருந்தது. பல்கனிக்கு வந்தேன். சென்ஜேம்ஸ் மயானம் தெரிந்தது. அதிகாலைப் பனியில் நிதானித்து ஒளிர்ந்து கொண்டிருந்தன சாலை மின்விளக்குகள். மயானம் அமைதியாய் இருந்தது. நான் அவனைக் காணவில்லை. நான் சாகவில்லை."

"நீ செத்திருந்தால்... அவர்களால் இனி உன்னைத் துரத்த முடியாது... அவர்கள் இங்கும் வந்துவிட்டார்கள்" என்றுவிட்டு இரியானா பலமாகச் சிரித்தாள். பின்பு தொடர்ந்தாள்

"மரணம் உன்னை நிறுத்திவிடும் ஆனால் கொன்றுவிடாது நண்பா! நண்பரே எனக்கு இன்னம் சில சந்திப்புகள் இருக்கின்றன நான் செல்ல வேண்டும்."

"இரியானா! கனவுக்கு வெளியே நனவில் இவர்களில் ஒருவரையும் நான் சந்திக்கவில்லை."

திடுமென எல்லாமே அழிந்துபோயிருந்தன. சந்திப்பு நடந்ததற்கான அடையாளம் எதுவுமே அங்கிருக்கவில்லை. சருகுகளை அழைத்தபடி காற்று என் காலடியைத் தாண்டிச் சென்றுகொண்டிருந்தது. சருகுச் சத்தம் மீளவும் கேட்கத் தொடங்கியிருந்தது.

●

டிசம்பர் 2014

அகதி றங்குப்பெட்டி

“வணக்கம் நாங்கள் இந்த வீட்டுக்குப் புதிதாய்க் குடிவந்திருக்கிறோம்.”

அயலவரான அன்ரனுடன் என்னை அறிமுகப்படுத்திக்கொண்டேன். அதுவொரு வசந்தகாலத் தொடக்கம். வீட்டுப் புற்தரைக்குள் முகம் காட்டும் ‘டான்டிலயன்’ தாவரங்களை அவரது மனைவி வாங்கில் குந்தியிருந்து பிடுங்கிக் கொண்டிருந்தார். அவருடன் கதைத்தபடி அங்கிருந்த கதிரையில் பியருடன் அமர்ந்திருந்தார் அன்ரன். மிகவும் நேர்த்தியாகப் பராமரிக்கப்பட்ட புற்தரையுடன் கூடிய பூந்தோட்டம் வீட்டுக்கு மேலும் மெருகேற்றியிருந்தது.

“மகனே நானொரு தச்சன். எனது தந்தை, எனது பாட்டா எல்லோரும் தச்சர்கள்தான். இந்தச் சுற்றாடலில் உள்ள பல வீடுகளுக்கு நான்தான் தச்சு வேலை செய்தேன். உனது வீட்டு வேலைகளும் நான் செய்தேன். இப்போ கட்டுகிறவையெல்லாம் பெட்டி வீடுகள்... எங்கள் வீடுகள் பலமானவை.”

அன்ரன், மகன் என்றே என்னை அழைத்தார். கழியலறையில் முகம் கழுவும் பேசின் கழிவுநீர் போகும் குழாய் அடைத்து பேசினுக்குள் நீர் நிறைந்து விட்டது.நான் திக்கித் திணறிப் போனேன். வீடு வாங்கிக் கொடுத்த முகவரோடு எடுத்து முறைப்பட்டேன். வீட்டுக்குள் வந்த ஒரு கிழமைக்குள் அடைப்பு வந்தால் யாரால்தான் தாங்கிக்கொள்ள முடியும். அன்ரனிடம் ஓடிப் போனேன்.

“வீட்டின்மீது இடி விழுந்துவிட்டதா?” என்றவாறு அன்ரன் சிரித்தார். வீட்டின் மீது இடியும் விழுமா? அப்படி நடக்கும் சாத்தியமும் உண்டா? விழுந்தால்? எனக்கு எதுவும் விளங்கவில்லை.

“பொறுமையடா மகனே! அதுவொரு சின்ன விடயம். கீழே ‘U’ வடிவான குழாய் இருக்கும். அதன் அடியில் ஒரு நட்டு இருக்கும் அதைக் கழட்டினால் உள்ளேயிருக்கும் கழிவுகள் வெளிவந்து விடும். இந்த ஆயுதத்தை கொண்டுபோய்க் கழட்டு” என்றவாறு அவரது களஞ்சியத்தில் நாலாவது நிரலில் இரண்டாவது நிரையிலிருந்த குறடு ஒன்றைக் காந்தத்திலிருந்து பிரித்து என்னிடம் தந்தார். அதைக் கையில் வாங்கி அவரைப் பார்த்தபடியே நின்றேன்.

“உனக்கு இதைப் பாவிக்கத் தெரியாது என்ன? நான் கிழவன். உனது பேசினுக்குக் கீழே குனிந்து கழுத்தைவிட்டு நட்டுக் களட்ட மாட்டேன். நீ பழகிக்கொள்ள வேணும். சின்னச் சின்ன வேலைகளுக்கு ஆட்களைக் கூப்பிட்டால் நீ வீட்டை விற்க வேண்டி வரும்.”

எதுவும் புரியவில்லை என்பதை என் முகம் காட்டியிருக்க வேண்டும். அங்கிருந்த மாதிரி ஒன்றையெடுத்து எப்படி நட்டைப் பிடிப்பது, எந்தப் பக்கம் திருப்பினால் நட்டுக் கழரும் என்று எனக்குக் காண்பித்தார். அப்போது என் முகத்தில் அறிவொளி சற்றுப் பரவியிருந்ததை அன்ரன் அவதானித்தார். நானும் பேசினுக்குக் கீழே தலையைவிட்டு நட்டைத் திருப்பினேன். அதுவும் எதுவித எதிர்ப்பும் இல்லாது கழன்று உள்ளே தங்கியிருந்த அனைத்தும் வெளியே வந்துவிட்டது. அந்த நேரத்தில்தான் அன்ரன் எனது வீட்டுக் கதவைத் தட்டினார்.

“மறந்துவிட்டேன் கீழே ஏதாவது வாளியை வைத்துக் கழிவுநீரை ஏந்து என்றார்” கழிவுநீரால் பாதி தோய்ந்துபோய் நின்ற என்னைப் பார்த்ததும் அன்ரன் புரிந்துகொண்டார்.

“செய்துவிட்டாயா? சரி போய் ஒத்தித் துப்பரவாக்கு.” என்றபடி அன்ரன் திரும்பினார். எனக்கு அப்பாவின் நினைவு வந்தது. நீச்சல் பழகுவதற்காகக் குளத்திற்கு போனபோது, அப்பா என்னைத் தூக்கித் தண்ணீருக்குள் எறிந்தார். நான் செய்வதறியாது மூச்சுத் திணறி கை, காலை அடித்தேன். அதுவொன்று பயிற்சிக்கான சிறந்த அடித்தளமாக எனக்குப் படவில்லை. ஆயினும் சற்றுப் பயம் அகன்றிருந்தது. ஒரு சிறு நம்பிக்கை அடிமனதில் ஒட்டிக்கொண்டது. அவர்கள் அப்பிடித்தான் கற்றிருந்திருப்பார்கள். ‘குளமும் தண்ணீரும் இருந்தால் தானாக நீந்த வேண்டியதுதான்’. அதுதான் அவர்களின் நியாயம். அப்படித்தான் அன்ரனும் நினைத்திருப்பார். எனக்குச்

சுயமாய் ஏதாவது ஏறுகிறதாவெனப் பார்த்திருக்கக் கூடும். கழியலறை நெற்பாத்திபோல் நீரால் நிறைந்திருந்தது. உள்ளே யிருந்து முடிமயிர்கள் கற்றையாக வந்து வீழ்ந்தன. நீரோடும் குழாய்க்குள் மயிரைப் போட்டால் இதுதான் நடக்கும் என்று அப்போது தெரிந்துகொண்டேன். வீட்டார் எல்லோருக்கும் காண்பித்தேன். உங்கள் முடிமயிர் குறித்து அவதானமாக இருங்கள் என்றுவிட்டுக் குறடோடு திரும்பவும் அன்ரனின் களஞ்சியத்துக்குப் போனேன். அவரின் களஞ்சியத்தில் அடுக்கப்பட்டிருக்கும் ஆயுதங்கள் என்னை ஆச்சரியப்படுத்தின.

"ஏதாவது ஆயுதங்கள் தேவையென்றால் வந்து பெற்றுக்கொள். மறந்திடாமல் திருப்பித் தந்துவிடு மகனே."

ஆயுதங்களை வைத்து என்ன செய்வதென்றே எனக்குத் தெரியாதே. அவரது களஞ்சியத்தில் ஒவ்வொரு வேலைகளுக்கும் தேவையான ஆயுதங்கள் செப்பனாக அடுக்கி வைக்கப்பட்டிருந்தன. பரண்மீதில் இரண்டு றங்குப்பெட்டிகள் இருந்தன. அதைப் பார்த்த கணத்தில் அத்தரின் மணம் என் நாசிக்குள் மீண்டது.

"றங்குப்பெட்டிகள்" என்றேன்.

"ஆம். நாங்கள் கனடா வரும்போது கொண்டுவந்தவை. சுமையை இறக்கிவிட்டு அமைதியாக இருக்கின்றன. பார்த்தியா? நாங்கள் ஒஸ்த்திரிய டொச்சுக்காரர். நாங்கள் வரும்போது கனேடியர்கள் எங்களைப் பெரிதாக விரும்பவில்லை.எங்களையும் நாசிகள் போலவே நடாத்தினார்கள். நாங்கள் வெள்ளையர் களாய் இருந்தாலும் ஆங்கிலேயர்களுக்கு எங்களைப் பெரிதும் பிடிக்கவில்லை. நாங்கள் டொச்சுக்காரர்கள் என்று வெளியே சொல்வதைத் தவிர்த்தோம். அப்போ பலரும் எங்களைக் காட்டுமிராண்டிகளாய்ப் பார்த்தார்கள்" என்றார் அன்ரன்.

"அவர்களுக்கு யாரைத்தான் பிடித்தது. ஐரிஸ்காரரர், இத்தாலியர், சீக்கியர், தமிழர்..." என்றவாறு றங்குப்பெட்டியைப் பார்த்தபடியே நின்றேன். முப்பது ஆண்டுகள் ஓடிவிட்டன. ஆயினும் அத்தரின் மணம் மூக்குக்குள் திடீரென மீண்டது.

அவரும் மனைவியும் ஒஸ்த்திரியாவிலிருந்து அகதிகளாக 1950இல் கனடாவுக்கு வந்தவர்கள். ஐம்பது வருடங்களுக்கு மேலாகக் கனடாவில் வாழ்ந்து வருகிறார்கள். 1957ஆம் ஆண்டில் இந்த வீட்டைப் புதிதாக வாங்கிக் குடிபுகுந்தவர்கள். எங்கள் தெருவின் முதல் குடி இவர்கள்.

"யார்தான் எங்கள் கதைகளைக் கேட்கிறார்கள். பிள்ளை களுக்கும் அக்கறையில்லை, பேரர்களுக்கும் அக்கறையில்லை. உன்னை அவை கவர்ந்திருக்கிறன. பயத்தோடும் பசியோடும்

சிறு நம்பிக்கையோடும் நாம் பயணித்தபோது எம்மோடு அவையும் பிரியாமல் வந்திருக்கின்றன. எம்மைத் திறக்கமுன் அவற்றைத்தானே அவர்கள் திறந்து பார்த்தார்கள். இதுவொன்றும் எமது பயணத்திற்காக வாங்கியது கிடையாது. இது எனது அம்மாவுடையது. மற்றையது பாட்டியுடையது. பாட்டிதான் பரணிலிருந்து எடுத்துத் தந்தார். கூட்டுப் படைகளின் தாக்குதலில் எமது வீடு உருக்குலைந்து போயிருந்தது. இயலுமானதை யெல்லாம் நாம் எடுத்துக்கொண்டோம். பல பொருட்கள் பரம்பரை பரம்பரையாக எமது குடும்பத்தோடு ஒட்டி வருபவை. பாட்டியிருந்தபடியால் அவள் பலவற்றைத் தட்டித் துப்பரவாக்கி எடுத்துக்கொண்டாள். 'பேரனே இதெல்லாம் உனக்குத்தானடா' என்று சொல்லி எஞ்சியதைப் பொறுக்கி எடுத்தாள். முன்பாதி இடிந்த வீட்டுக்குள் அகப்பட்டதையும் அவள் விடவில்லை. போர் ஓய்ந்தும் எனது பாட்டி ஓயவில்லை. இந்த றங்குப்பெட்டி அவள் கண்ணுக்கு எட்டியதும் அதைத் திறந்து எல்லாவற்றையும் சரிபார்த்தாள். அவள் திருமணத்தின்போது அணிந்த வெள்ளையுடை. அதையே அம்மாவும் தன் திருமணத்தின்போது அணிந்திருந்தார். தாத்தாவின் இராணுவ உடுப்பு. வீட்டுப் பத்திரங்கள், தனது இறுதிக் கடனுக்காகச் சேர்த்துவைத்த பணம், எனது யூத ஆச்சி கொடுத்த சில்வர் மெழுகுதிரித் தாங்கி, சலோமியின் சட்டையொன்று. அவள் ஒவ்வொன்றாக எடுத்துப் பார்த்து வெதும்பினாள். மெழுகுதிரித் தாங்கியைப் பார்த்தும் ஓவென அழுதாள். சலோமியின் சட்டையைத் தூக்கினாள். பாட்டியை எல்லோருமாகச் சென்று அரவணைத்தோம். எல்லோரின் கண்களும் பனித்திருந்தன.

"சலோமி... ஐயோ நயவஞ்சகன் எல்லோரையும் கலைத்து விட்டானே" சலோமி யூதப் பாட்டியின் நான்கு வயதுப் பேத்தி. எங்கள் வீட்டின் செல்லமும் அவள்தான். ஓயாது பேசியபடியே பாட்டிக்குப் பின்னால் திரிவாள். பேசாதபோது பாடுவாள். அவளிடமிருந்த பெரிய ஆள் தோரணை இரசிக்கக்கூடியதாய் இருக்கும். பாட்டியோடு சேர்ந்து விறகு தூக்கி வருவாள். பாட்டி ரொட்டி சுடுவதற்காக மாவு குழைக்கும்போதெல்லாம் அவளின் கையும் சேர்ந்து பிசையும். அவளும் தனக்கெனச் சிறு ரொட்டிகள் செய்வாள். அவள் வீட்டில் இல்லாவிடில் வீடு இருண்டுவிடும். எனது பாட்டாவின் தச்சுப் பட்டறை எங்கள் மாட்டுப் பட்டிக்கு அருகிலேயே இருந்தது.எனது தந்தைக்குத் தச்சுத் தொழில் தெரிந்தாலும் விவசாயமே விருப்பம். எங்கள் பாட்டிக்கு நிறைய விவசாய நிலமிருந்தது. பாட்டா விவசாயத்தில் அக்கறை காட்டவில்லை. பல நிலங்கள் தரிசு பற்றிப் போய்விட்டன. யூதப் பாட்டியின் அருட்டலால்தான் எங்கள் காணிகளைத்

தேடி மீட்டு அப்பா உழுது விளைவித்தார்.எங்கள் வீட்டில் ஒரு ரேடியோ இருந்தது. அது பாட்டாவின் தச்சுப் பட்டறையிலேயே இருந்தது. நாசிகளின் வஞ்சனை ஒலிபரப்பத் தொடங்கியதிலிருந்து எங்கள் வீட்டில் ரேடியோ ஒலிக்கவில்லை. ரேடியோ இல்லாத குறையை சலோமிதான் தீர்த்து வைப்பாள். பாட்டாவோடு தொடர்ச்சியாகக் கதைத்தபடியே இருப்பாள். பட்டறையிலிருந்த மேசையில் பாட்டி சுட்ட தின்பண்டங்களுடன் குந்தியிருப்பாள். மேசையில் உள்ள பொருட்கள் ஏதாவது தேவையென்றால் அவள்தான் எடுத்துக் கொடுப்பாள். அதை அவள் செய்யவிட வேண்டும், இல்லையெனில் அவள் கதை நின்றுவிடும்.

“தாத்தா ஏன் ரேடியோ பேசுவதில்லை” என்று குடைந்தபடியேயிருந்தாள்.

“அவர்களின் பேச்சுக்களிலிருந்து பேய்கள் முளைக்கின்றன வாம். பேய்கள் பயங்கரமானவை. அவை மனிதர்களின் நண்பர்கள் இல்லையே. நாங்கள் நண்பர்களாயும் அன்பாயும் இருப்பதற்காகப் பேய்கள் முளைவிடக் கூடாது அல்லவா? நீயொரு குட்டித் தேவதை நீ பேசும்போது ரேடியோ எதற்கு?”

“அவள் கடவுளின் பிள்ளை அதுதான் அவளுக்கு மூளை அதிகம்.” என்று பாட்டா கூறியபடியிருப்பார்.

ஒஸ்த்திரியாவை ஜேர்மனி ஆக்கிரமித்ததை எங்கள் குடும்பம் பெரிதாக விரும்பவில்லை. அதுவொரு பெரும் அவமான மாகக் கருதினார்கள். பெரும்பான்மை ஒஸ்த்திரியர்கள் ஹிட்லர் வலைக்குள் வீழ்ந்தாலும் எமது வீடு அவர்களிடமிருந்து அன்னியமாகவே இருந்தது. யூதர்களோடு மிகவும் நெருக்கமான உறவு எங்களுக்கு இருந்தது. அவர்களில் பலர் திருமணக் கலப்பால் உறவினர்களாகவும் இருந்தார்கள். எனது தந்தையின் விவசாயத்திற்குத் தேவையான பணத்தை யூதப் பாட்டி தந்துதவியிருக்கிறார். இவையெல்லாம் வட்டியில்லாக் கடன்கள். நான் அவர்கள் வீடுகளில் வாழ்ந்திருக்கிறேன். அவர்கள் எங்கள் வீட்டில் வாழ்ந்திருக்கிறார்கள். கிட்லர் ஒரு மடையன். அவன் யூதர்களை வேட்டையாட வெளிக்கிட்டபோது நாமும் பெரும் அச்சத்தை எதிர்கொண்டோம். நாம் கேள்விப்பட்டுக் கொண்டிருப்பது எதுவும் இங்கு நடந்துவிடக் கூடாது என்று இறைவனிடம் மன்றாடினோம். ஆனாலும் அவனது கொடுங்கோல் எல்லாவற்றையும் சிதைத்தது. பலர் எமது கிராமத்தைவிட்டு வெளியேறி பிரான்சுக்குச் செல்வதற்குப் புறப்பட்டார்கள். அதுவொரு கடினமான பயணம். எத்தனை பேர் பிரான்சைச் சென்றடைந்தார்கள் என்பதை நாங்கள் அறியோம். யூதப் பாட்டியின் குடும்பமும் வெளிக்கிடத் தயார் ஆனது. நாம் இப்படி

ஒருபோதும் அழுதது கிடையாது. கதறியழுதோம். சலோமியை எம்மோடு விடுமாறு பாட்டி கெஞ்சினாள். கடைசியாக அவள் எங்கள் எல்லோரையும் முத்தமிட்டுப் பிரிந்தாள். சலோமி தாத்தா அவளுக்காகச் செய்த சில்லுப் பூட்டிய குதிரைப் பொம்மையைக் கையில் வைத்திருந்தாள். அவள் எதுவும் அறியாமல் தாவித் தாவி நடந்து போனாள். கால்நடைகளைப் பாட்டியிடம் கொடுத்தார்கள். நாம் எல்லோரும் போக்கழிந்து நின்றோம். நாசிகளால் அவர்களது வீடுகள் சூறையாடப்பட்டன. நாம் எல்லோரும் புழுங்கியபடியிருந்தோம். இதுவரையும் அவர்கள் இருக்கிறார்களா? இல்லையா? ஒன்றும் தெரியாது. பிரான்சுக்குப் போவதற்காக சுவிஸ் போன பலர் நாசிகளினால் பிடிக்கப்பட்டதாக அறிந்தோம். அன்றிலிருந்து பாட்டி தினமும் மன்றாடியபடியே இருந்தார். சலோமி தன்னோடு பேசுவதாகவும் அவளது பாட்டு தனக்குக் கேட்பதாவும் சொல்லியபடியேயிருந்தார்.

“இது பாழ்பட்ட மண். அவளது சின்னப் பாதங்களைத் தாங்கப் பாக்கியமற்ற மண்” என்று கத்தினாள்.

சலோமிக்கான பாலை ஒரு கிண்ணத்தில் தினமும் வைத்துவிடுகிறார். அவளுக்காக எங்கள் வீட்டுப் பூனைகள் பாலைக் குடித்துவிடுகின்றன. பாட்டியின் நிலை மிகவும் மோசமாகியது. வாய்க்கு வந்தபடி நாசிகளைத் திட்டத் தொடங்கினாள். தெருவால் போகும் நாசிப் படையினரையும் ஆதரவாளர்களையும் வாய்க்கு வந்தபடி திட்டினாள்.

“நான் ஒரு யூதச்சி, புடுங்கிப் பார்” என்று சவால் விடுகிறாள்.

அவளுக்குச் சித்தம் கலங்கிவிட்டது என நாம் சமாளிக்க வேண்டியதாகியது. எனது தகப்பனாரை அழைத்து விசாரித்தார்கள். பாட்டியொரு ‘தூய’ ஜேர்மன்காரி என்பதை அறிந்து அவளுக்குத் தண்டனை அளிப்பதைத் தவிர்ப்பதாய்த் தெரிவித்தார்கள். பாட்டியை வீட்டுக்குள் வைத்திருப்பது சங்கடமாகியது. கால்நடைகளிடமும் விட முடியாது. பட்டிக்குப் போனதும் ஓவென்று அழுவாள். யூதப் பாட்டியின் மாடுகளின் பெயர் சொல்லி அழுவாள். குண்டுகள் விழத்தொடங்கி நாசிகள் பின்வாங்கத் தொடங்குகிறார்கள் என்று அறிந்து இறைவனைப் பாராட்டினார். “கிட்லரின் தலையில் இடி விழட்டும்” என்று மன்றாடியபடியிருந்தாள். எங்கள் தெருவிலும் குண்டு விழுந்து வெடித்தது. வீட்டின் முகப்பு சிதைந்து போனது. அவள் பட்டிக்கு ஓடிச்சென்று கால்நடைகளைப் பார்த்தாள். அவை மிரண்டுபோய் இருந்தன. ஒவ்வொன்றையும் பேர் சொல்லி அழைத்து ஆரத் தழுவி அவைகளின் மிரட்சியைப் போக்கினாள்.

போர் ஓய்ந்துபோன பின்னரும் மனம் ஓயவில்லை. நாசிக்கு முண்டு கொடுத்தவர்களைக் கண்டால் நெஞ்சம் வெடவெடத்தது. குஞ்சுகளை எல்லாம் கொன்றொழித்தாகச் சொன்னார்கள். சலோமியையும் கொன்றிருப்பார்கள். அவள் எதுவுமே அறியாத வயது. வாழ்வு இவ்வளவு கொடுமையானதாக இருந்திருக்கக் கூடாது. நாம் ஏன் இப்பிடியிருந்தோம்? நாசி களின் பிடிக்குள் அகப்படாமல் இருந்த சில குடும்பங்களில் மரியாவின் குடும்பமும் ஒன்று. அந்த நெருக்கத்தால்தான் நான் மரியாவைத் திருமணம் செய்தேன். குற்றவுணர்வு எங்களை நெருடியபடியே இருந்தது. நாசிகள் செய்த குற்றத்திற்காக நாங்கள் கூனிக்குறுக வேண்டியிருந்தது. நாசிகள் யுகத்தில் மௌனம் காத்தவர்களைக் காணும்போது எரிச்சலாகவிருந்தது. எங்கேயாவது தூரே போனால்தான் இந்தக் கொடுமைகளிலிருந்து மீள முடியும் என்று தோன்றியது. அப்போ பலர் அமெரிக்கா, கனடா என்று வெளிக்கிட ஆரம்பித்திருந்தார்கள். நாங்கள் கனடா போகப்போவதாய்ப் பாட்டியிடம் முதலில் சொன்னேன். 'நாங்கள் முதலிரவுக்குப் போவதாய் அவள் நினைத்தாள் போலும் "எப்போ திரும்புவாய்" என்று கேட்டாள். அவளுக்குக் கனடாவை அறிமுகப்படுத்த வேண்டியிருந்தது. "பிரான்ஸ் போய் அங்கிருந்து இங்கிலாந்து போய் அங்கிருந்து கனடாவுக்குக் கப்பல் எடுக்க வேண்டும். திரும்பி எப்போ வருவம் என்று தெரியாது. அங்கேயே தங்கப் போகிறோம்" என்றேன். இருவரையும் கிட்ட அழைத்து இருவரதும் முகத்தை வருடியபடியே இருந்தாள்.

"ஏனப்பு எல்லாமே நொறுங்கி விட்டதா?" எனக் கேட்டாள்.

"பாட்டி... மனச் சாட்சியுள்ளவர்களால் இங்கு வாழ முடியாது. மனச்சாட்சியுள்ளவர்களை இந்த தேசம் துரத்திய படியே இருக்கிறது. யூதர்களைக் கலைத்தவர்கள், கொன்றவர்கள், முண்டு குடுத்தவர்கள் எதுவிதக் குற்றவுணர்வும் இன்றி நடந்து திரிகிறார்கள். எங்கையாவது தூரே போய் வெறுப்பில்லாத இடத்தில் வாழப் போகிறோம்" என்றேன்.

அவள் என்ன நினைத்தாளோ தெரியாது. எம்மை இறுக அணைத்தாள். "சலோமியைக் கண்டால் சுகம் சொல்" என்றாள். இரவிரவாகவிருந்து தின்பண்டங்களைச் செய்தாள். தனது றங்குப்பெட்டியை எடுத்தாள். அதனுள் இருந்த பொருட்களை ஒவ்வொன்றாக எடுத்தாள். சலோமியின் சட்டையை மடியில் வைத்தாள். மரியாவுக்காகப் பின்னிய கம்பளிச் சட்டையை வைத்தாள். தின்பண்டங்களை உள்ளே அடுக்கினாள். எனது உடைகள் சிலவற்றையும் வைத்தாள். சில்வர் மெழுதிரித் தாங்கியையும் உள்ளே வைத்தாள்.

ஆலோ ஆலோ

“ஏன் பாட்டி மெழுகுத்திரித் தாங்கி.. யூதப் பாட்டியின் நினைவாய் நீங்கள் வைத்துக்கொள்ளுங்கள்” என்றேன்

“அவரது பொருட்களை இங்குள்ளவர்கள் சூறையாடி விட்டார்கள். அவரைக் கண்டால் கொடுத்துவிடு. கால்நடைகளை நன்றாகப் பராமரிப்பதாகச் சொல்லு.”

அவரிடம் எஞ்சியிருப்பது அந்த சிறு நம்பிக்கைதான். வாசல்வரை றங்குப்பெட்டியைத் தாங்கியபடியே வந்தாள்.

“நெடிய பயணம்... கவனமாகப் போ. வெறுப்பில்லாத உலகம் என்கிறாய் போ... வெறுப்பில்லாதவர்களிடம் போ...” என்றவாறு பக்குவமாய் றங்குப் பெட்டியை என் கைகளுக்கு இடம் மாற்றினாள். அதற்குள் உள்ள பொருட்களை விட எடை அதிகமாகத் தோன்றிற்று. அவள் கடந்துவந்த காலத்தின் சுமையோ? அவள் மனதின் சுமையோ? ஒரு கணத்துள் என்னுள் அந்த சுமை இறங்கியதுபோல் இருந்தது.

“இந்தா இதையும் கொண்டு போ” என்று தான் சேமித்திருந்த பணத்தையும் என் கையில் திணித்தாள்.

“இருந்தவர்களைக் காப்பாற்ற முடியாதவர்கள் ... என்னை ஓநாய் கொண்டு போகட்டும்.” என்றவாறு மரியாவை அணைத்தாள். தன் றோசரியை அவள் கைகளுக்குள் திணித்தாள்.

“ஆண்டவர் உங்களுக்குத் துணையாகவிருப்பார்” என்று என்னைக் கட்டியணைத்தாள். பெரிய குடும்பத்தைவிட்டு வெளியேறுவதொன்றும் இலகுவானதில்லை. அவர்கள் எங்கள் மனதைப் புரிந்திருந்தார்கள். பெரும் சங்கடமான பிரிவுதான். ஒவ்வொருவரையும் அணைத்துப் பிரியும்போதும் மனம் கனக்கத் தொடங்கியது.

யூதப் பாட்டியின் வீட்டு வாசலடிவரை பாட்டி வந்தாள். எத்தனை நாட்கள் இந்த வீட்டில் உண்டு, உறங்கியிருப்பேன். அந்த வீட்டைத் திரும்பிப் பார்க்கக் கூடாதென மனம் சொல்லியபடியேயிருந்தது. எம் இயலாமையின்மீதும், வெறுப்பின்மீதும் காறி உமிழ்ந்து துப்பியபடியே இருக்கிறது யூதப் பாட்டியின் வீடு. பெரிய தெருவை அடையும்வரையும் எம்மை பார்த்தபடியே பாட்டி நின்றாள். நாங்கள் கனடா வந்து இரண்டு கடிதப் போக்குவரத்துவரை உயிருடன் இருந்தாள். வெறுப்பில்லாத உலகத்தை அடைந்ததையிட்டு மகிழ்ச்சியென எழுதியிருந்தாள். நாசிகள் செய்த குற்றத்தின் அவமானம் எம்மைத் தொடர்வதை அவள் அறியாள்.

நான் றங்குப்பெட்டியைப் பார்த்தபடியேயிருந்தேன். அந்த றங்குப்பெட்டிகள் இன்னமும் உயிர்ப்புடனேயே இருந்தன. எனக்குத் தொண்டை கட்டிக்கொண்டு வந்தது.

எங்களிடமும் ஒரு றங்குப்பெட்டியிருந்தது. அது அம்மாவுடையது. அவர் விடுதியில் தங்கியிருந்தே படித்தார். அது ஏழை மாணக்கருக்கான இலவச விடுதி. அங்கு செல்லும்போது அப்பு அம்மாவுக்காக வாங்கிக்கொடுத்தாராம். வீட்டுச் சாமி அறையில் சாமிப் படங்களுக்கு கீழ் இருந்த அலுமாரியில் அது வைக்கப்பட்டிருந்தது. கடவுளுக்கு அடுத்த நிலையில் அது இருந்தது. அலுமாரி எப்போதும் பூட்டியேயிருக்கும். தினமும் காலையில் சாமியறை விழாக்கோலம் பூண்டுவிடும். படங்கள் பூக்களால் நிறையும். அலுமாரி திறந்து றங்குப்பெட்டியிலும் பூக்கள் நிறைந்திருக்கும். பன்னிரு திருமுறைகளும் அம்மா பாடி முடித்த பின்னர் அறையால் வெளியே வருவாள். அவளை சாம்பிராணிப் புகை பின்தொடரும். றங்குப்பெட்டிக்குள் நகைகள், பணம், கூரைச் சேலை, சில காஞ்சிபுரம் பட்டுச் சேலைகள், அப்பாவின் பட்டுவேட்டி, வீட்டு ஆவணம், அம்மாவின் திருமணப் படங்கள், எங்கள் பதிவுகள் என்பனதான் இருந்தன. வீட்டின் நிதிப் பராமரிப்பு அவள்தான். அதை அவள் மிகுந்த பெருமையுடனேயே செய்தாள். முக்கியமான நாட்களில் றங்குப்பெட்டியைத் திறக்கும்போது ஆவல் பெருக்கெடுக்கும். அதற்குள்தான் எனது சங்கிலி இருந்தது. அதை எனக்கு அணிந்து விடுவாள். அப்பா கொழும்பிலிருந்து வாங்கி வந்த அத்தர் அதற்குள் இருந்தது. ஒரு குட்டிக் கண்ணாடிக் குழாய். றங்குப்பெட்டியைத் திறக்கும்போதெல்லாம் அந்த வாசம் வெளியே வரும். அம்மாவின் சேலைகளிலும் அந்த அத்தர் குடிகொண்டிருந்தது. இராணுவத்தினர் செட்டிக்குளத்தைச் சுற்றி வளைத்து எனது அப்பா உட்படப் பலரைக் கொண்டுபோனார்கள். அப்போ எனக்கு ஏழு வயது. இன்றுவரை அவர் எங்கென்று எமக்குத் தெரியாது. அம்மா இரண்டு வருடமாக மனுக்கொடுத்து அலைந்தாள். அந்த இரண்டு வருடங்களுக்குள் அவள் உடைந்து போனாள். அவளிடமிருந்த முகச் செந்தளிர்ப்பு தொலைந்தது. ஆரவாரமாக அனைவரோடும் பேசிப் பழகும் அம்மா இப்போது விறைத்த முகத்துடன் மாறிப்போயிருந்தாள். அவள் கதைப்பது குறைந்தது. எப்போதாவது என்னை அழைத்துக் கொஞ்சுவாள். இப்போது அலுமாரி திறந்தபடியே இருந்தது. றங்குப்பெட்டி சாமிப்படத் தட்டில் இருந்தது. சாமியறை திருமுறைகளை மறந்து போயிருந்தது. அதற்குள்ளிருந்து அம்மாவின் புலம்பல் மட்டுமே கேட்டது. செட்டிக்குளத்தி லிருந்து வெளியேறுமாறு இராணுவம் உத்தரவு பிறப்பித்தபோது றங்குப்பெட்டிக்குள் அடையக்கூடியதெல்லாம் அடைந்தோம். அதற்கான கால அவகாசம் மட்டுமே எமக்கு இருந்தது. செட்டிக்குளம், பெரியதம்பனை, மடுக்கோயில், வன்னேரி, யாழ்ப்பாணம் என்று அதுவும் எம்மோடு திரிந்தது. அகதிகளாக

ஒவ்வொரு இடமாக நாம் அலையும்போது அம்மாவின் தலையில் றங்குப்பெட்டி குந்தியிருந்தது. எது றங்குப்பெட்டி எது நான் என்ற குழப்பம் அவளுக்குள் அதிகரிக்கத் தொடங்கியிருந்தது. பாட்டியும் கூடவே இருந்ததால் அவள் என்னைப் பார்த்துக் கொண்டாள். அத்தரின் மணம் மெல்ல மெல்ல நீங்கியபடியே யிருந்தது. அம்மாவின் பட்டுச் சேலைகள், அப்பாவின் பட்டு வேட்டியையும் விற்ற பின்னர் எஞ்சியிருந்த மணமும் அற்றுப்போனது. ஆயினும் அந்த அத்தரின் மணம் என் நாசிக்குள் குடிகொண்டிருந்தது. றங்குப்பெட்டியைத் திறக்கும்போதெல்லாம் அந்த மணம் எனக்குள் இறங்கியது.

யாழ்ப்பாணத்தில் மாமி வீட்டில் தஞ்சம் புகுந்தபோது அதுவே நிரந்தரம் என்று எண்ணியிருந்தோம்.

“சகடை சுற்றுது எல்லோரும் பங்கருக்குள்ள போங்கோ” என்று மாமா வெளியில் நின்று கத்தினார்.

எல்லோரும் பங்கருக்குள் புகுந்துகொண்டோம். குண்டு வீழ்ந்து வெடித்தது. பங்கர் அதிர்ந்தது. நிலம் கவிழ்ந்து எல்லோரையும் மூடிவிடுமாற்போலிருந்தது. காது இரைச்சலாய் இருந்தது. உடைந்து வீழும் சத்தங்கள் கேட்டபடியிருந்தன. அயலவர்கள் ஓடி வந்தார்கள். வீட்டின் கூரையில் குண்டு வீழ்ந்து இரண்டு மாடிவீட்டின் பகுதி நிலத்தோடு கிடந்தது. பங்கர் எங்களைக் காத்தது. எல்லோரும் அழுது குளறினோம். உயிர்ச் சேதங்கள் எதுவும் இல்லை.

“உயிர் இருக்கெல்லே ஏன் அழுகிறியள் விடுங்கோ...”

மாமா எல்லோரையும் தேற்றியபடியிருந்தார். எங்களுக்கு அதிர்ச்சியிலிருந்து மீள நாட்கள் ஆகிற்று. கொங்கிரீட்டுகளை அகற்றி எஞ்சியவைகளை மீட்டோம். எங்கள் றங்குப்பெட்டி அரைவாசி சப்பளிந்து போயிருந்தது. வெளியே இழுத்து எடுத்தோம். அம்மா பார்த்தவாறு நின்றார். மாமா அலவாங்கால் தெண்டி மூடியைப் பிய்த்து எடுத்தார். அம்மா அழுதார். என்னை இழுத்து அணைத்தார். பசி பட்டினி என்று பத்து வயதில் தனியே பள்ளி விடுதிக்கு அனுப்பும்போது அவளோடு சென்றது அந்த றங்குப்பெட்டிதான். அப்பாவைத் திருமணம் செய்து செட்டிக்குளத்திற்கு வரும்போது அவளோடு வந்ததும் அந்த றங்குப்பெட்டிதான். ‘விவசாய மன்னன்’ என அப்பா பெயர் வாங்கி உழவால் வீடு செழித்தபோது பணமும் நகையுமென அதுதானே வைத்திருந்தது. அதற்கு விபூதி சந்தனம் இட்டு வழிபாடு நடத்தியவள் அம்மா. என்னையும் அப்பாவையும்விட அவளுக்கு அதோடுதான் நெருக்கம் அதிகம் அல்லவா? அப்பா திடீரெனக் காணாமல் ஆக்கப்பட்டபோது இளம்

விதவையாகப் பட்ட துயரங்களைச் சாமியறையிலிருந்து புலம்பியபடியேயிருப்பாள். தனித்திருக்கும்போதெல்லாம் அவள் உள்ளக் குமறல்களை அதனிடம்தான் தெரிவித்திருப்பாள். பணமும் நகையும் நிறைந்த நாட்களும் பின்னர் படிப்படியாக எல்லாவற்றையும் இழந்த நாட்களையும் அதற்கு நன்றாகத் தெரிந்திருக்கும். ஏதோ நினைத்தவள் என்னை இழுத்து அவளோடு அணைத்துத் தலையைத் தடவினாள். பின்னர் றங்குப்பெட்டியின் அருகே போய்க் கண்வெட்டாது பார்த்தபடி குந்தியிருந்தாள். அதற்குள் கிடந்த துணிகளை இழுத்து எடுத்து அதைத் துடைத்தாள்.கிணற்றடிக்குத் தூக்கிக்கொண்டு போனாள். தண்ணியை அள்ளி அதன்மீது ஊற்றினாள். தன்மீதும் ஊற்றினாள். றங்குப்பெட்டியை மீண்டும் துடைத்தாள். அருகிலிருந்த தென்னையில் சாத்தி வைத்தாள். கிணற்றடியில் நின்ற செவ்வரத்தை, நந்தியாவட்டைப் பூக்களைப் பிடுங்கினாள். அதன்மீது தூவினாள். வாய்க்குள் முணுமுணுத்தபடி தென்னையை சுற்றிக் கும்பிட்டபடி அழுதாள்.றங்குப்பெட்டியின் முன்னே சப்பாணியிட்டுக் குந்தியிருந்து, ‘முத்துநல் தாமம்பூ மாலை சூடி’ என திருப்பொற்சுண்ணப் பாடல்களைப் பாடத் தொடங்கினாள்.

“மச்சாள் என்ன செய்யிறியள்” என்றபடி மாமி அம்மாவை அணைத்தார்.

அவள் எதுவும் பேசவில்லை. விறைத்தபடியே பாடிக் கொண்டு இருந்தாள். நான் அம்மாவைக் கட்டியணைத்து அருகில் இருந்ததையும் உணராது பாடிக்கொண்டு இருந்தாள்.

“பாவம் அவள் . . . ஏன்தான் இந்தத் துன்பங்களைக் கொடுக்கிறியோ” என்று பாட்டி கிணற்றுப் படியில் குந்தியிருந்து தலையில் அடித்துக்கொண்டிருந்தார். அம்மா பாடிக்கொண்டே யிருந்தார். அதன் பின்னர் அத்தரின் மணம் என் நாசிக்குள் இருந்து மெல்லென அகல ஆரம்பித்தது.

நான் இந்த வீட்டுக்கு குடிபுகுந்து பத்து வருடங்கள் ஆகின்றன. பனி கொட்டி மூடிக் கிடந்த பெப்ரவரி மாத குளிர்கால மாலையில் முதற்தடவையாக மேரி எங்கள் வீட்டுக் கதவைத் தட்டினாள். அவர் 80 வயதைத் தாண்டியிருந்தார். எனது வீட்டுக்கு வரும் வழி பனிமூடிக் கிடந்தது. எனது வாசலுக்கு வருவதற்கான படிக்குக் கைத்தாங்கல் பிடியும் இல்லை. மேலே வந்துவிட்டார். முன்னையதைவிட முதுமை அவரைத் தாக்கியிருந்தது. அவரை வெளியில் காண்பது மிகவும் அரிது. அது அவரது புற்தரையில் தெரிந்தது. ‘டான்டிலயன்’ தாவரம் பெருகி வேனிலில் புற்தரை மஞ்சள் மயமாய் இருக்கிறது. அவர்களது பூந்தோட்டத்தின் வனப்பு மெல்ல நீங்கத் தொடங்கியிருந்தது.

"அன்ரனுக்கு இயலாமல் இருக்கிறது. வந்து பார்க்கிறியா?" அவர் கையில் றோசரி இருந்தது.

நான் சாரத்துடன் சப்பாத்தைப் போட்டுக்கொண்டு மேரியைக் கைத்தாங்கலாகப் பிடித்துக் கூட்டிக்கொண்டு அவர்கள் வீடு சென்றேன். அன்ரன் சோபாவில் சாய்ந்தபடியிருந்தார். என்னைக் கண்டதும் எழுந்து அமர்ந்தார். அவரின் உடல் உதறியபடி இருந்தது. அவர் அருகிலிருந்த இரத்த அழுத்தக் கருவியை இயக்கிப் பார்த்தேன். அவரது இரத்த அழுத்தம் சாதாரணமாகவே இருந்தது. ஆயினும் அவர் சற்றுக் கலங்கியவராய் இருந்தார்.

"மகன், எனது மனைவி முன்புபோல் இல்லை. அவள் நன்றாக நொடிந்து போனாள். அவளை விட்டுப் போவதுதான் எனக்குச் சங்கடமாகவிருக்கிறது. அவளுக்கு ஞாபக சக்தி குறைந்துவிட்டது. அவரை அருகிலிருந்து யாராவது பராமரிக்க வேண்டும். நான் இல்லாவிட்டால் அவள் தனித்துவிடப்பட்டு விடுவாள். அவள் போன பிறகுதான் நான் போக வேண்டும்" என்றார் அன்ரன்.

'நான் ஒன்றும் யமனின் தூதுவர் இல்லையே' என்று எனக்குள் சிரித்துக்கொண்டு,

"யார் முதலில் போவதென்பது யாருக்கும் தெரியாத காரியம் கவலையை விடுங்கள்" என்றேன்.

மேரி சோபாவில் வந்தமர்ந்து றோசரியின் காய்களை உருட்டி முணுமுணுத்தபடியிருந்தார். அவர்களின் பூனை சோபாவின் மேல் அமர்ந்து மேரியை வருடியபடியிருந்தது. அவர் அமைதியாகச் சிறு புன்முறுவலோடு அமர்ந்திருந்தார். அன்ரனின் பதற்றம் அவரைப் பற்றியதுதான் என்பதை மேரி அறியவில்லை. அவர்களுக்குத் திருமணமாகி 62 வருடங்கள் கடந்துவிட்டன.

"பயப்பிடாதீர்கள் உங்களுக்கு ஒன்றும் இல்லை. அவரச உதவிக்கு அழைக்கவா?"

"வேண்டாம் நான் சற்றுச் சாய்ந்திருக்கிறேன். நீ என்ன செய்கிறாய்?" என்று என்னைப்பற்றி விசாரிக்கத் தொடங்கினார். பொதுவாகக் கோடைகால வெயில் நாட்களில் அவரது வேலியோடோ அல்லது அவரது களஞ்சியத்திலோ இருந்து கதைப்போம். இன்றுதான் முதல் தடவையாக அவரது வீட்டுக்குள் வந்திருக்கிறேன். வரவேற்பறைச் சுவர் அவரது முன்னோர்களின் படங்களால் நிறைந்திருந்தது. அதற்கு முன்னால் இருந்த அகலமான சின்ன அலுமாரியின் மேல் சில்வர் மெழுகுதிரித் தாங்கி இருந்தது. அதில் வழிந்தோடிய மெழுகோடு எரிந்த மெழுகுதிரி இருந்தது. தளபாடங்கள் பழமையின் செழுமையில் இருந்தன. ஆர்ப்பாட்டமில்லாத சிக்கனமான வாழ்வை

வாழ்கிறார்கள். சற்றுக்கெல்லாம் அன்ரனின் இளைய மகன் பீற்றர் வந்து சேர்ந்தான்.

"அப்பாவுக்கு அம்மா பற்றிய கவலை கூடிவிட்டது, உங்கள் உதவிக்கு நன்றி" என்றான்.

மூடிய பனி நீங்கியிருந்தது. வேனில் முதல் வரவாய் மஞ்சள் பூ பூத்துச் செடியை மூடியிருந்தது. இன்னமும் இலை வரவில்லை. பூத்த பின் இலை துளிரும் தாவரங்களில் இதுவுமொன்று. நீண்ட இருண்மையிலிருந்து மீண்டதான உணர்வை மஞ்சள் பூக்கள் தந்தன. அருகில் இருந்த மேப்பிளில் இளம் தளிர்கள் கூடியிருந்தன. அவற்றைப் பார்த்தவாறு நின்றேன். அன்ரனும் பீற்றரும் எங்கள் வீடு நோக்கி வருவது தெரிந்தது. அவர் முகம் வாடியிருந்தது.

"திரு. அன்ரன் சுகயீனமா?" என்றேன்.

"இல்லை அப்பா உங்களிடம் சொல்ல வந்தார்... அம்மா இன்று அதிகாலை இறந்துவிட்டார்" என்றான் பீற்றர்.

துயரம் அவரை அரவணைத்திருந்தது. அன்ரனைக் கட்டியணைத்து ஆறுதல் சொன்னேன். அவர் கேட்டதுபோல் மேரி முந்திவிட்டாள்.

"மேரி சோபாவில் படுத்திருந்தாள் இரவு பூனை கத்தியது. இவ்வாறு ஒருநாளும் அது கத்தியது கிடையாது. அது மேரிக்கு அருகில் போவதும் வருவதுமாகவிருந்தது. நான் அவளைத் தட்டி எழுப்பினேன். அவள் எழவில்லை. நன்றாக உறங்கிப்போனாள்" என்றுவிட்டு அழுதார்.

பார்வைக்காக வைக்கப்பட்ட தினத்தில் கண்ணாடிச் சாடி நிறைய வெள்ளை றோசாக்களோடு சென்றேன். யாருமே துக்கத்தைக் காண்பிக்கவில்லை. எல்லோரும் சிரித்துக் கதைத்து உண்டு களித்தபடியிருந்தார்கள். மேரியின் உடல் வைக்கப்பட்டிருந்த பேழை அருகே சென்றேன். மேரியைப் பார்த்தவாறு கதிரையில் அன்ரன் குந்தியிருந்தார். மேரியின் கைகளுக்குள் றோசரி இன்னமும் இருந்தது. என்னைக் கண்டவுடன் ஓவென்று அழுதார். கதைத்துக்கொண்டு நின்றவர்கள் திரும்பி என்னைப் பார்த்தார்கள். "நான்தான் அன்ரனின் பிரியமான அயலவன்" என்று அறிமுகமாகிக்கொண்டு இருந்தேன். பூவை மேரியின் அருகே வைத்துவிட்டு அன்ரனை ஆறுதல் படுத்தினேன். மேரியின் படத்திற்கு முன்னால் சில்வர் தாங்கி எரியும் மெழுவர்த்தியைத் தாங்கியபடியிருந்தது.

பனி கொட்டிக்கொண்டிருந்தது. எங்கள் பாதை, படிகள் எல்லாம் மூடிக்கிடந்தன. காற்றின் திக்கில் பனித் துகள்கள்

அலைந்துகொண்டிருந்தன. வீதி விளக்கு ஒளியில் துகள்கள் மின்னிக் கடந்தன. பீற்றரும் மனைவியும் வீட்டுக்கு வந்தார்கள். தந்தை இன்று காலை இறந்துவிட்டார் என்றான் பீற்றர். மனம் கனத்தது. என் கண்கள் கசியத் தொடங்கின. என் தந்தையை ஒத்தவர். என் தந்தையைவிட நீண்ட நாட்கள் அவரை அறிந்திருக்கிறேன். பல விடயங்களில் அவரிடம் அறிவுரை கேட்டிருக்கிறேன். சிறு விடயத்தையும் பொறுமையுடன் கற்றுத் தந்திருக்கிறார். எனது தந்தை காணாமல் ஆக்கப்பட்டபோது நான் சிறியவன். பிரிவின் துயரம் என்னைப் பெரிதாகத் தாக்கவில்லை. நான் இருபதை அடையும்போதுதான் தந்தையின்மையின் வெற்றிடத்தை உணரத் தொடங்கினேன். முதியவரின் அறிவுரை வழிகாட்டலை நான் இழந்திருந்தேன். என் கண்கள் பெருகியதை இருவரும் பார்த்தபடி நின்றனர்.

“நல்ல மனிதர். நல்ல அயலவர். அவரது இழப்பு கடினமானது” என்றேன்.

“நீதான் அவரின் பிரியமான அயலவன். அதுதான் தகவலைச் சொன்னேன்” என்றான் பீற்றர்.

மேரி இறந்த பின்னர் பீற்றரின் மகனும் மருமகளும் அன்ரனுக்குத் துணையாக இந்த வீட்டில் வாழ்ந்தார்கள். முதுமை அவரை வீட்டுக்குள் அடைத்துவிட்டது. எப்போதாவது வெளியில் தலை தெரியும் தறுவாயில் குசலம் விசாரித்துவிட்டு விலகிக்கொள்வோம். காணும்போதெல்லாம் “என்ட முறையைப் பார்த்துக்கொண்டு இருக்கிறேன்” என்று சிரித்தவாறு சொல்பவர் இன்று இல்லை. இப்போது அந்த வீட்டின் வெறுமை எம்மை உறுத்தியபடியிருந்தது.

இந்தக் கோடையின் வார இறுதியில் பெரிய லொறிகள் வந்து நின்றன. அன்ரனின் பிள்ளைகளும் அவர்கள் குடும்பங்களும் வந்து நின்றனர். பொருட்கள் வாகனங்களுக்கு ஏற்றப்பட்டுக்கொண்டிருந்தன. என்ன நடக்கிறது என அறிய ஆவலாகவிருந்தாலும் தயக்கமாகவிருந்தது. அன்ரனின் இளைய மகன் பீற்றர் என்னைக் கண்டு அருகில் வந்தான்.

“பெரிய கதையைச் சின்னதாகச் சொல்கிறேன். எனது மகனுக்கு இந்த வீட்டை மாற்றலாம் என்று எண்ணினோம். அண்ணர் இறுதியில் மாறிவிட்டார். அவர் கேட்கும் அளவிற்கு எங்களிடம் பணம் இல்லை. அதுதான் மகன் வேறு இடத்துக்கு மாறுகிறான். வீட்டை விற்க போகிறோம்” என்றவாறு களஞ்சியத்துக்குள் சென்ற பீற்றரை நானும் தொடர்ந்தேன்.

"வீட்டுக்குள் இருக்கும் பழைய பொருட்களைக் களஞ்சியத்துக்குள் வைக்கிறோம். இவற்றைக் குப்பையில் அடிக்க வேண்டும்" என்றவாறு அங்கிருந்த பொருட்களை அடுக்கிக்கொண்டு நின்றான்.

சோபா, சாப்பாட்டு மேசை, அலுமாரிகள், கட்டில்கள், கதிரைகள் எல்லாம் களஞ்சியத்துக்குள் வந்திருந்தன. களஞ்சியத்தில் இருந்த ஆயுதங்கள், இயந்திரங்கள் எவற்றையும் காணவில்லை. ஆளுக்கு பாதியாக எடுத்திருப்பார்கள். பரணைப் பார்த்தேன். றங்குப்பெட்டிகள் அப்பிடியே இருந்தன. றங்குப்பெட்டிகளை பார்த்தபடியே நின்றேன்.

"பீற்றர் அந்த றங்குப்பெட்டிகளைத் தெரியுமா?" எனக் கேட்டேன்.

"தெரியும்... பெற்றோரின் பழைய சாமான்கள்... அவையும் குப்பைக்குத்தான்." உயிர்ப்பின்றிக் கூறிவிட்டு வீட்டுக்குள் சென்றான் பீற்றர்.

நமது நம்பிக்கைகள், நாம் காத்த அறங்கள், நினைவுகள் எல்லாம் எம்மோடு மரணித்துவிடுமா?

எனக்கு நெஞ்சம் கனத்தது.

●

மார்ச் 2018

கொம்மா கோத்தை

"இவன் எங்கள் பிள்ளை இல்லை" என்று நான் சேர்ந்து வந்த குடும்பம் என்னைக் களைந்துவிட்டு அவர்களது அகதிக் கோரிக்கையை முடித்துக் கொண்டு நகர்ந்துவிட்டார்கள். நான் சிறுவன். வயது பன்னிரண்டு. என்னை அவர்கள் சிறுவர் பாதுகாப்புத் துறையிடம் ஒப்படைக்க வேண்டும் அல்லது எனது உறவினர்களிடம் ஒப்படைக்க வேண்டும். முதலில் உறவினர்களுடனான தொடர்பை ஏற்படுத்தக் கனேடிய குடிவரவு அலுவலர்கள் முயன்றுகொண்டிருந்தார்கள். எனது மாமனாரின் விலாசமும் தொலைபேசியும் அவர்களிடம் உண்டு. அதிகாலை அழைப்புகளை எனது மாமா ஏற்பதில்லை போலும். குடிவரவு அதிகாரி மாமாவை அழைத்துக் களைத்துப் போயிருந்தார். அதுவொரு சனிக்கிழமை அதிகாலை. மாமாவின் அறையில் அது போதைக் காலம். அவர்கள் காதுகளுக்குள் தொலைபேசி மணி சிணுங்கியிருக்காது. அந்த அதிகாரி ஏன் எரிச்சல் நிறைந்தவராய் இருந்தார் என்பது இப்போது புரிகிறது. என்னைப் பார்க்க அவருக்குப் பரிதாபமாக இருந்திருக்க வேண்டும். ஏதாவது சாப்பிடுகிறாயா என்று கேட்டபடியிருந்தார். நானும் மறுதலிக்கவில்லை.

அந்த அதிகாரியின் எரிச்சலை உணர்ந்த பெண் அதிகாரி மாமாவின் தொலைபேசிக்கு அழைத்தார். யாரோ ஒரு வெறியரின் காதுக்குள் மணி இரைந்திருக்கவேண்டும். அழைப்புகிடைத்துவிட்டது. ஆனாலும் மாமாவின் கரங்களுக்குத் தொலைபேசி

பா.அ. ஜயகரன்

எட்டவில்லை என்பதை அதிகாரிப் பெண்ணின் முகம் காட்டியது. பேசத் தொடங்கிய பின்னரே அவர்களின் எரிச்சல் அதிகரித்திருப்பதாய் எனக்குப் பட்டது. திடீரென உரையாடல் பிரெஞ்சில் தொடர்ந்தது. நீண்ட உரையாடலின் பின் எனது அகதிப் பத்திரத்தில் பாதுகாவலர்களாக சிவவதனன் சிவகுருவும், ஆன் யூலி பொராசாட் என்றும் பதிவு செய்யப்பட்டது. சிவவதனன் எனது அம்மா சிவவதனியின் தம்பி. அவரை எனக்குத் தெரியாது. முப்பத்தியொன்றுக்கு மொட்டை வழித்துச் சந்தனம் பூசிய தலையோடு என்னைக் கண்டவர்தான். அந்தக் காலத்திலேயே கப்பலுக்குப் புறப்பட்டவர். 12 வருடங்கள் ஆகிவிட்டன. ஆன்யூலி யாரோ? அவரும் எனது பாதுகாவலர்களில் ஒருவர். அவர்கள் வந்து என்னை ஏற்கும் வரையும் நகரமுடியாதென மொழிபெயர்ப்பாளர் சொன்னார். அவர் சொல்லி முடிக்கும் முன்னரே கதிரைக்குள் தூங்கிப்போனேன்.

தூக்கத்தில்தான் பாதுகாவலர் இருவரும் எனக்கு அறிமுக மானார்கள். மாமா படத்தில் இருந்தது போன்று இல்லை. பவுடர் பூசுவதற்கு முகத்தில் இடமில்லாது தாடி மூடிக்கிடந்தது. யூலி தள்ளாடுவதாகவே எனக்குத் தோன்றியது. எனது நித்திரை மயக்கமாயும் இருக்கலாம். இருவரிடமிருந்தும் எனக்கு ஒவ்வாத வாடையொன்று வந்துகொண்டிருந்தது. நெடுநாள் குடி வாடை. எனது அப்பாவிடமும் இந்த வாடை உண்டு. சுருட்டு நெடியும் அவர்களது ஆடைகளிலிருந்து பரவுவதாய்ப் பட்டது. ஒப்பம் இடுவதற்காக இருவரும் அமர முன்னர் யூலி தனது கோட் பட்டன்களைக் கழற்றி முன்பாகத்தைத் திறந்து விட்டாள். அவள் அவசரத்தில் வந்தாளா? உடைபோட மறந்துவிட்டாளா? போட்டிருந்தாள். அம்மாவோடு ஒப்பிடும்போது எதுவும் இல்லை. ஒரு காலைத் தூக்கி மறுகாலில் போட்டாள். முழங்கால் வரையும் சப்பாத்து இருந்தது. அவள் அழகாக இருந்தாள். அதிகாரி சொன்ன இடங்களில் தடுமாறியபடி ஒப்பம் இட்டாள். ஏன் இடுகிறோம் என்று அவள் அறிய முற்படவில்லை. அந்த அக்கறை மாமாவுக்கும் இருக்கவில்லை.

அப்பாவின் தள்ளாட்டம் மாமாவிடமும் இருக்கிறது. யூலியின் நீளமான குதிச் சப்பாத்து என்னைக் கவர்ந்தது. அவள் நடக்க முயன்றபோதெல்லாம் விழாமல் இருக்க எத்தனித்துக்கொண்டிருந்தாள். மாமாதான் அவளுக்கு ஊன்றுகோலாய் இருந்தார். அங்கிருந்த வாங்கில் உட்கார்ந்து சப்பாத்தைக் கழற்றித் தன்னருகே வைத்தாள். காலைக் கழற்றி வைத்தாளோவென என் மனம் துணுக்குற்றது. மாமாவின் சிகரட்டை வாங்கித் தானும் இழுத்தாள். இருவருக்கும் என்னைப்பற்றிய அக்கறை இருப்பதாய்த் தெரியவில்லை.

ஆலோ ஆலோ

குடிவரவு அதிகாரி கொடுத்த பத்திரங்கள் மாமாவின் கையிலிருந்து நழுவி விழுந்தபடியிருந்தன. அவற்றைப் பலதடவை பொறுக்கி அவரிடம் கொடுத்தபடியிருந்தேன். இறுதியில் நான் அதைப் பக்குவப்படுத்திக்கொண்டேன். இவர்களால் வீடு செல்ல முடியுமா என்ற அச்சம் எனக்கிருந்தது. மாமாவும் சப்பாத்தைக் கழற்றி வைத்துவிட்டுச் சப்பாணி கட்டி வாங்கின் மறு நுனியில் அமர்ந்து பின்னால் சாய்ந்தார். அவள் அந்த வாங்கில் காலை நீட்டி மாமாவின் மடியில் தலையை வைத்துத் தூங்கிப் போனாள். மாமாவின் குறட்டைச் சத்தம் கேட்கத் தொடங்கியிருந்தது.

இவர்களுக்கு எப்போ விடியும்? அப்பா எவ்வளவு குடித்தாலும் காலை ஆறு மணிக்கெல்லாம் எழுந்து காலைக்கடனை முடித்துக் கோழிக் கூட்டுக்கு முன்னால் குந்தியிருப்பார். கோழி முட்டையிட்டதும் சுடச்சுடப் பச்சை முட்டையை அண்ணாந்து வாய்க்குள் ஊற்றி அன்றைய நாளுக்குத் தயாராகி விடுவார்.

காலை எட்டு மணியை எட்டியிருந்தது. இருவரும் எழும்புவது போன்று தெரியவில்லை. போதையைப்பற்றி எனக்கு நன்கு தெரியும். எல்லாவற்றுக்கும் எனது தந்தையே காரணம். அப்பா போதையில் என்னைப் பலதடவை தவறவிட்டுச் சென்றதுண்டு. கள்ளுக் கொட்டில், பார் என்பன அவற்றுள் முக்கிய இடங்கள். வெறியர்களை மதிப்பீடு செய்ய முடியாது. பன்னிரண்டு வருட அப்பாவின் பழக்கத்தால் ஓரளவு அவர்களைக் கணிக்கப் பழகியிருந்தேன். அதனால் இருவரையும் விட்டு நான் எங்கும் அசைய முடியாது. அவர்களின் கையைப் பற்றிக்கொண்டு நான் போக வேண்டும். போதை கலையும்போது என்னை அவர்களுக்கு மீண்டும் அறிமுகப்படுத்த வேண்டியிருக்கும்.

அவர்கள் கண் விழித்தபோது,

"மச்சான் நாம் எங்கிருக்கிறோம்?" என்றாள் யூலி.

தங்களுக்குள் விசாரித்துக்கொண்டிருந்தார்கள். விசாரித்துக் களைத்து, மீண்டும் தூங்கப்போனார்கள். யூலி மாமாவை மச்சான் என்றே அழைக்கிறாள்.

மாமாவைத் தட்டினேன். அவருக்குப் போதை தெளிய வில்லை. பெரும் பயணத்தின் பின்னர் களைத்திருக்கும் பயணிகள் எனப் பலரும் அவர்களை கடந்து சென்றுகொண்டிருந்தார்கள். இதற்கு மேலும் என்னால் பொறுமை காக்க முடியாது. வந்திறங்கி 24 மணி நேரத்திற்கு மேல் ஆகிவிட்டது. பசி மெல்லக் கூடிவருகிறது. காலைக் கடன்கள் செய்ய வேண்டும். நான் சற்று வளர்ந்த பின்னர் என்பாட்டுக்கே வீடு வந்து சேரப் பழகியிருந்தேன். இங்கு எங்கு செல்வது. மாமாவைத் தட்டி எழுப்பினேன். அவரது

போதை கலந்த சோர்வுப் பார்வை என்மீது படிந்தது. பின்னர் கண்கள் சோர்ந்து இமைகள் மூடின. மீளவும் அவரைத் தட்டினேன். அதே பார்வையுடன் நிமிர்ந்தார்.

"நான் குட்டி" என்றேன்.

தெரியும் என்றோ அல்லது அதற்கென்ன என்றோ அவரது தலையாட்டல் இருந்தது. போதை இறங்கினால் மீண்டும் போதை ஏற்றுவதற்குச் சற்றுத் தெளிவு தேவைப்படும். அதுவரையில் நான் அவர்களைப் பார்த்தவாறு இருக்க வேண்டும். சற்று அயர்ந்தாலும் என்னை விட்டுப் போய்விடுவார்கள்.

இருவரும் எழுந்திருந்தார்கள். நான் மீண்டும் அவர்களுக்கு அறிமுகமானேன். எப்படி விமான நிலையம் வந்தோம் என்ற சிக்கலில் இருந்தார்கள். நீண்ட ஆய்வின் பின்னர் காரில் வந்ததாக மாமா சொன்னார். யாரின் காரில் வந்தோம், காரை எங்கே விட்டோம் என்ற குழப்பத்துள் மீண்டும் மூழ்கினார்கள்.

"எதற்கும் உன்னுடைய காரைத் தேடுவோம்" என்றாள் யூலி.

கோட்டுக்குளிருந்த சாவியை எடுத்துப் பார்த்தவாறு,

"என்னுடைய கார்தான்," யோசி எங்கே விட்டோம்?" என்றார் மாமா

"என்ன மச்சான். எப்படி இங்கு வந்தோம் என்றே தெரியாது" என்றாள் யூலி.

மூன்று மாடி வாகனத் தரிப்புக்குள் நுழைந்தோம். ஒவ்வொரு மாடியாகத் தேடத் தொடங்கினோம். ஒரே மாடிக்குள் பலமுறை தேடுவதாகவே எனக்குப் பட்டது. மாடிச் சுற்றில் மாமாவின் வெறி அகன்றிருக்க வேண்டும். என் முகம் பார்க்கச் சற்றுத் தயங்குவதுபோலிருந்தது. மேல் மாடிக்குக் கூரை இருக்கவில்லை. பனிப்பொழிவில் கார்கள் மூடியிருந்தன. ஒவ்வொரு காராய் மூடியிருந்த பனியைத் தட்டி இலக்கத் தகட்டைப் பார்த்தவாறு வந்தோம். சில கார்களில் அளவுக்கதிக மாகப் பனி மூடியிருந்தது.

"மச்சான்! அந்தக் கார்களைப் தட்டிப் பார்ப்போம்" என்றாள் யூலி.

"நீண்ட நேரமாய் பார்க்கிங்கில் நிற்கிறது போலத்தான் கிடக்கிறது" என்றார் மாமா.

கார் தேடும் படலம் மணித்தியாலங்களைத் தாண்டியிருந்தது. யூலி காரின் பின்னால் இருந்த இலக்கத் தகட்டின் பனியைத் தட்டினாள். மாமா முகத்தில் சிறு புன்னகை மலர்ந்தது.

“நீ கெட்டிக்காரி” என்றார் மாமா.

“நன்றி! என்னுடைய குதத் துளையே” என்றாள் யூலி.

கதவைத் திறப்பதற்கு முன்பு காரை மூடியிருந்த பனியை அகற்ற வேண்டியிருந்தது. மாமா காரைத் தொடக்க முயற்சி செய்துகொண்டிருந்தார். பற்றரி செயலிழந்திருக்கும்.

“கொஞ்சம் ‘காஸ்’ கொடுத்துவிட்டு அடி. அப்பத்தான் பத்தும் மச்சான்” என்றாள் யூலி.

“நான் என்ன பூழலைச் செய்துகொண்டிருக்கிறேன்?” என்று ஆத்திரத்தோடு பதிலளித்தார் மாமா.

“நீ என்ன பூழல் செய்கிறாய் என்று எனக்குத் தெரியாது. நான் அடிச்சுப் பார்க்கிறேன்” என்று மாமாவைச் சாரதி இருக்கையிலிருந்து வெளியில் இழுத்தாள்.

குளிர் குற்றத் தொடங்கியிருந்தது. மாமா அதை அறிந்திருக்க வேண்டும். காரின் பின் கதவைத் திறந்துபோய் இருக்கும்படி சொன்னார். அவர் மாமா என்கிற தானத்தைக் கட்டிக்காக்க முனைவதாக எனக்குப் பட்டது. யூலி காரை இயக்கிய கையோடு வெற்றிக் களிப்பில் கத்தினாள். அவளின் கூப்பாட்டுக்குப் பின் மாமா சாரதி இருக்கையில் அமர்ந்தார்.

“மச்சான்! ரங்குக்குள் ஏதாவது கிடக்கிறதா?” என்று கேட்டாள் யூலி.

மாமா திரும்பி என்னைப் பார்த்தார்.

“சின்னப் பொடியனுக்குப் பயப்படுகிறாயா? ஏய் சின்னப் பொடியா உன்னுடைய பெயர் என்ன?” என்று என்னைப் பார்த்துக் கேட்டாள்.

கேள்வி எனக்கு விளங்கவில்லை. தனது பிரஞ்சுப்பாணி ஆங்கிலத்தில் திரும்பத் திரும்பக் கேட்டாள்.

“டேய் உன்ர பெயரைக் கேட்கிறாள்” என்றார் மாமா.

அவள் எனது பெயரைச் சரியாக உச்சரிக்கும்வரை “குட்டி” என்று பலமுறை சொன்னேன். காருக்குள் சூடு கணகணப்பா யிருந்தது. ‘ரங்’கைத் திறந்து சாராயப் போத்தலுடன் வந்தாள் யூலி. தான் குடித்த பின்னர் மாமாவிடம் நீட்டினாள். அவர் மறுத்தார். முன்னுதாரணமாகத் திகழ அவர் முயற்சிக்கக் கூடும். நேற்றைய இரவு, அறுபது கிலோமீற்றர்வரை போதையில் கார் ஓடிவந்திருக்கிறார். எந்தவொரு அசம்பாவிதமும் நடைபெறவில்லை. இதை அவர் பெருமையாகக் கூறக்கூடும்.

ஆனால் ஒரு சிறுவனுக்கு அதைச் சாதனையாகத் தெரிவிக்க முடியாது.

"உனது மாமா திருந்திவிட்டான். மச்சான் நன்றாய் ஒக்கிறாய்" என்றாள் யூலி.

அவளின் பகடிக்கு அவர் செவி சாய்த்ததாய்த் தெரிய வில்லை. மப்பிலிருந்து வெளியேறி மாமாவாக முயற்சித்துக் கொண்டிருக்கிறார்.

"குட்டி! அம்மா, அப்பா எப்பிடி இருக்கினம்? பாட்டி எப்படி இருக்கிறா?" மாமாவின் விசாரிப்புத் தொடங்கியது.

ஒவ்வொரு கேள்வியின் பின்பும் எங்கோ தொலைந்து மீண்டுகொண்டிருந்தார். எனது பதில்கள் அவருக்கு ஒருவிதச் சஞ்சார மனோநிலையை ஏற்படுத்தியிருக்க வேண்டும்.

"இவள் என்ர அறையரின்ட நண்பி" என்றொரு அறிமுகத்தைச் செய்தார்.

அப்படியும் இருக்கலாம். எதுவாய் இருந்தாலும் நான் கருத்தில் கொள்ளப் போவதில்லை. அறையரின் நண்பி மாமாவுடனும் நெருக்கமாய்த்தான் இருக்கிறாள். மாமாவின் மாற்றம் அவளுக்குச் சங்கடமாய் இருந்திருக்க வேண்டும். அப்போதெல்லாம் மாமாவை முத்தமிட்டபடியிருந்தாள். எனது பிரசன்னம் அவரின் இயல்பைக் குலைத்தபடியிருந்தது. அவளின் முத்தத்திற்கு மாற்றீடாக எதையும் செய்ய முடியாதபடியிருந்தார். அவர்களின் அடுக்குமாடிக் கட்டிடத்தை வந்தடைந்தோம். அவர்கள் இறங்கி நடக்கத் தொடங்கியிருந்தார்கள். நான் எனது பயணப்பொதியைத் தலையில் தூக்கி வைத்தேன்.

"பாரமேடா?" வாசல்படியில் ஏறி நின்று மாமா கேட்டார்.

பாரம்தான். அம்மாவுடன் சேர்ந்து எருக்கூடை சுமந்திருக்கிறேன். பழகியிருந்தது. அவர்களது வீடு மூன்றாம் மாடியில் இருந்தது. மாடிப்படிகளால் சுமந்தபடி சென்றேன். அவர்கள் புகைக்குள் மறைந்துபோன ஓரிடத்தின் அறைக் கதவைத் திறந்து உள் நுழைந்தேன். அந்த அறையைத் திறந்ததும் புகை வெளியேற முண்டியடித்தது. மாலை நான்கு மணியாகியிருந்தது. அங்கிருந்த சோபாக்களில் சிலர் உறங்கிக் கிடந்தார்கள். தொலைக்காட்சியில் மல்யுத்தம் போய்க்கொண்டிருந்தது. அதோடு பலர் ஒட்டிக்கிடந்தார்கள். ஒரு அறை கொண்ட வீடு அது. புகையிலைப் போறணைக்கு ஒப்பானதாய் இப்போது இருக்கிறது. மூக்கை அரிக்கும் புகை வாசம் வந்துகொண்டிருந்தது. அது கஞ்சாவின் வாசனை என்பதைப் பின்னர் அறிந்துகொண்டேன்.

"குட்டி. சிவாவின்ட மருமகன்" என்று எல்லோருக்கும் அறிமுகமாகிக்கொண்டிருந்தேன்.

யூலி சோபா ஒன்றுக்குள் போய் இருந்தாள். அவர்களும் ஒட்டு விலகாமல் அவளுக்கென ஓர் இடத்தை அளித்தார்கள். அவள் எல்லோரையும் மச்சான் என்றே அழைக்கிறாள். மாமா தனது அறையைக் காட்டினார். அதற்குள் எனது பொதியை இறக்கி வைத்தேன். அதற்குள் ஒரு கட்டில் இருந்தது. வீட்டைப் பற்றிய அறிமுகத்தைச் செய்தார். முக்கியமாகக் குளிப்பது எப்படியெனக் காட்டித் தந்தார்.

"இது ஊர் 'வக்' இல்லை. 'பாத்டப்'. இதற்குள் தண்ணியை நிறைத்து வெளியில நின்று அள்ளி வார்த்திடாத. கீழ் வீடெல்லாம் தண்ணி போயிடும். டேய் முகத்தார் உன்ட கதையைத்தான் சொல்லுறன்" என்று மல்யுத்தம் பார்த்துக் கொண்டிருந்த ஒருவரை அழைத்தார்.

"டேய் தம்பி! மாமாவின்ட கதையைக் கேட்காதை."

"முகத்தார்! மச்சான் டேய் இவனின்ட பேப்பர்களை வாங்கிப் பார்."

முகத்தாரிடம் எனது பத்திரங்களை நீட்டினேன். அவர் மல்யுத்தத்திலிருந்து பத்திரத்திற்கு வந்தார்.

"காடியனாய் உன்னையும், யூலியையும் போட்டிருக்கு. யூலி நீயும்தான்" என்றார் முகத்தார்.

"என்ன ஓழடா" என்றாள் யூலி.

"பார். நீ கையெழுத்து போட்டிருக்கிறாய்" என்று சிரித்தார் முகத்தார். அவள் பத்திரத்தைப் பார்க்கவில்லை.

"இனி இவதான் உம்முட கோத்தை" என்று யூலியின் தொடையைத் தடவி நக்கல் சிரிப்பை உகுத்தார்.

"டேய் மச்சான்! இவனை யூலியோடு அனுப்பி விடு. கியூபெக் இமிகிரேசன், வெல்பெயர் பதியிற வேலைகளைப் பார்ப்பாள்" என்றார் முகத்தார்.

முகத்தாரின் கை யூலியின் இடையை அளைந்து கொண்டிருந்தது. அவள் கூச்சப்படவில்லை. எனக்குக் கூச்சமாக இருந்தது. 'இவதான் உம்முட கோத்தை' என்று சற்று நேரத்திற்கு முன்னர்தான் முகத்தார் அறிவித்திருந்தார். அவளும் மச்சான்மாரின் உரசல்களைப் பொருட்டாய் எடுப்பதில்லைப் போலும்.

ooo

இவ்வாறான சந்தர்ப்பம் ஒன்றின் பின்னால்தான் சித்தப்பா அம்மாவின் காலில் விழுந்து,

"மன்னிச்சிடுங்கோ அண்ணி" என்று மன்றாடினார்

அப்பா போக்குவரத்துச் சபை சாரதி பதவியைத் துறந்து மாமாவின் பணத்தில் சொந்தமாய் லொறி வாங்கி லொறிக்காரன் ஆனார். 'ரைவர்' மணியமாய் இருந்த காலத்தில் அப்பா தூர இடங்களுக்கான பஸ் சாரதியாக இருந்தார். யாழ்ப்பாணம் – கண்டி பஸ் சேவைச் சாரதியாகவே அவர் கடைசிவரை இருந்தார். இரவு கண்டியில் தங்க வேண்டியிருக்கும். நீண்ட பஸ் ஓட்டத்தின் களைப்பு அகல குடி, பெண்கள் தொடர்பு இருந்ததாகக் கதையிருந்தது. 'லொறி' மணியம் ஆன பிற்பாடு இன்னும் பல கதைகளைச் சித்தப்பாதான் அம்மாவுக்கு எடுத்தியம்புவராக இருந்தார். அப்பாவின் கவனிப்பில்லாமல் இருந்ததினால்தான் சித்தப்பா அம்மாவின் இடையை அளக்க முற்பட்டிருக்க வேண்டும்.

"கையை எடு" என்றுவிட்டு, அம்மா அவரது கன்னத்தில்விட்ட அறையால் அவரது அளவு குழம்பிக் காலில் விழுந்து கிடந்தார்.

எனக்கு விளங்காப் பருவம் என்று அவர்கள் எண்ணி யிருக்கக்கூடும். யாரை யார் தொடுகிறார்கள், ஏன் தொடுகிறார்கள் என்ற குழப்பங்கள் எனக்கு ஏற்பட்டதுண்டு. குழப்பத்தி லிருந்து எனக்குச் சற்றுத் தெளிவேற்பட்டிருந்தது. எவரையும் விருப்பமில்லாமல் தொட முடியாது.

விதானை மாமாவின் தொடுகை அம்மாவுக்குப் பிடித்திருக்க வேண்டும். அம்மாவை, விதானை மாமாவும் அப்பாவும் ஒரே காலத்தில் காதலித்திருக்கிறார்கள். விதானை மாமா அம்மாவின் மச்சான். அப்பா அம்மாவுக்கு ஒன்றுவிட்ட சகோதரன். இந்த இரு காதலையும் அவள் சமாந்தரமாக வைத்திருந்தாளா? அல்லது விதானை மாமாவின் காதல் ஒருதலைக் காதலா? அப்பா தைரியமான ஆண்பிள்ளை. அவருக்கு மிடுக்கு இருந்தது. தன்னைப் பாதுகாக்கக்கூடிய ஆணாக அப்பா இருப்பாரென அம்மா நினைத்திருக்கக் கூடும். அதனால்தான் மச்சானைவிட்டு அண்ணனைத் தெரிவு செய்திருந்திருக்கலாம். முதலில் சின்ன சலசலப்பு இருந்ததாம். ஊருக்குள்ளேயே மாறி மாறிக் கலியாணம் கட்டி யாருக்கு யார் என்ன முறை என்று தெரியாத எங்கள் ஊரில் இதுவொரு பிரச்சனையாக மாறியிருக்க வாய்ப்பில்லை.

ஒரு நாளுமில்லாது விதானை மாமா வீடு வாக்குவாதங்களால் நிலைகுலைந்திருந்தது. ஒழுங்கைக்காரர்கள் ஒவ்வொருவராய் விதானையாரின் படலைக்கு வந்த வண்ணமிருந்தனர்.

விதானை மாமாவின் குரல் இந்தளவுக்கு உயர்ந்தது கிடையாது. ஆத்திரமிகுதியில் இருந்தார். சண்டை நீண்டுகொண்டிருந்தது.

“போயும் போயும் தீவானைக் கட்டினனே. தீவானைக் கட்டினது பிழையாய்ப் போச்சு” என்று மாமி சத்தமிட்டுச் சொன்னாள்.

“ஓமடி தீவானோடு படுத்து மூன்றைப் பெத்தாப் பிறகோடி தெரியுது. கிழங்கிச்சி” என்று மாமா பதிலுக்குக் கத்தினார்.

பின்னர் சைக்கிளை எடுத்துக்கொண்டு அவசரமாய்க் கிளம்பினார். அவர் திரும்பி வரும்போது அவரோடு ‘ஹயர் கார்’ ஒன்றும் வந்தது. சைக்கிளை ஒழுங்கைக்குள் போட்டுவிட்டு விதானை மாமா வீட்டுக்குள் போனார். மாமியை இழுத்து வந்து காருக்குள் தள்ளினார். அவள் வீட்டு உடுப்போடு இருந்தாள்.

“தீவானோட வாழ்ந்தது காணும் வெளிக்கிடடி” என்றுவிட்டுத் திரும்பவும் உள்ளே போய்ப் பிள்ளைகளை அழைத்து வந்தார். அவர்கள் கீழாடையோடு மட்டுமே இருந்தார்கள். பிள்ளைகளையும் காருக்குள் தள்ளினார். பிள்ளைகள் ‘அப்பா அப்பா’ என்று கத்தியபடியிருந்தார்கள். பாட்டி விதானை மாமாவைப் பேசியபடியிருந்தார்,

“அவளை விடடா. என்னடா உனக்குப் பிடிச்சுது” என்று

பாட்டி, மாமியையும் பிள்ளைகளையும் காருக்குள்ளால் இழுத்து எடுக்க முயன்றுகொண்டிருந்தார். அம்மாவும் ஒழுங்கைக்காரர்களும் உதவிக்குப் போனார்கள்.

“இவளையும், பிள்ளையளையும் இஞ்ச விட்டியள் என்டால் எல்லாத்தையும் கொண்டுபோட்டு நானும் போயிடுவன்” என்றார் விதானை மாமா.

அவரின் ஆத்திரம் குறைந்தபாடில்லை. தீவான் என்று விளித்ததால் வந்த ஆத்திரமோ தெரியவில்லை. அவரை அந்தக் கோலத்தில் இதுவரை எவரும் பார்த்ததில்லை. உண்மையாகவே அவர்களைக் கொன்றுவிடுவார் போலவே இருந்தது.

“உந்தத் தீவானோடு வாழ்ந்தது காணும். நான் போறன்” என்று மாமியும் காருக்குள்ளிருந்து கத்தியபடியிருந்தார். கார் உரும்பிராய் நோக்கிப் புறப்பட்டது. மாமி தீவாரைத் திட்டியபடி போய்க்கொண்டிருந்தார்.

இதன் பின்னர், அம்மாவுக்கு விதானை மச்சான்மீது பரிவு ஏற்பட்டிருக்க வேண்டும். தனியாக இருக்கிறார் சாப்பாட்டுக்கு என்ன செய்வார் என்று எண்ணியிருக்கக் கூடும். வீட்டுச் சமையலில் சிலவற்றை கொண்டுபோய் விதானை மாமாவுக்கு

கொடுத்துவரத் தொடங்கியிருந்தேன். சிலவேளை அவரும் வீட்டுக்கு வந்து உண்ணப் பழகியிருந்தார். இது அப்பாவுக்குத் தெரிந்ததும் வீட்டில் பிரச்சினை மூண்டது.

“என்னிட்ட இல்லாத என்னத்தை அவனிட்ட கண்டனீ” என்று அப்பா அம்மாவைக் கேட்டார்.

அப்பா போதையில் இவ்வாறு கேட்கும் மனிதர் அல்லர். போதையில்லாத மனிதர்களிடமிருந்து வெறித்தனமான கேள்விகள் பிறக்குமோ தெரியாது. அம்மாவுக்குக் கோபம் அதிகரித்திருந்தது. நாங்கள் இருவருக்கும் இடையில் சமாதானப் பறவைகளாய்ச் சுற்றியபடியிருந்தோம். சண்டை பெருக்காது இருக்க நாங்கள் முன்கூட்டியே வீறிட்டுக் கதறினோம்.

“என்ட வாயைத் திறக்க வேண்டாம் என்றிருக்கிறன்” என்றாள் அம்மா.

“கொம்மா அரிப்பெடுத்து அலையிறா. இதுக்கோடி என்னை வேலைக்கு துரத்திறனீ?” என்றவாறு என்னைத் தள்ளிவிட்டு அம்மா அருகே கையை ஓங்கியவாறு சென்றார் அப்பா.

அம்மா அருகிலிருந்த செம்பைத் தூக்கி அப்பாமீது விட்டெறிந்தார். தண்ணீரால் நாங்கள் நனைந்திருந்தோம். அப்பாவின் முகத்தில் பட்டிருக்க வேண்டும். குசினிக்குள்ளிருந்து பலவும் அப்பாவை நோக்கிச் சென்றுகொண்டிருந்தன. நாங்கள் மூலைகளுக்குள் பதுங்கிக்கொண்டோம். அம்மாவின் குறி பிசகாது.

“நீ ஆடுற ஆட்டம் ஒன்றும் எனக்குத் தெரியத்தென்டே நினைக்கிறாய். நீ எங்களுக்கு உழைக்கத்தானே விசுவாசமாய்த் திரிகிறாய். நாயே என்னிட்ட இல்லாத என்னத்தை அவளவையிற்றக் கண்டனீ?” என்றுவிட்டு அரிவாளைக் கையில் தூக்கினாள்.

“உன்ட ஆட்டம் காணும். கதைக்க வாறியோ?”

அம்மாவுக்கு ஆத்திரம் அடங்கவில்லை. அரிவாளுடன் படலைக்கும் குசினிக்கும் திரிந்தாள். நாங்கள் ஓடிப்போய் அவளை அணைத்தோம். அப்போதுதான் அரிவாளைக் குசினிக்குள் வீசினாள்.

“அம்மாவைப்பற்றிக் கதைக்க வாறான் உங்கட கொப்பன். அந்த நாய்” என்றவாறு எங்களை அணைத்தாள்.

அப்பாவைக் காணவில்லை. வீட்டின் கலவரம் ஒழுங்கைக்குத் தெரிந்திருந்தது. எவரும் முகத்தைக் காட்டாது காதை எறிந்து விட்டுத்தான் இருந்தார்கள். அப்பாவுக்கும் அம்மாவுக்கும் சிறு வெடிப்புகள் வந்து போவதுண்டு. ஆனால் இது போர். அப்பா தற்பெருமையுடன் பின்வாங்கியிருந்தார். அதன் பின்னர்

அப்பாவின் லொறி நெடுநாள் ஓட்டங்களைக் குறைத்திருந்தது. குடியிலிருந்து சற்று விலகியிருந்தார். வீட்டில் பலவேலைகளை அப்பா பொறுப்பேற்றிருந்தார்.

அம்மா கருத்தரித்தாள். அப்பா இப்போது போதையிலும் வெறித்தனமான கேள்விகளைக் கேட்கத் தொடங்கியிருந்தார். கெப்பிட்டிகொல்லாவவில் எங்கள் லொறி சிங்களக் காடையர்களினால் எரிக்கப்பட்டது. அப்பா தாக்குதலுக்கு உள்ளாகிக் காயங்களுடன் உயிர் பிழைத்த பின்னர் அவர் மனக்குழப்பங்களுக்கு ஆளாகியிருந்தார். மீளவும் அவர் போதைக்குள் மூழ்கத் தொடங்கியிருந்தார். அப்பாவின் போதையையும் மனப்பிறழ்வையும் அம்மா முகம் கொடுக்க முடியாதவளாயிருந்தாள். அவர்கள் உறவு ஒட்ட முடியாத வெடிப்பாகியிருந்தது.

ooo

பயணக் களைப்பில் அயர்ந்து தூங்கிவிட்டேன். நான் எழுந்து பார்த்தபோது மாமா ஒரு சோபாவிலும் யூலி இன்னுமொரு சோபாவிலும் தூங்கிக்கொண்டிருந்தார்கள். இரவு மூன்று மணியாய் இருந்தது. பசி. பாணும் அப்பிளையும் எடுத்து உண்டேன். அதன் பின்னர் எனக்கு நித்திரை வரவில்லை. ஆறு மணியாய் இருந்தது. மாமாவின் எலாரம் கூவத் தொடங்கியது. எழுந்து யூலியைத் தட்டினார். அவளிடம் சிறு அசைவு இருந்தது. பலமாகத் தட்டினார்.

“பொறு நான் போய்விடுகிறேன்” என்றவாறு எழுந்து குந்தியிருந்தாள்.

நான் மாமா படுத்திருந்த சோபாவில் வந்தமர்ந்தேன். என்னைக் கண்டுவிட்டுச் சற்று நேரம் பார்த்தபடியிருந்தாள்.

“ஹேய் பொடியா” என்றுவிட்டுக் குந்தியிருந்து கண்களை மூடினாள். அவள் போதை நீங்கியதுபோலத் தெரியவில்லை. மாமா காலைக் கடனை முடித்து வேலைக்குத் தயாராகியிருந்தார். குசினிக்குள் சென்று உணவைத் தயார்ப்படுத்திக்கொண்டிருந்தார். நேற்றைய மப்பு அசதி, அசிரத்தை அவரில் காணவில்லை. வேலைக்குச் சரியான நேரத்துக்குச் செல்ல வேண்டும் என்ற பொறுப்புணர்வு அவரில் தென்பட்டது. யூலியை மீண்டும் தட்டி எழுப்பினார்.

“நான் போய்விடுகிறேன்” என்றுவிட்டு எழுந்து தனது கோட்டைப் போடுவதற்காகச் சென்றாள்.

“நீ எங்கேயும் போகத் தேவையில்லை. நீ குட்டியைச் கூட்டிச் சென்று இமிகிரேசன், வெல்பெயர், பள்ளிக்கூட அலுவல்களைப்

பார்க்க வேண்டும். அவனிடம் எல்லாப் பத்திரங்களும் இருக்கிறது. அதில் சகல முகவரிகளும் உண்டு. அந்த உதவியைச் செய்துவிடு" என்றார் மாமா.

"என்னுடைய உதவி தேவைப்படுகிறது. வழமைபோல் என்னை வீட்டைவிட்டுக் கலைக்கிறாய் என்று நினைத்தேன். குட்டி என்னை எட்டு மணிக்கு எழுப்பு" என்றுவிட்டுச் சோபாவில் சாய்ந்தாள்.

"நான் வேலைக்குப் போகப் போறன். இந்தா பத்து டொலர். இது மெற்றோ டிக்கட்டுக்கு. அவளிட்ட காசு இருக்காது. நீ இதை வைச்சு டிக்கட்டை வாங்கு. இது திறப்பு. கதவைப் பூட்டிப்போட்டுக் கவனமாய் வைச்சிரு" என்றுவிட்டு மாமா வெளிக்கிட்டார்.

எட்டு மணிக்கு யூலியைத் தட்டி எழுப்பினேன்.

"ஓகே நான் போய்விடுகிறேன்" என்றவாறு எழும்பினாள்.

நான் பத்திரங்களைக் காட்டினேன். அவள் எழுந்து கழியலறைக்குச் சென்றாள். நீண்ட நேரமாக அவள் வெளியில் வரவில்லை. தூங்கிவிட்டாளா? கழியலறைக் கதவைத் தட்டினேன்.

"ஓகே. ஓழ். நான் போய்விடுகிறேன்" என்றாள்.

மீண்டும் தட்டினேன். அவள் வெளியில் வந்தாள். அவளின் உடலில் எந்த உடைகளும் இருக்கவில்லை. நான் பத்திரங்களைக் காட்டினேன். அவள் என்னைப் பார்த்துவிட்டு,

"ஓ, ஓகே" என்று மீண்டும் கழியலறைக்குள் சென்றாள்.

அவள் குளிக்கும் சத்தம் கேட்டது. வெளியே வரும்போது அதே உடையுடன் வந்தாள். அவள் மாற்றுவதற்கென்று எதுவும் வைத்திருப்பதில்லை போலும். தலையைத் துவட்டவில்லை. அவள் முடியிலிருந்து நீர் வடிந்துகொண்டிருந்தது. எங்கள் அறைக்குள் போய் மாமாவின் துவாயை எடுத்துத் தலை முடியைக் கட்டினாள். வீட்டுக்குள் ஏதாவது கிடைக்குமா என துழாவியவாறு திரிந்தாள். வெற்றுப் போத்தல்கள். மீண்டும் தடவினாள் எதுவும் அவளுக்கு எட்டவில்லை. அவளிடம் ஒரு நடுக்கம் இருந்தது. ஆஷ் ரே இருந்த குறை சிகரட்டை எடுத்து மூட்டினாள். சோபாவுக்குள் குறண்டியபடியிருந்து அந்தக் குறையை இழுத்து முடித்தாள். ஏதாவது கிடைக்காதாவென மீண்டும் குசினியைத் தடவினாள். எதுவும் அகப்படவில்லை. தனது நீண்ட சப்பாத்தை அணிந்தாள். கோட்டைப் போட்டாள். அவளின் நடுக்கம் சற்று அதிகரித்ததுபோல் இருந்தது.

"பொடியா போவோம்." பத்திரத்தை வாங்கிப் பார்த்தாள்.

கதவைப் பூட்டிவிட்டு அவளைப் பின்தொடர்ந்தேன். குளிர் கூடவாக இருந்தது. குளிரைத் தாங்கும் உடைகள் என்னிடம் இல்லை. அவளும் அதுபற்றி அக்கறைப்பட்டவளாகத் தெரியவில்லை. மெற்றோ அருகே புகைத்துக்கொண்டிருந்த ஒருவரிடம் சிகரட்டைப் பெற்றுக் கதைத்தவாறு புகைத்துக் கொண்டிருந்தாள். சிகரட் முடிந்திருந்தது. கதை தொடர்ந்தது. கதையின் முடிவில் அந்த நபரை அணைத்துவிட்டு இன்னுமொரு சிகரட்டை வாங்கி வந்தாள். நான் என்னிடமிருந்த பத்து டொலர்களை அவளிடம் நீட்டி,

"ரெயின் டிக்கட்" என்று கூறினேன்.

அவளின் முகத்தில் ஆச்சரிய மலர்ச்சி தோன்றி மறைந்தது. காசை வாங்கி கோட் பையில் பக்குவமாகச் செருகினாள். மெற்றோ வண்டிக்காக ஆழமாகக் கீழ் இறங்க வேண்டி யிருந்தது. கீழே செல்வதற்கான இயந்திரப் படிகளில் சென்று டிக்கட் பெறும் கவுண்டரை அடைந்திருந்தோம். டிக்கட்டை உள்நுழைத்தவுடன் இடுப்பளவிலான கதவு திறந்து பயணி களை அனுமதித்துக்கொண்டிருந்தது. யூலி டிக்கட் வாங்க முயற்சிப்பதாய்த் தெரியவில்லை. கவுண்டரில் நிற்கும் அந்த மனிதனைத் தள்ளி நின்று வேவு பார்த்தவாறு நின்றாள். நானும் அவள் அண்டையாகப் போய் நின்றேன். பயணிகளோடு அந்த மனிதன் மினக்கடும் சந்தர்ப்பத்தில் திடுமென என்னைத் தூக்கி நுழைவு வாயிலுக்கு மேலால் போட்டாள். தானும் அதற்கு மேலால் பாய்ந்துவந்து, "ஓடு" என்றாள்

என்னை இழுத்துக்கொண்டு ஓடி வந்தாள். எனக்குப் பயமாக இருந்தது. இது களவு. எமக்காய்க் காத்துக்கொண்டிருப்பதுபோல் மெற்றோ ஒன்று நின்றது.

"ஓடு" என்று என்னை இழுத்துக்கொண்டு அதற்குள் நுழைந்ததும் கதவுகள் மூடிக்கொண்டன. எனது இதயத்தின் துடிப்பு வெளியிலும் கேட்கத் தொடங்கியிருந்தது. நாங்கள் சேர வேண்டிய மெற்றோ நிலையத்தால் வெளியே வந்தோம்.

"நீ உள்ளே நில்லு. கெதியாய் வந்துவிடுவேன்" என்றுவிட்டுச் சென்றாள்.

வரும்போது அவளது கையில் பியர் போத்தல் இருந்தது. அவளின் கைநடுக்கம் போவதாய்த் தெரியவில்லை. அவளைப் பார்த்தவாறு நின்றேன். எனக்குள் அச்சம் படரத் தொடங்கி யிருந்தது. அங்கிருந்த குந்தில் அமர்ந்து சிகரட்டைப் புகைத்தவாறு பியரை அருந்திக்கொண்டிருந்தாள். நேரம் பதினொரு மணியை அண்டியிருந்தது. பயணக் களைப்பு, நேரக் களைப்பு எல்லாம் என்னை ஆக்கிரமித்துக்கொண்டிருந்தன. அவள் என்னை

அயரவிடவில்லை. வாவெனக் கையை அசைத்தாள். ஐந்நூறு மீற்றர்வரை நடக்க வேண்டியிருந்தது. அதற்குள் புகைத்துச் சென்றவர்களிடம் சிகரட்டுகளைச் சேர்த்திருந்தாள்.

நீண்ட வரிசை. 143ஆம் இலக்கம் எங்களுக்குத் தரப்பட்டது. இப்போது 34 ஆவது இலக்கத்துக்கான சேவை வழங்கப்படு கிறது. அதிகமாகத் தமிழர்களும் ஆபிரிக்கர்களும் இருந்தார்கள். யூலி பொறுமையிழந்திருந்தாள். அங்கு நின்ற பாதுகாப்பு அதிகாரியோடும் ஊழியர்களோடும் அடிக்கடி போய்க் கதைத்துக்கொண்டிருந்தாள். அவர்களோடு கதைக்க முடியாத பொழுதுகளில் புகைக்க வெளியில் சென்றுகொண்டிருந்தாள். எனது இலக்கத்தை அழைத்துவிடுவார்களோ என்ற அச்சம் எனக்குள் இருந்தது. அவள் ஓரிடத்தில் இருப்பதற்கு முடியாதவளாய் அலைந்தபடியிருந்தாள். தமிழ்ச் சிறுவனுடன் ஒரு வெள்ளைக்காரி. யார் அவள் என்ற குடைவில் தலை கனத்த தமிழர்கள் என்னிடம் விசாரித்தவாறு இருந்தார்கள். அவளொரு அதிகாரி என நினைத்ததாகக் கூறினார்கள்.

“அவள் என் பாதுகாவலர்” என்று அவர்களுக்கு அறிமுகப்படுத்தினேன். அவர்களையும் மச்சான் என்றே யூலி விளித்தாள். எனக்குச் சங்கடமாய் இருந்தது.

யூலி அங்கு இடைவேளைக்காய் வெளியே வந்த அதிகாரி யுடன் கதைத்தாள். என்னைக் காட்டியபடியிருந்தாள். அவர்கள் சம்பாஷணை தர்க்கமாய் மாறியது. பாதுகாப்பு அதிகாரி யூலியை வெளியே அகற்றுவதற்குத் தயாராய் வந்து நின்றார்.

“உன்னை வெளியே அகற்றிவிடுவேன். அமைதி” என்றார் பாதுகாப்பு அதிகாரி

யூலி எனக்கு அருகில் வந்திருந்தாள். உரத்து தனது கருத்தை அவளால் தெரிவிக்க முடியாது. அதைக்கூட அவளால் சகிக்க முடியும். ஆனால் புகைக்க வேண்டும். எழுந்து வெளியில் போனாள். 112ஆம் இலக்கம் அழைக்கப்பட்டிருந்தது. வெளியில் போன அதிகாரியோடு யூலி வந்துகொண்டிருந்தாள். எனக்குப் பயம் மேலிட்டது. என்னை அந்த அதிகாரி அழைத்தார். 30 இலக்கங்களை இலகுவாகத் தாவக்கூடிய அதிகாரம் படைத்தவரா யிருந்தார். யூலியின் நெருக்குவாரத்தின் பயன். எனக்கான தமிழ் மொழிபெயர்ப்பாளரும் வரவழைக்கப்பட்டிருந்தார். மொழிபெயர்ப்பாளரையும் மச்சான் என்றே யூலி விளித்து சுகம் விசாரித்தாள். அவரொரு பெண். ‘ள்’, ‘ன்’ உருபுபற்றித் தமிழ் இலக்கண வகுப்பெடுத்தார் மொழிபெயர்ப்பாளர். அதன் பின்னரும் ‘நன்றி மச்சான்’ என்றாள் யூலி. நாங்கள் இருவரும் புன்னகைத்துக்கொண்டோம்.

"நீ களைப்பாய் இருப்பதாய் உனது பாதுகாவலர் சொல்கிறார்" என்றார் அதிகாரி.

அவள் வெளியில் என்ன கதைத்திருப்பாள் என்று ஊகித்துக் கொண்டேன். இப்போ எனது களைப்பு அதிகரித்திருந்தது. உடனடியாக நான் பாடசாலையில் சேர்க்கப்பட வேண்டுமென அதிகாரி சொன்னார். அதற்கான பத்திரங்களை அவர் ஒப்படைத்தார். பாதுகாவலர்களுக்கு இருக்க வேண்டிய கடப்பாடுகள்பற்றி அதிகாரி எடுத்தியம்பினார்.

"நீங்கள் இந்தச் சிறுவனுக்கான பொறுப்பிலிருந்து விலகினால், நாங்கள் அவனை வேறு பாதுகாவலரிடம் சேர்க்க வேண்டி வரும்" என்றார் அதிகாரி.

அவளுக்குக் கைகள் நடுங்கத் தொடங்கியிருந்தன. அவளின் ஒப்பங்கள் வெவ்வேறு மாதிரிகளில் இருந்தன. ஒவ்வொரு ஒப்பத்தின் பின்பும் முடிந்ததா என வினவியபடியிருந்தாள். பதிலாக அதிகாரியின் பெருமூச்சும் தலையசைப்பும் அவரின் வெறுப்பைக் காட்டிச் சென்றது. அதிகாரியும் மொழிபெயர்ப்பாளரும் தமது ஒவ்வாமையைப் பரிமாறிக்கொண் டிருந்தார்கள். அவர்கள் மொழியை நான் புரிந்துகொண்டேன்.

"உனது பொதுநலப் பணம் பாதுகாவலர்களின் பெயர்களில் அனுப்பப்படும். நீ பாடசாலையில் சேர்ந்த கடிதம் எங்களுக்குத் தரப்பட வேண்டும். சரியா? நன்றாகப் படி" என்றார் அதிகாரி.

அவரின் புன்னகை நிலைத்திருந்தது. அது உள்ளத்திலிருந்து வந்திருக்க வேண்டும். அவர் சில மெட்ரோ டிக்கட்டுகளை நீட்டினார். நான் யூலியைப் பார்த்தேன்.

"பெற்றுக்கொள். நாளைக்குப் பள்ளிக்குப் போகத் தேவை" என்றாள்.

பத்திரங்களைப் பக்குவப்படுத்தி எடுத்துக்கொண்டேன். யூலி புகைக்க வேண்டும். அவளின் நடுக்கம் அதைத்தான் காட்டுகிறது. வெளியில் வந்தோம். அவள் தனது பைக்குள் சிகரட்டைத் தடவினாள். அவளுக்கு எதுவும் எட்டவில்லை. நிலத்தைத் தடவினாள். சிகரட் அணைக்கும் தட்டைக் கிளறிப் பார்த்தாள். பின்னர் குறைத்துண்டு ஒன்றைக் கண்டுபிடித்தாள். அதை மூட்டுவதற்கு அவளிடம் நெருப்பு இருக்கவில்லை. மெற்றோ நோக்கி நடக்கத் தொடங்கினோம். மெற்றோவைக் கடந்து கடையொன்றுக்குள் புகுந்தாள். பியர் போத்தலுடன் வந்தாள். சிகரட்டுக்காக அங்கு நின்றவர்களிடம் பேச்சுக் கொடுத்தாள். ஒன்றைப் பெற்றுப் பற்ற வைத்தாள். மீண்டும் அந்த குந்தில் அமர்ந்து பியரை அருந்தத் தொடங்கினாள். நான்

அவளைப் பார்த்தவாறு நின்றேன். அவளின் நடுக்கம் இன்னமும் கலையவில்லை.

வீட்டை வந்தடைந்திருந்தோம். நான்கு மணியாகியிருந்தது. எனக்குப் பசிக்க ஆரம்பித்திருந்தது. அங்கிருப்பனவற்றில் வாழைப்பழத்தையும் அப்பிளையுமே சாப்பிட முடியும். குளிர்சாதனத்துக்குள் இருக்கும் எதையும் நான் சாப்பிடப் பழகவில்லை. சோற்றுக்காக நா ஏங்கிக் கிடந்தது. யூலி தன்னை ஒருநிலைப்படுத்த முடியாது இருந்தாள். வீட்டை மீண்டும் சல்லடையிட்டுத் தேடினாள். வெற்றுப் போத்தல்கள். அவளிடமிருந்த சில்லறையில் எதுவும் வாங்க முடியாதுபோலும். பதற்றத்தைத் தணிக்க டிவியைப் போட்டு சனல்களை மாற்றிய படியிருந்தாள். திரும்பத் திரும்ப அதே சனல்கள் வந்து போய்க்கொண்டிருந்தன.

"ஹேய் பொடியா! உன்னிடம் காசு ஏதும் உண்டா?" என்று கேட்டாள். நான் புன்னகைத்தேன்.

"ஓழ், மலம்" என்றுவிட்டு டிவியை நிறுத்திவிட்டுக் கோட்டை அணிந்துகொண்டு வெளியே போனாள்.

மெற்றோ நிலையம் அருகே கிடக்கும் குறைத்துண்டுகளைப் பொறுக்க அவள் சென்றிருக்கக் கூடும். யூலி உரையாடல்களை மிக இலகுவாகத் தொடுக்கிறாள். அவள் பேச்சில் எல்லா இரசங்களும் வந்து போகின்றன. முடிவில் இவளுக்கு ஒரு சிகரட்டைக் கொடுத்துவிட்டுப் போகும் நெருக்கம் வளர்ந்து விடுகிறது. அவள் முகம் ஈர்ப்பானது. போதையை அவள் முகம் காட்டுவதில்லை. அவளது கோட்டுக்குள் எல்லா நடுக்கங்களும் மறைந்திருக்கிறது. நான் ஒன்றைக் கவனித்தேன். பெண்களிடம் அவள் சிகரட்டுக்காக இரங்கவில்லை.

மாமா வந்த பின்னர்தான் வீட்டில் உலை ஏறியிருந்தது. மாமா உணவகமொன்றில் வேலை செய்வதால் மூன்று வேளையும் அங்கேயே சாப்பிடக் கூடியவர். வார இறுதியில்தான் சமையல். இன்று எனக்காய்ச் சோறு, இறைச்சிக் கறி. மூக்கை இழுத்தவாறு யூலி வீட்டுக்குள் புகுந்தாள்.

"மச்சான் சமைத்தாயா? எங்கே சாராயங்களை ஒளித்து வைப்பாய்?"

அவளின் நடுக்கம் இன்னும் குறையவில்லை. வாயில் சிகரட் புகைந்துகொண்டிருந்தது. இன்று போன விடயங்களை மாமாவுக்குச் சொல்லிக்கொண்டிருந்தாள். பின்னர் எழுந்து குசினிக்குள் போனாள். அங்கு நடந்த சரசரப்புகள் எதுவும் எனக்குப் புதிதில்லை. மாமா தட்டில் சாப்பாடோடு வந்தார்.

ஆலோ ஆலோ

"இந்தா குட்டி சாப்பிட்டிட்டு நேரத்துக்குப் படு. நாளைக்கு உவள் பள்ளிக்கூடத்தில கொண்டுபோய்ச் சேர்த்துவிடுவாள்."

யூலியின் நடுக்கம் குறைந்திருந்தது. சாரயமும் சிகரட்டும் அவளுக்குப் புத்துணர்வை ஏற்படுத்தியிருக்க வேண்டும். மாமா எனக்கு முன்னால் அவளின் நெருக்கத்தைத் தவிர்த்த வண்ணம் இருந்தார். அதை அவளும் சற்றுப் புரிந்துகொண் டாலும் இயல்பாய் இருந்தாள். சேர வேண்டிய இடங்களில் முத்தங்களை சேர்த்துக்கொண்டாள்.

○○○

காலையில் இருவரும் சோபா படுக்கையில் போர்வைக்குள் முடங்கிக் கிடந்தார்கள். யூலியின் உடை நான்கும் அங்காங்கே கிடந்தன. இப்பொழுது ஐந்து மணி. மாமாவின் எலாரம் அடிக்கத் தொடங்கியது. அவருக்கு எழக்கூடிய சங்கடத்தைத் தவிர்க்க நான் அறைக்குள் போயிருந்தேன். அவர் யூலியை எழுப்பும் சத்தம் கேட்டது.

"பொறு நான் போய் விடுகிறேன்" என்றாள் அவள்.

நானும் ஹோலுக்குள் வந்தேன். அவளின் உடைகள் மறைந்து போயிருந்தன. மாமா அவளை மீண்டும் எழுப்பினார்.

"ஓம். நான் போய் விடுகிறேன்" என்றாள் அவள்.

"இல்லை. இவனைப் பள்ளியில் சேர்க்க வேண்டும். மறக்காதே."

அவள் போர்வைக்குள்ளால் தலையை எடுத்து என்னைப் பார்த்தாள்.

"ஓ பொடியா என்னை ஒன்பதிற்கு எழுப்பு" என்று தலையை உள்ளே இழுத்துக்கொண்டாள்.

"நீ பள்ளிக்குப் போயிருக்கிறாயா? எட்டு மணிக்குப் பள்ளி ஆரம்பம்" என்றார் மாமா.

அவள் போர்வைக்குள்ளால் தலையை எடுக்கவில்லை. அவளின் நேரத்திற்குத்தான் பள்ளி ஆரம்பமாகும். அவளுக்காக விடப்பட்டதுபோல் அரைப் போத்தல் சாராயம் குசினிக்குள் இருந்தது. எமக்கான 'சன்விச்'கள் இருந்தன. அவளை எழுப்பினேன். போர்வையோடு எழுந்து சாராயப் போத்தலையும் எடுத்துக்கொண்டு கழியலறைக்குள் சென்றாள். வெள்ளைக்காரருக்கும் 'கக்கூசுக்குள்' பாடும் பழக்கம் இருக்கிறது. அவளது மகிழ்ச்சிக்குச் சாராயம் மட்டும் காரணமல்ல. வீட்டைவிட்டு வெளியில் போகத் தேவையில்லை என்பதும் காரணமாய் இருக்கக் கூடும்.

அவளிடம் மாற்று உடுப்பு இருந்ததாகத் தெரியவில்லை. மாமாவின் பெனியனை உடுத்தாள். அதற்குமேல் அவரது சேட் ஒன்றை அணிந்தாள். அவளின் கையுறையையும் தொப்பியையும் அறைக்குள் தடவி எடுத்தாள். அவற்றையும் அணிந்தாள். கண்ணாடியில் பார்த்தாள். முடியைச் சரிப்படுத்தினாள். மாமாவின் அத்தரை விசிறினாள். சன்விச்சை எடுத்து உண்டாள். போத்தலைக் காலி செய்தாள். அவளின் காலைக் கடன் முடிந்திருந்தது. அவள் மிடுப்பாய் இருந்தாள். எதையும் உள்ளே அணியலாம். அவளின் கோட் எல்லாவற்றையும் மறைத்துவிடும். முழங்கால் குதியை அணிந்துவிட்டு,

"பையா வெளிக்கிடு. நடை தூரம்தான்."

"அப்போ மெற்றோ டிக்கட்?"

"பள்ளி வெகுதூரம் என்று அதிகாரியிடம் சொன்னேன். அதுதான்." என்றவாறு எனது தலையை குலைத்துவிட்டாள். பின்னர் அதை சரி செய்தாள். அவள் அளவான போதையில் இருந்தாள். அவளிடம் எந்த நடுக்கத்தையும் காணவில்லை. போதை குறைந்தாலுமோ கூடினாலுமோ அவளிடம் நடுக்கம் இருக்கிறது. அவளின் நடை எடுப்பாகவிருந்தது. நாம் பள்ளிக்குச் செல்லும் வழியில் அவளைப் பலரும் விடுப்பாகப் பார்ப்பது தெரிந்தது. அவளுடன் அண்டியபடியே நானும் சென்றுகொண்டிருந்தேன். தமிழ்ச் சிறுவனும் வெள்ளைக்காரியும் அங்கு நின்ற பலருக்கு ஆச்சரியத்தைக் கொடுத்திருக்கும். வெள்ளை மாணவர்களுக்குள் சிறுபான்மையாக ஆபிரிக்கர்களும், வியட்நாம், சீன, அரேபிய மாணவர்களும் ஒருசில தமிழ் மாணவர்களும் அங்கு இருந்தார்கள். நாம் பள்ளிக் காரியாலயத்துக்குள் செல்லும் வரையும் அங்கு நின்ற அனைவருக்கும் விருந்தாக இருந்தோமோ தெரியாது. அவர்களின் பார்வைப் புலத்தை நாம் கவர்ந்த வண்ணம் இருந்தோம்.

பதிவாளருடன் பிரெஞ்சிலேயே கதைத்தவாறு இருந்தாள். நான் ஏழாம் தரத்தில் சேர்க்கப்பட வேண்டும். ஆயினும் பதிவாளர் என்னைச் சேர்ப்பதற்குத் தயங்கினாள். முழுப்பாடங்களும் பிரெஞ் மொழியில் கற்பதாயின் மட்டுமே இங்கு சேர்க்க முடியும் என்று அவள் தெரிவித்தபடியிருந்தாள். யூலி அவளுடன் வாதிட்டபடியேயிருந்தாள்.

"அதிபருடன் கதையுங்கள்" என்றாள் பதிவாளர்.

"ஹேய் பொடியா உனக்கு பிரெஞ் தெரியுமா?"

நான் அவளைப் பார்த்துச் சிரித்தேன். அப்பாடசாலையில் ஆங்கிலவழிக் கல்வியும் இருந்தது. பெற்றோர்கள் ஆங்கிலேயர்கள்

என்றால் மட்டுமே ஆங்கிலத்தில் கற்க முடியும். பிரெஞ் ஆங்கிலம் கலந்த கல்வியும் உண்டு. சில பாடங்கள் பிரெஞ்சிலும் ஏனைய பாடங்கள் ஆங்கிலத்திலும் இருக்கும். அதிபரின் அறைக்குள் சென்றோம். யூலியுடன் அவரது உரையாடல் தொடங்கியது. பாதுகாவலராகியது பற்றிய உரையாடல் சற்று நீளமாகவே இருந்தது.

"ஆங்கில கொலனியிலிருந்து வரும் மாணவர்களை பிரெஞ்சில் படிக்க நிர்ப்பந்திக்க முடியாது. அப்படி கோருவது நல்லதல்ல." என்றாள் யூலி.

அவளின் வாதங்களை அதிபர் செவிமடுத்தபடி யிருந்தார். அவளின் போதை எனது கல்விக்குக் கெடுதல் என்று நினைத்துக்கொண்டேன். அதிபர் ஆங்கிலத்தில் சில கேள்விகளை என்னிடம் வைத்தார். நான் தடக்கி எனது பதிலை அளித்தபடியிருந்தேன்.

"இவருக்கு ஆங்கிலமும் தெரிவது போன்று எனக்குத் தோன்றவில்லையே" என்று இழுத்தார் அதிபர்.

"நான் வேலைக்குப் போய்விடுவேன். திங்கள் தொடங்கிச் சனிவரையும் பின்நேர வேலை. இவனின் வீட்டு வேலைகளுக்கு இவனது மாமாதான் துணை புரிய முடியும். அவர் ஆங்கிலத்தில் கற்றவர். அவர் ஆசிரியராய் இருந்தவர்" என்றாள் யூலி.

மாமா ஆசிரியர்? எனக்கு அது புதிது. வீட்டுக்காரருக்கும் தெரியாமல் இருந்திருக்கக் கூடும். யூலியின் வாதங்களை மதித்தாரோ அல்லது அவளது இரசங்களில் திளைத்தாரோ நான் பிரெஞ் – ஆங்கிலக் கலப்பு வகுப்பில் சேர்க்கப்பட்டேன். சமூகக் கல்வி, வரலாறு, பிரெஞ்மொழி என்பன பிரெஞ்சில் படிக்க வேண்டும். அதிபரின் துண்டுடன் பதிவாளரைச் சந்தித்தோம். அவருக்கு அதிபரின் முடிபு பிடிக்கவில்லை. அவரின் செய்கைகள் எமக்கு அதைக் காட்டிய வண்ணம் இருந்தன. பாடசாலை நடைமுறைகள், பாட அட்டவணை, நூல்கள், பயிற்சிப் புத்தகங்கள் பற்றிய விபரங்கள் எல்லாவற்றையும் பிரெஞ் மொழி யிலேயே தந்தார். பாடசாலையின் முக்கியப் பகுதிகள்பற்றி பிரெஞ்சிலேயே விளக்கிக்கொண்டிருந்தார். கியூபெக் அரசினால் ஆங்கிலமொழி வழிக்கல்வி தவிர்க்கப்பட்டு வருகிறது. இருமொழித் திட்டத்தில் உள்ள பாடசாலைகளில் அகதிகளைச் சேர்ப்பது கடினமென்பதைப் பின்னர் அறிந்துகொண்டேன்.

"இது பாடசாலையின் அனுமதிக் கடிதம். நீங்கள் உபகரணங்களை வாங்கிவிட்டு நாளைக்கு இணையலாம். ஏற்கெனவே அரை நாள் முடிந்துவிட்டது. பாடசாலை

தொடங்கி மூன்று மாதங்கள் சென்றுவிட்டன. நீ அவற்றையும் கற்றாக வேண்டும். உனது ஆசிரியர்களிடம் நீ அவற்றை அறிந்து கொள்ளலாம். நாளை நீ என்னிடம் வா. உனக்கான வகுப்புக்கு அழைத்துச் செல்வேன்" என்றாள் பதிவாளர்.

"நாளைக்கு நாங்கள் வர முடியாது. நாளை இந்தக் கடிதத்தை வெல்பெயரிடம் சேர்க்க வேண்டும். அவர்கள் நிதி தந்தால்தான் பொடியனுக்கான உபகரணங்கள், ஆடை என்பன வாங்க வேண்டும். எங்களுக்கு இரண்டு நாள் அவகாசம் தாருங்கள்" என்றாள் யூலி.

யூலி எனது வேலைகளை நீட்டிக்கொள்வதற்குக் காரணம் உண்டு. அவள் எனது அலுவல்களால் எங்கள் வீட்டில் இரவில் தங்க முடிகிறது. அவளின் கணக்கின்படியே எனக்குப் பாடசாலை தொடங்கும்.

ooo

பொதுநல நிதி வந்திருந்தது. அந்தக் காசோலையைப் பார்த்து மாமா ஆச்சரியத்தில் இருந்தார். வழமைத் தொகையின் இரண்டு மடங்கு வந்திருந்தது. யூலியின் வாய் வண்ணம் இந்தத் தொகையைச் சாத்தியமாக்கியிருக்கும்.

"நல்ல காசு அனுப்பியிருக்கிறாங்கள்."

"மச்சான் எங்கே பார்ப்போம்" என யூலி காசோலையைப் பார்த்தாள்.

"இதென்ன காசு. அவனுக்கு உடுப்பு, படுக்கைச் சாமான்கள், பள்ளிச் சாமான்கள், போக்குவரத்துச் செலவு, சாப்பாடு, வாடகை இந்தத் தொகை காணாது" என்றாள் யூலி.

"அகதிகள் பெறும் தொகை இதன் அரைவாசி. அகதிகள் வெள்ளையர்கள்போல் இருக்க வேண்டிய அவசியமில்லை என்று நினைக்கிறார்கள்" என்றார் மாமா.

"ஓம். அந்தத் தொகையில் யார்தான் சீவிக்க முடியும்? அடுத்த முறை போகும்போது கதைப்போம்."

என்றுவிட்டுச் சுருட்டை சுற்றத் தொடங்கினாள். அதைப் பற்ற வைத்தபோது மணம் மூக்கை அரிக்கத் தொடங்கியது. இரு இழுவையின் பின்னர் "மச்சான் இந்தா" என்று மாமானாரிடம் நீட்டினாள்.

அவரின் சங்கடத்தை அறிந்து நான் அறைக்குள் தஞ்சமடைந்தேன். அவர்கள் ஓய்ந்த பொழுதில் வெளியே வந்தேன். டிவி வேலை செய்தபடி இருந்தது. இருவரும் ஆளுக்கொரு

சோபாவில் உறங்கிக் கிடந்தார்கள். நான் குசினிக்குள் சென்றேன். சட்டிகள் அனைத்தும் வழித்துத் துடைக்கப்பட்டிருந்தன. அங்கிருந்த பாண் துண்டுகளையும் காணவில்லை. அப்பிளை உண்டுவிட்டு உறக்கத்துக்குப் போனேன்.

நான் வழமைக்கு மாறாகவே உறங்கியிருந்தேன். மாமா வேலைக்குப் போயிருந்தார். யூலி இன்னமும் உறக்கத்தில் இருந்தாள். பள்ளிக்கான பொருட்கள் வாங்க வேண்டும். மாமா இவளிடம் காசைக் கொடுத்தாரோ தெரியாது. யூலியிடம் பெருந் தொகையை மாமா கையளித்திருக்க மாட்டார். அவள் அதைப் போதை பொருட்கள் வாங்குவதற்குச் செலவழிக்கக் கூடும். அவள் காசோடு தொலைந்துபோகக் கூடியவள். மாமா என்னையும் எழுப்பாமல் சென்றிருந்தார். மதியத்தை அண்மித்திருந்தது. அவளைத் தட்டி எழுப்பினேன். மெதுவாகப் போர்வையை விலத்திப் பார்த்தாள்.

"என்ன நேரம்?"

"12:30."

"ஏன் நீ என்னை எழுப்பவில்லை" என்றுவிட்டு எதையோ தடவினாள். தனது உடைகளுக்குள் தடவிப் பார்த்தாள். சோபா இடுக்குக்குள் விரல்களை விட்டு ஒரு கடித உறையை எடுத்தாள். அதைத் திறந்து காசைப் பார்த்தாள்.

"உனக்கான உடுப்புகள், உபகரணங்கள் வாங்க வேண்டும்."

காசை மேசையில் வைத்துவிட்டுக் கழியலறைக்குள் சென்றாள். அவளின் பாடல் ஒலிக்கத் தொடங்கியது. தலையைத் துவட்டியவாறு வெளியே வந்தாள். அது எனது துவாய். மாமாவின் துவாயைக் குறுக்கு கட்டு கட்டியிருந்தாள். சாம்பல் தட்டில் கிடந்த குறைச் சுருட்டைப் புகைத்தாள். புகை மூக்கை அரிக்கத் தொடங்கியிருந்தது. அவள் உற்சாகமாய் இருந்தாள்.

"உன் மாமா சான்விச் செய்யவில்லையா" என்றுவிட்டுக் குளிர்பெட்டியைத் திறந்தாள்.

'கொட் டோக்'கை எடுத்து உண்டாள். பச்சை முட்டையை உறிஞ்சிக் குடித்தாள். பாலைக் குடித்தாள். பசி ஆறவில்லை. அப்பிளை எடுத்து உண்டாள். சோபாவில் கிடந்த உடைகளை எடுத்து அணியத் தயாரானாள்.

"பொடியா திரும்பாதே" என்றாள்.

அவ்விடத்திலேயே நின்று உடைகளை அணிந்தாள். அவள் தூக்கி எறிந்த துவாய்களை மீண்டும் கழியலறை சூடேற்றிக்கு மேல் போட்டுவிட்டேன். அவளுக்குப் பசி தணியவில்லை. இன்னுமொரு அப்பிளைத் தூக்கினாள்.

பா.அ. ஐயகரன்

“நாங்கள் சாப்பிடவும் வேண்டுமல்லவா? இன்று நாங்கள் வெளியில் சாப்பிடுவோம். வெளிக்கிடு” என்றாள்.

கடைக்குள் நுழைந்து சிகரட் பெட்டியோடு வந்தாள். மெற்றோவுக்குள் நுழைய முன்னர் ஒன்றைப் புகைக்கத் தொடங்கினாள். அந்த சிகரட்டை அவள் முடிக்கவில்லை. புகைக்கு இரந்தவர்களுக்குச் சிகரட்டைக் கொடுத்த வண்ணம் வந்தாள். இன்று எங்களிடம் மெற்றோ டிக்கட் இருந்தது. கண்ணியமாக அதைப் பாவித்தோம்.

“இண்டைக்கு நாங்கள் காசுக்காரர். இருந்தால் போடுவது இல்லாவிட்டால் பாய்வது.” என்றுவிட்டு ஒரு பாடலை உரத்துப் பாடினாள். மெற்றோ நிலையச் சுரங்கச் சுவர்களில்பட்டு எதிரொலித்தபடியிருந்தது. அந்த எதிரொலிப்பைப் கேட்டதும் எனக்கும் கத்த வேண்டும்போல் இருந்தது. ஆனால் எம்மைக் கடந்தவர்களின் முகங்களில் அதற்கான வரவேற்பு இருக்கவில்லை. முகச்சுழிப்பு. அவள் பாடினாள். மெற்றோ நிற்காமலே சென்றது. அவளின் பாடலை விரும்பாமல் இருந்திருக்கலாம். அவள் இப்போ ஆடவும் தொடங்கியிருந்தாள். பலமாகச் சிரித்தாள். அவளின் சிரிப்பொலி எதிரொலித்து அவளிடமே மீண்ட வண்ணமிருந்தது. அவளின் செய்கைகள் எனக்குச் சங்கடமாய் இருந்தன. அவளிடமிருந்து சற்றுத் தள்ளியே நின்றிருந்தேன்.

பெரிய அங்காடியை அடைந்திருந்தோம். பெண்கள் பகுதிக்குள் நுழைந்தாள். அவளுக்காக அமைக்கப்பட்டது போன்றே இருந்தது. அங்கிருக்கும் ஒவ்வொன்றையும் பார்த்தபடியே வந்தாள். அவளுக்குப் பிடித்ததைக் காவியபடி வந்தாள். உடைகள், தொப்பிகள், கையுறைகள், சப்பாத்துகள் அவள் கைகளை நிறைத்திருந்தன. அங்கு பணியாற்றுவர்களின் கண்கள் எங்களை மொய்த்தவண்ணம் இருந்தன. அவர்கள் கண்கள் அகன்றபோது எங்களைக் கண்காணிக்க இரண்டு அங்காடிக் காவலர்கள் அந்த இடத்தைச் சுற்றிய வண்ணம் திரிந்தார்கள். அவள் உடைகளைப் போட்டுப் பார்க்கும் அறைக்குச் சென்றாள்.

“மூன்று உடுப்புகள்தான் நீங்கள் உள்ளே கொண்டுபோக முடியும்” என்றாள் அங்கு நின்ற பணியாள்.

“ஓம். நான் அவ்வளவையும் வாங்கிப் போகவே வந்தேன். இந்தா என்னிடம் பணம் இருக்கிறது. நீங்கள் என்னைக் கவனிக்கும் முறை எனக்குப் பிடிக்கவில்லை” என்று தனது குரலை உயர்த்தினாள் யூலி.

அவளின் குரல் அந்த பெரும் அங்காடிக்குள் கலகத்தை ஏற்படுத்திற்று. காவலர்கள் அவளின் குரலைத் தணிக்க முற்பட்டார்கள்.

“எனது குழந்தைக்கு முன்பாக என்னை அவமானப்படுத்திக் கொண்டு இருக்கிறீர்கள்” என்று என்னை அணைத்தபடி கூறினாள்.

அவள் கொண்டு வந்ததில் அரைவாசி உடுப்புகளை உள்ளே கொண்டுபோக அனுமதித்தார்கள். நான் அங்கிருந்த கதிரையில் குந்தியிருந்து வாசலைப் பார்த்தபடியிருந்தேன். நேரம் நீண்டுகொண்டிருந்தது. காவலர்கள் சற்றுத் தள்ளி நின்று எங்களை அவதானித்தபடியிருந்தார்கள்.

“இந்தா எல்லாம் சரியாக இருக்கிறதா பார்” என்று ஆடைகளைத் தூக்கி மேசையில் வீசினாள்.

மீதிப் பாதியை எடுத்துக்கொண்டு உள்ளே சென்றாள். பின்னர் நாலு உடுப்பைத் தெரிவு செய்தாள். பொருட்களைப் பார்ப்பதான பாவனையில் அங்கு அழகாக ஒழுங்குபடுத்தப்பட்டிருந்த பொருட்களைக் கலைத்தபடி வந்தாள். காவலர்கள் அருகே நிற்கும்போது அவளது செய்கை அதிகரித்திருந்தது. இப்போது சிறுவர்களுக்கான பகுதிக்குள் வந்திருந்தோம். அவளுக்குப் பிடித்தமான ஆடைகளை எடுத்து எனக்கு அளவு பார்த்தாள். இப்போ குளிர் காலம் ஆதலால் அதற்குத் தகுந்த உடைகளைத் தேர்ந்தெடுத்தாள்.

“உள்ளே போய் அணிந்து வா” என்று என்னை உள்ளே அனுப்பினாள்.

நான் ஒவ்வொரு உடையாய் அணிந்துவந்து அவளுக்குக் காட்டியபடி நின்றேன்.

ஒரு தொகை உடுப்புகளையும் உள்ளாடைகளையும் சப்பாத்துக்களையும் தெரிவு செய்தாள். கனடா வருவதற்காகவே முதன்முதலில் கீழ் உள்ளாடையை அணியத் தொடங்கியிருந்தேன். அதை அவளிடம் எப்பிடிக் கேட்பது என்ற சங்கடம் எனக்கிருந்தது. எனக்கு என்ன தேவையென்பதை அவள் அறிந்திருந்தாள். காவலர்கள் இப்போ சிறுவர் பகுதிக்குள் நடந்து திரிந்தார்கள். அவளுக்கு அது எரிச்சலை ஏற்படுத்தியிருக்க வேண்டும்.

“உங்களுக்கு என்ன ஓழ் வேண்டும்? எங்களை நிம்மதியாக விடுகிறீர்களா? என் பிள்ளைக்கு முன்னால் அவமானப்படுத்துகிறீர்கள்” என்று கத்தினாள்.

அவர்கள் அந்த இடத்தைவிட்டு விலகினார்கள். எடுத்த உடுப்புகளையும் பாடசாலை உபகரணங்களையும் காசுப் பட்டறையில் தூக்கிப் போட்டாள். அவள் தனது ஆத்திரத்தைக் காட்டுவதற்கு எதையெல்லாம் செய்ய முடியுமோ அனைத்தையும் செய்தபடியிருந்தாள். எனது சாமான்களை முதலில் போட்டாள்.

"எவ்வளவு வந்திருக்கிறது" என பணியாளரைக் கேட்டாள்.

தன்னிடமிருந்த பணத்தை மீண்டும் பார்த்தாள்.

"வரியுடன் கூடவல்லவா வரும். சரி எனது உடுப்புகளை வை. நான் பிறகு வருகிறேன். பிள்ளையின் சாமான்களைப் போடு" என்றாள்.

அந்தத் தொகை பணியாளருக்கே ஆச்சரியமாக இருந்திருக்க வேண்டும். முன்பிருந்த சந்தேகப் பார்வை அவளிடம் இப்போ குறைந்திருந்தது. குளிருக்குப் போடும் 'கோட்'டை அணியத் தந்தாள். எனது சாமான்கள் அடங்கிய பெரிய பையை யூலி காவியபடி வந்தாள். அந்த அங்காடித் தொகுதிக்குள்ளிருந்த ஏனைய கடைகளுக்குள்ளும் சென்றோம். அங்கும் எங்களுக்கு அவ்வாறான வரவேற்பே கிட்டியது.

வீடு வந்ததும் அவளொரு மந்திரக்காரியாக மாறி யிருந்தாள். அவள் 'கோட்டு'க்குளிருந்து உடைகள் ஒவ்வொன்றாகச் சோபாவில் விழுந்தன. எனக்கு முன்னாலேயே அனைத்து உடைகளையும் கடையில் விட்டு வந்தாள். அந்தக் கடைப் பணியாளர்கள் இவள்மீது கொண்ட சந்தேகத்திற்கான காரணத்தைப் புரிந்துகொண்டேன். அவள் அகப்பட்டிருந்தால்? பயம் மேலிட்டது. அவள் என்னையும் தனது திருட்டுக்காகப் பாவித்திருக்கிறாள். கள்ளி.

ooo

எனது வகுப்பு மாணவர்களுக்குள் குட்டையாகவும் மெல்லியவனாகவும் நான் இருந்தேன். பாடசாலை போகத் தொடங்கியது முதல் அங்கிருந்த வெள்ளை மாணவர்களின் கிண்டல்களுக்கு இலக்கானேன். அவர்கள் என்னைக் காணும் போதெல்லாம் 'பாக்கி' எனப் பழித்தபடியிருந்தார்கள். என் பிடரியில் தட்டுவதும் சண்டைக்கு வா என்பதுமாக இருந்தார்கள். அவர்களின் செய்கைகள் என்னைக் குறுக வைத்தபடியிருந்தன. அவர்கள் அடிக்கும்போதெல்லாம் நான் அதைத் தாங்கிக் கொண்டேயிருந்தேன். 'அவர்களுடன் மோதப் போகாதே' என்று சக தமிழ் மாணவர்களும் சொல்லியபடியிருந்தார்கள். என்னால் அவர்களது வன்முறையைத் தாங்க முடியாதிருந்தது. ஊரில் என்னைத் 'தீவான்' என்று பழித்தவர்களை அடித்திருக்கிறேன். அதற்காக அம்மாவிடம் அடியும் வாங்கியிருக்கிறேன். யூலியிடம் சொல்லலாம். அவளை இரு வாரங்களாகக் காணவில்லை. நான் பாடசாலை போவதை நிறுத்தினேன். அது மாமாவுக்கும் தெரியாது. பள்ளிக் கடிதத்தின் பின்னரே பிரச்சினை தெரியவந்தது. யூலி அந்தக் கடிதத்தைப் படித்தாள். என் அறைக்குள் வந்தாள். மாமாவும்

கூடவே இருந்தார். அவர்களுக்குப் போதையும் கூடியிருந்தது. வார இறுதியில் சேரும் கூட்டத்தில் அறை நிறைந்திருந்தது.

“ஹேய் பொடியா ஏன் பள்ளிக்கூடம் செல்லவில்லை. எத்தனை நாள் போகவில்லை?”

“இரண்டு கிழமை.”

“ஓம். ஹேய் மச்சான், உனக்கும் தெரியாதா?” என்றாள் மாமாவைப் பார்த்து,

“டேய் ஏன்டா போகேல. காசை நிப்பாட்டிப் போடுவாங்கள். பள்ளிக்குப் போக வேணும்” என்றார் மாமா.

அழுகை பொத்துக்கொண்டு வந்தது. நான் வீறிட்டு அழுதேன். யூலி என்னைத் அணைத்தாள்.

“மச்சான்! என்ன ஓழைக் கதைத்தாய்? என்ன பிரச்சினை பொடியா?”

பாடசாலையில் நடந்ததைச் சொன்னேன்.

“நீ அந்த வேசைப் பிள்ளைகளுக்குத் திருப்பி அடித்திருக்க வேண்டும்” என்றாள் யூலி.

“அடேய் நீ சொல்லியிருக்க வேணும். மூஞ்சியை பேத்திருப்பன்” என்றார் மாமா.

“ஹேய் பொடியா பயப்பிடாதை. திங்கள் பள்ளிக்குப் போறம். அந்த நாய்களுக்குச் சாத்திறம். அடியில் மலம் வெளிய போகும்” என்றாள் யூலி.

எமது வீட்டில் போதையில் இருந்த அனைவரும் சண்டியர்கள் ஆனார்கள். ‘வெள்ளையர்களுக்கு நாலு போட்டால்தான் சரியாகும்’ என்று பேசிக்கொண்டார்கள். திங்கள் அவர்களால் மாபெரும் கலவரம் நடக்க வாய்ப்புண்டு.

திங்கள் காலை மாமா வேலைக்குப் போயிருந்தார். சண்டியர்கள் விட்டுச்சென்ற குறைச் சுருட்டும், சிகரட் துண்டுகளும் சாம்பல் தட்டை நிறைத்திருந்தன. அங்காங்கே வெற்றுப் போத்தல்களும், ஒரு குறை சாராயப் போத்தலும் வரவேற்பறையில் இருந்தது. யூலிக்காக மாமா வைத்துவிட்டுப் போயிருக்கலாம். அவள் குறையோடு படுத்திருந்தாள். நான் பள்ளிக்கு வெளிக்கிட்டு அவளை எழுப்பினேன்.

“பொறு நான் போய்விடுகிறேன்” என்றவாறு எழும்பினாள்.

என்னைக் கண்டதும் பொறுமையாக நெஞ்சைப் போர்வையால் மூடினாள்.

"ஹேய் பொடியா பள்ளிக்குப் போகத் தயாராகிவிட்டாய். போய் வா" என்றாள்.

"நீங்களும் வருவதாய்ச் சொல்லியிருந்தீர்கள்"

"என்ன?"

நான் முதலிலிருந்து பாடசாலையில் நடந்தவற்றைச் சொல்லி முடித்தேன். அந்தக் கடிதத்தையும் காட்டினேன்.

"நான் என்ன செய்வேண்டும்?" என்றாள்.

"அதிபருடன் கதையுங்கள்."

"கவலைப்படாதே. நான் கழியலறைக்குப் போகப் போகிறேன். சிந்தித்துப் பார்க்கிறேன்."

கழியலறைக்குள் புகுந்தாள். அவளின் வழமையான காலைக் கடன்களை முடித்தாள். குறைச் சுருட்டையும் பற்றி முடித்தாள்.

"உனக்கு அடித்தவர்களை எனக்குக் காட்டு" என்றுவிட்டு நகர ஆரம்பித்தாள்.

பள்ளியை அண்மித்ததும் அவளின் தூசனங்கள் பிரெஞ்சிலும் ஆங்கிலத்திலும் வெளிவந்துகொண்டிருந்தன. கூட்டமாக நின்ற மாணவர்களைக் கண்டதும் திட்டத் தொடங்கினாள். எனது வகுப்பு மாணவர்கள் என்னைப் பார்த்துக் கொண்டிருந்தார்கள். பெற்றோர்கள் தங்கள் பிள்ளைகளின் காதுகளைப் பக்குவப்படுத்தினார்கள். என்னை அடித்தவன் ஒருவனை அடையாளம் காட்டினேன். பேசியபடி அவனை நோக்கி ஓடினாள். அவன் வீறிட்டபடி ஓடத் தொடங்கினான். ஆசிரியர்கள் இடையில் வந்து அவளைச் சமாதானப்படுத்தினார்கள்.

"இது பாடசாலை. தூசனங்கள் பேசக்கூடாது. பொலிசாரை அழைக்க வேண்டிவரும்" என்றார்கள் ஆசிரியர்கள்.

"என்ட பிள்ளையை 'பாக்கி' என்று பழித்து அடித்திருக் கிறார்கள். பயத்தில் பள்ளிக்கு வரவில்லை. ஆசிரியர்கள் இதைப்பற்றி அக்கறைப்படுவதில்லையா?"

யூலி ஆங்கிலத்திலும் பிரெஞ்சிலும் கத்தியபடியிருந்தாள்.

"இனி இவனில் கை வைத்தால், இருக்குப் பிரச்சினை" என்று கூவி அடங்கினாள்.

தனியொருத்தியால் மாபெரும் கலவரத்தை ஏற்படுத்த முடியும் என்பதை நான் நம்பினேன். அம்மா போன்று இவள் கையில் அரிவாள் இருக்கவில்லை. அங்கிருந்த மாணவர்கள் சிலரும் பெற்றோர்களும் தங்கள் பிள்ளைகளுக்கு நடந்த

வன்முறைகளை முணுமுணுக்கத் தொடங்கியிருந்தார்கள். அதிபரின் அறையில் குந்தியிருந்தோம்.

"வசீகரன்! இப்பிடியான விடயங்கள் நடந்தால் எங்களுக்கு அறியத்தர வேண்டும். நாங்கள் உடனடி நடவடிக்கை எடுப்போம்" என்றார் அதிபர்.

"உங்களுக்கு இனவாதப் பிரச்சினை இருப்பது தெரியாதா? பள்ளிக்கூடம் என்ன நடவடிக்கை எடுத்திருக்கிறது?" கத்தினாள் யூலி.

"யூலி நீ மெல்லக் கதை. கத்தாதே. எனக்குக் காது தெளிவாகக் கேட்கும்" என்று எங்கள் காதுகளுக்கு எட்டாதவாறு சொன்னார் அதிபர்.

"இந்தப் பிள்ளைக்கு உண்டான மன உழைச்சலை நீங்கள் விளங்கிக்கொள்ளுங்கள். அந்தக் கிறுக்கன்களைக் கூப்பிட்டுப் பொடியனிடம் மன்னிப்புக் கேட்கச் சொல்லுங்கள்" என்று அலுவலகத்தில் உள்ள அனைவரும் கேட்கும்படி சொன்னாள்.

"மன்னிக்க வேண்டும். உங்களுக்குக் காது கேட்கும். மற்றய ஆசிரியர்கள், ஊழியர்களுக்குக் காது கேட்குமோ தெரியாது" என்றுவிட்டுப் புன்னகைத்தாள்.

என்னைக் கேலி செய்த நான்கு மாணவர்களையும் அலுவலத்துக்குள் அழைத்து வந்தார் வகுப்பு ஆசிரியர்.

"கிறுக்கன்களே, உங்களைப் பிழிந்தெடுத்து விடுவேன்" என்று கத்தினாள் யூலி.

அதிபர் யூலியை வெளியே போகுமாறு பணித்தார். அவளுக்கு நடுக்கம் தொடங்கியிருந்தது. இனி அவளால் நிலைத்து நிற்க முடியாது.

"இதுதான் கடைசியாய் இருக்க வேண்டும்" என்று வெள்ளை மாணவர்களைப் பார்த்துச் சொல்லிவிட்டு நடக்கத் தொடங்கினாள். அவளுக்கு இப்போது புகைக்க வேண்டும்.

யூலியின் கலவரத்தின் பின்னர் எனக்கு மரியாதை கூடியிருந்தது. 'யாராவது கேட்டால் பாதாள கோஷ்டியோடு தொடர்புடையவள் என்று சொல்லு' என்று யூலி சொல்லி யிருந்தாள். அதை நானும் தேவைக்கேற்பப் பயன்படுத்தினேன். ஆனாலும் அவள் சிகரட் பொறுக்குவதை யாராவது பார்த்துவிடுவார்கள் என்ற அச்சமும் எனக்கிருந்தது.

○○○

பரீட்சை புள்ளித்தாள் அடங்கிய கடிதத்தை யூலி திறந்தாள். எல்லா இரசங்களையும் துல்லியமாய்க் காட்டும் அவள் முகம் ஆச்சரியத்தில் தரித்தது.

"வசீ. நீயா? என்னால் நம்ப முடியவில்லை. கெட்டிக்காரன். ஓழ். ஓழ் என்னால் நம்ப முடியவில்லை" என்று ஆர்ப்பரித்து என்னை அரவணைத்தாள்.

என்னை முதல் தடவையாக 'வசீ' என்று அழைத்தாள். பாடசாலை நண்பர்களும் ஆசிரியர்களும் வசீ என்றுதான் என்னை அழைக்கிறார்கள். புள்ளிகள் குறித்து எந்தப் பெருமிதங்களும் நான் கொண்டதில்லை. அம்மாவுக்குப் பெருமிதம் எப்போதும் இருக்கும். பெருமித அலை ஓயும்வரை அம்மா ஊரெல்லாம் பரப்புவாள். யூலியிடமிருந்து இதை நான் எதிர்பார்த்திருக்கவில்லை.

"பிரெஞ்சில் படிக்கும் மூன்று பாடங்கள்தான் குறைவான புள்ளி எடுத்திருக்கிறாய். அவையும் சராசரிக்கு மேல்தான்."

என்னை அணைத்தபடியிருந்தாள். அவளில் நடுக்கம் இருந்தது. நடுக்கம் தொடங்கும்போது அவள் குடிக்கவோ புகைக்கவோ செல்ல வேண்டும். அவள் என்னை அரவணைத்தபடியே இருந்தாள்.

"மச்சான். பொடியன் ஒரு அறிவாளி. புள்ளிகளைப் பார்."

திறமைக்குத் தானும் ஊக்கியாய் இருப்பதாக உணர்கிறாளோ? அல்லது அதீதப்படுத்துகிறாளா? அவள் உண்மையாகவே மகிழ்கிறாளா?

"உனக்கு 'வெல்பெயர்' அப்பொய்ன்ட்மென்ட் இருக்கு மறந்திராதை" என்றுவிட்டு அகன்றார் மாமா.

"உன் மாமன் உன்னை வாழ்த்தினாரா?" என்ற அவளது கேள்வி காதில் விழாததுபோல் மௌனமாக நகர்ந்தேன்.

பொதுநல அதிகாரியுடனான சந்திப்பு இருந்தது. சந்திப்பு களை மாமா கவனத்தில் வைத்திருப்பார். ஏனெனில் நிதி கொடுப்பனவோடு சம்பந்தப்பட்டது. புள்ளிகள்பற்றி யூலியின் புளகாங்கிதம் அவருக்கு நடிப்பு. வீட்டுக்குள் அண்டியிருக்கும் அவளது முயற்சியென்றே அவர் நினைத்திருப்பார்.

சந்திப்புக்குச் செல்லும் வழியில் காணும் அனைவருக்கும் என்னைத் தன் பெருமையாகச் சொல்லியபடி வந்தாள்.

"வசீ என்னுடைய பிள்ளை. பெரிய கெட்டிக்காரன்."

அது சங்கடமாய் இருந்தது. அவள் இன்று காலையில் எதையும் குடிக்கவும் இல்லை, புகைக்கவும் இல்லை. அவளுக்கு நடுக்கம் இருந்தது. எனது புள்ளி அவளுக்குப் போதையைக் கொடுத்திருக்கிறதோ. அதிகாரி சந்திப்பை விரைவாக முடிக்கும் முயற்சியில் இருந்தார்.

“நான் சொன்னேன். வசீ கெட்டிக்காரன். உங்கள் கொடுப்பனவு அவனுக்குப் போதாது” என்றுவிட்டு என்னைச் சுரண்டினாள்.

அவளின் கதைகளைக் கேட்க அவர் ஆர்வப்படவில்லை. நேரடியாகவே என்னுடன் கதைத்தபடியிருந்தார். பெரும் பகுதி பிரெஞ்சிலேயே எங்கள் உரையாடல் இருந்தது. யூலி பார்த்தபடியிருந்தாள். தான் கதைத்து உருவாக்கி வைத்திருக்கும் விம்பத்தை உடைத்துவிடுவானோ என்ற அச்சம் அவளுக்கிருந்தது. நான் தடங்கும் இடங்களில் உதவியபடியிருந்தாள். அவளின் நடுக்கம் வெளிப்படத் தொடங்கியது.

“நான் புகைக்க வேண்டும். நான் போகலாமா?”

“இதில் ஒப்பமிடுங்கள்.”

யூலி ஒப்பமிட்டவுடன் வெளியில் சென்றாள்.

“வசீ! நான் உன்னையிட்டுப் பெருமைப்படுகிறேன். யூலி குறித்து எனக்கு வருத்தங்களும் சங்கடங்களும் உண்டு. உனது மாமா இருப்பது நல்லது. அவர் உனக்குப் பேருதவி அல்லவா. தொடர்ந்து முன்னேறு” என்று என்னை வாழ்த்தி அனுப்பினார்.

தெருவில் யூலியைக் காணவில்லை. அவள் பியர் வாங்குவதற்குச் சென்றிருக்கக் கூடும். என்னால் இப்போது தனியாகப் பிரயாணம் செய்ய முடியும். மெற்றோ நிலையம் வரையும் சென்று அவளுக்காக காத்திருந்தேன். அவளைக் காண வில்லை. அவள் பியர் வாங்கும் கடைக்குச் சென்று விசாரித்தேன். அவள் இல்லை. நான் வீடு திரும்பினேன். அவளைக் காணவில்லை. மாதங்களாகியும் அவள் வரவில்லை. வார இறுதியில் வருவோர்,

“டேய் குட்டி! எங்கடா உன்ட கோத்தையைக் காணேல” என்று விசாரித்தார்கள்.

முகத்தார் “கோத்தை இல்லாதது கயிட்டமாய் இருக்கு” என்றுவிட்டுத் தன் குறியிருக்குமிடத்தை மற்றோருக்குத் தூக்கிக் காண்பித்தார். எல்லோரும் கனைத்து ஓய்ந்தார்கள். மச்சான் என்று இவர்களை அழைப்பதால் யூலி மீதான நாட்டம் எல்லோருக்கும் இருந்தது.

எனக்கு உறுத்தலாய் இருந்தது. அவளுக்கு என்ன நடந்திருக்கும்? அப்படியேதும் நடந்திருந்தால் யார் அறிவார்கள்? களவெடுத்துச் சிறையில் இருப்பாள்? போதையில் விழுந்து அடிபட்டு வைத்தியசாலையில் இருப்பாள்? அல்லது மாமா வீடுபோல் வேறு வீடுகள் இருக்கக் கூடுமா? அவளுக்கு வீடு இருக்குமா?

மாமா, திங்கள் காலை வேலைக்குப் போகு முன்னர் அவளைக் கலைத்துவிடுவார். அவள் போதையாய் இருந்தால் அவளை உடமைகளோடு தூக்கி வெளியில் போட்டுவிடுவாராம். போதை கலையும்வரை வாசலில் கிடக்கும் அவளைக் கட்டிடப் பராமரிப்பாளர் கலைத்து விடுவதுண்டாம். வார இறுதியில் மீண்டும் அவள் வருவாள். நான் வந்ததிலிருந்து யூலியைக் கண்ணியமாக நடத்துகிறார். எங்கள் அறைத் திறப்பும் அவளிடமிருந்தது. அவளால் எனக்கு வரும் பொதுநலநிதி காரணமாய் இருக்கலாம்.

மூன்று மாதங்களின் பின் ஒரு வெள்ளிக்கிழமை வழமைபோல் எங்கள் அறைக்கு மீண்டிருந்தாள். அவள் எனக்காக ஒரு மணிக்கூடு வாங்கியிருந்தாள்.

“வசீ! உன்னுடைய புள்ளிகளுக்கான பரிசு. இப்போதுதான் என்னிடம் காசு வந்தது. இது களவு இல்லை. சத்தியமாய்க் களவு இல்லை. களவு எனக்காக எடுப்பேன். மற்றையோருக்கு உழைத்துத்தான் பரிசளிப்பேன்.”

“நன்றி யூலி. நான் மிகவும் பயந்துபோனேன். உனக்காகக் கடவுளை மன்றாடினேன்.”

“நன்றி வசீ. எனக்கு ஆயிரம் தொழில்கள் தெரியும். பணம் தேவைப்படும்போது புதிய தொழில்களையும் உருவாக்கிக் கொள்வேன். தொழிலைக் கெடுத்தது கிடையாது. இந்த முறை கியூபெக் நகரத்துக்குப் போய்விட்டேன். ஒரு பணக்காரக் கிழவனைப் பராமரித்தேன்.”

“அப்போ திரும்பிப் போய்விடுவீர்களா?”

“வசீ எனக்குத் தெரியாது. தேவை எப்போது வரும் போகும் எதுவும் தெரியாது. உண்மையாக எனக்கு எதுவும் தெரியாது.”

வார இறுதி வழமைபோல் கூட்டம் சேர்ந்திருந்தது.

“உன்ட கோத்தை வந்திட்டாள்” என்றனர்.

வீடு புகைந்துகொண்டிருந்தது. போத்தல்கள் உருளத் தொடங்கின. பாடல்கள் அபசுரத்தில் ஒலிக்கத் தொடங்கி யிருந்தன. வெறி மிகுந்தோரின் வாதங்கள் எவருக்கும் எட்டாமல்

கலைந்த வண்ணமிருந்தன. போதையில் பலரும் சாயத் தொடங்கியிருந்தார்கள். யூலி அமர்ந்திருந்தாள். வழமைபோல் ஏனையோர் முகம் சாய்ந்த பின் முகத்தார் யூலியின் தொடையைத் தடவத் தொடங்கியிருந்தார். அப்போது யூலி என்னைக் கண்டிருக்க வேண்டும். அவரின் கையைத் தள்ளிவிட்டாள். அவர் அதையிட்டு அக்கறைப்படாது மீண்டும் இடுப்புக்குள் கையை இட்டுத் தடவ முற்பட்டார்.

"மச்சான் கையை வெளியே எடு" என்றாள் யூலி.

அங்கிருந்த எவருக்கும் அது கேட்டிருக்க வாய்ப்பில்லை. முகத்தாருக்கு அது சிராய்த்திருக்க வேண்டும். அவர் மீண்டும் அவளைத் தடவ முற்பட்டார்.

"நான் வைக்காதே என்கிறேன். என்ன ஓழுக்குக் கையைத் திரும்பத் திரும்ப வைக்கிறாய்" என்று யூலி கத்தினாள்.

முகத்தார் அதை ஏற்க முடியாதவராய் எழுந்து நின்றார். அவளின் குரல் எனக்குக் கேட்டபடியிருந்தது. நான் மீண்டும் வரவேற்பறைக்கு வந்தேன். யூலி அவரைத் தள்ளிவிட்டாள். முகத்தார் தரையில் விழுந்து கிடந்தார். யூலி என்னைப் பார்ப்பதைத் தவிர்த்துக்கொண்டாள். நான் பொதுவாக அறையைவிட்டு வெளியில் வருவதில்லை. எல்லோரினது கூத்துகளும் ஓய்ந்த பின்னர்தான் வெளிவருவதுண்டு. எனது வருகை அவளைச் சங்கடப்படுத்தியதோ தெரியவில்லை.

"ஊத்தை வெள்ளை. என்ன ஓழ் நடந்தது?" என்றார் முகத்தார்.

"ஒருவரின் விருப்பமில்லாமல் நீங்கள் அவர்களைத் தொட முடியாது" என்று தமிழ், ஆங்கிலம், பிரெஞ் மொழிகளில் அவருக்குச் சொல்லிவிட்டு நகர்ந்தேன்.

"ஓ உன்ட கோத்தை. ஊத்தை புனா" என்ற அவரது வார்த்தைகளை நான் முகங்கொடுத்துக் கேட்கவில்லை.

அதன் பின்னர் எங்கள் அறைக்கு யூலி வருவது குறைந்திருந்தது. வார இறுதிக் கூட்டத்திற்கு வரும் பலரும் ரொரன்டோவுக்கு இடம்பெயர்ந்திருந்தனர். மாமாவுக்குக் கலியாணம் நிச்சயமாகியிருந்தது. அவர் ரொரன்டோவுக்கு இடம்பெயர்வதற்கான ஏற்பாட்டோடு இருந்தார். பதினொராம் வகுப்பு முடிவோடு ரொரன்டோ செல்வதாயிருந்தோம். எமது பட்டமளிப்பு நடைபெறவிருந்தது. பட்டமளிப்பில் மாணவர் சார்பாக உரையாற்ற நான் தெரிவாகியிருந்தேன். யூலியை அழைத்தாக வேண்டும். அவளுடனான தொடர்புகள் எதுவும் இல்லை. மாமாவோடு கதைத்தேன்.

“வேலை, வர முடியாது. யூலியைக் கண்டால் சொல்லி விடுகிறேன்” என்றார் மாமா.

இவ்வாறான நேரங்களில் அம்மாவின் நினைவு மேலோங்குவது தவிர்க்க முடியாதது. அவள் எனது பிரிவைத் தாங்க முடியாதிருந்தாள். அப்பாவுடனான விலகலின் பின் என்னையே ஆதாரமாய் இருந்தாள். அச்சத்துக்குள் வாழ்ந்த காலம். ‘அவனாவது தப்பி உயிரோடு இருக்கட்டும்’ என்று அம்மா எண்ணியிருக்கக் கூடும். அன்று முழுவதும் என்னை அரவணைத்துத் தடவியபடியிருந்தாள். அகதிப் பயணங்களின் கொடுவலிபற்றி அம்மா அறிந்திருந்தாள். அவளுக்கு உள்ளூர அச்சம் இருந்தது. நாங்கள் வெளிநாடு செல்வதற்காகக் கொழும்பு வந்து மூன்றாண்டுகள் கடந்திருந்தன. எங்களது லொட்ஜ்ஜில் கனடா செல்லவிருந்த குடும்பத்தோடுதான் நான் இணைக்கப்பட்டிருந்தேன். “ராசா கவனம்” அம்மாவின் அணைப்பு விடுபடவில்லை. அழுகை பெருக்கெடுக்காது தன்னைக் கட்டுப்படுத்திப் புன்னகையை வரவழைத்திருந்தாள். உச்சியில் அவள் இட்ட முத்தத்தோடு இரு கரங்களும் கன்னங்களை வருடி விலகின. அம்மாவின் கண்கள் பனித்திருந்தன.

பட்டமளிப்பு முடிந்திருந்தது. எனக்குக் கிடைத்த பாராட்டுக்களைப் பகிர எவரும் இருக்கவில்லை. நான் நன்றி தெரிவித்த முக்கியமானவர்களும் இல்லை. சோர்வு. சோர்விலிருந்து மீள்வதற்கு எனக்கு இரு ஊக்கிகள் இருந்தன. ஒன்று அம்மாவுக்குக் கடிதம் எழுதுவது. இரண்டாவது யூலியோடு உரையாடுவது. அம்மாவின் கடிதங்களில் என்னைத் தனியே அனுப்பிய குற்றவுணர்வு ஒட்டியிருக்கும். என்னைச் சூழ அவள் இருப்பதான அறிவுரைகளோடு அம்மாவின் கடிதம் இருக்கும். யூலியின் உலகு மாயமானது. அவளது வாழ்வுபோல் தொடர்பற்றது. என்னோடு உரையாடுவதற்கான பொதுத்தளத்தை அவள் உருவாக்க முனைகிறாள். என்னோடு உரையாடுவதை விரும்புகிறாள். அதற்காகச் சிறிது நேரத்தை அவளால் ஒதுக்க முடிகிறது. சிறார் பராய நினைவுகளை மீட்க முனைகிறாள். நினைவுக்குள் நுழையும்போது நினைவின் உராய்வு அவளைத் தளர்த்திவிடுகிறது. அவள் பெரும் வலியைக் கடப்பதுபோன்றே எனக்குப் படுகிறது. நானும் அவளைப்போன்று தனித்து விடப்பட்டவன் என்பதால் என்மீதான இரக்கம் அவளுக்கு இருக்கிறதோ?

○○○

கோடை மாலை. மெல்லிய குளிர் இருந்தது. கோட் சென் கத்தரீன் மெற்றோ நிலையத்திற்கு முன்பாக விக்டோரியோ வீதி பக்கமாய் இருந்த கொன்கீரீட் குந்தில் அமர்ந்திருந்தாள். அவள் கையில்

கிடந்த சிகரட் எரிந்து சாம்பல் தட்டுப்படாமல் அப்படியே கிடந்தது. அசையாமல் அவள் ஏதோ சிந்தனையில் ஆழ்ந்திருக்க வேண்டும். அருகில் சென்று அவளின் தோளில் தட்டினேன். நான் இரண்டாம் தடவை தட்டும்போது சற்றுத் திரும்பினாள்.

"ஓ, வசீ" ஆர்ப்பரித்தபடி எழுந்து என்னை அரவணைத்தாள்.

"நான் உன்னைத் தேடித்தான் வந்தேன். அறை பூட்டிக் கிடக்கிறது. என்ன செய்வதென்று அறியாமல் இதிலேயே அமர்ந்து விட்டேன். நீ வளர்ந்து விட்டாய். நீ பெரிய மனிசன். இந்தா எனது அன்பளிப்பு."

பார்க்கர் பவுன்டின் பேனை. பவுன்டின் பேனை பிடிக்குமென்று எப்போதோ கூறியிருந்தேன். அந்தக் குந்தில் அமர்ந்தோம்.

"நன்றி. எனது பட்டமளிப்புக்கு நீ வந்திருக்க வேண்டும். எதிர்பார்த்தேன். அன்று நான் உரையாற்றினேன்."

"நான் சற்றுப் பிந்தியே வந்தேன். உனது உரையைச் செவிமடுத்தேன். அழகாக பிரெஞ்சிலும் ஆங்கிலத்திலும் பேசினாய். மகிழ்ச்சியாய் இருந்தது. பெருமையாக இருந்தது. என்னை ஒருவரும் மெச்சியது கிடையாது. நெகிழ்ந்து போனேன். நான் இலகுவாக அழுபவள் அல்லள். என்னை அறியாமல் அழுதுவிட்டேன். தங்குமிடம் சென்றும் அழுதேன். வாழ்வை அர்த்தமிக்கதாய்க் கட்டமைக்க நான் முனைந்ததில்லை. அனுபவங்கள். நான் சந்தித்த மனிதர்கள் என்னைத் தேவைக்கேற்ப பாவித்தார்கள். பின்னர் எனக்கு அதுவே வாழ்வாகிவிட்டது. வசீ! நீயொருவன் மட்டுமே என்னைப் பொருட்டாய் நினைத்திருக்கிறாய். நன்றாகக் குடித்து இருந்தேன். உடைகளும் நன்றாக இருக்கவில்லை. மற்றையவர்கள் அருவருப்பாகப் பார்த்தபடியிருந்தார்கள். எனது நாற்றம் அவர்களது முகச்சுழிப்புக்குக் காரணமாயும் இருந்தது. உன்னைச் சங்கடப்படுத்த விரும்பவில்லை. உன்னிடம் சொல்லாமல் அகன்றுவிட்டேன். என்னை மெச்சினாய். அந்தக் கணத்தில் என்னைப் பிரியோசனமானவளாக உணரப் பண்ணியிருந்தாய் நன்றி வசீ!"

அவள் கண்கள் கசிந்திருந்தன. அவளை முதல் தடவையாக அவ்வாறு பார்க்கிறேன்.

இன்று அழகாக உடுத்தியிருந்தாள். அவளிடமிருந்து மல்லிகை நறுமணம் பரவியபடியிருந்தது. முகத்தில் புன்னகை. அவளது பொன்னிற முடிக்கு பிரெஞ் பின்னல் அழகாக இருந்தது.

"நீ புதிதாய் இருக்கிறாய். அழகாய் இருக்கிறாய்" என்று அவளிடம் சொன்னேன்.

அவள் என்னை இழுத்து என் நெற்றியில் முத்தமிட்டு,

"நீதான் அழகு" என்றாள்.

அறைக்கு அழைத்தபோதும் அவள் வருவதற்கு விரும்பவில்லை.

"நாங்கள் ரொரன்டோவுக்கு இடம்பெயர்கிறோம். தொடர்புகளைப் பேண வேண்டும்" என்றேன்.

அவள் என்னைப் பார்த்தபடியிருந்தாள். பின்னர் என் தோளில் சாய்ந்தாள். எனது தலையை வருடினாள். அவளின் முகத்தில் புன்னகை நிலைகொண்டிருந்தது. 'நன்றி' என்றபடி என் கைகளைத் தடவியபடியிருந்தாள். மெல்ல நடுக்கம் தொடங்கியிருந்தது. அதையும்மீறி என்னை அரவணைத்தபடியிருந்தாள். அம்மாவைப்போல் 'இனி இவனை எப்போது பார்ப்பேன்' என்று அவளும் எண்ணுகிறாளோ? அவளது கைகளில் ஊசித் தடயங்கள் இருந்தன. கடும் போதைப் பொருட்களைப் பயன்படுத்துகிறாள் போலும். அந்த இடங்களைத் தடவி அவளைப் பார்த்தேன். கையை விலக்கி முகத்தைத் திருப்பினாள். மீண்டும் அவளாக எனது கரங்களை எடுத்துத் தனது கரங்களுக்குள் வைத்திருந்தாள். நடுக்கம் அதிகமாய் இருந்தது.

"எனக்கு எதுவும் தெரியாது. நீ என்ன நினைக்கிறாய்? இனி சந்திப்பு நிகழுமா? நாங்கள் தொடர்பற்றவர்கள். இல்லையா?" அவளது மூச்சு சீர்குலைந்து அமைதியானாள். மௌனமாய் என் கரங்களைத் தடவியவாறு இருந்தாள். நடுக்கம் அதிகரித்திருந்தது.

"சரி. வசீ" என்றவாறு,

அரவணைத்துக் கன்னங்களை வருடினாள். யூலியின் விரல்கள் என் கன்னங்களில் தடதடத்தபடியிருந்தன. போதை அவளை அழைத்திருக்கும். ஏதோ சொல்ல உன்னினாள். முடியாதுபோகப் புன்னகைத்து அகன்றாள்.

●

2022